ഇതെന്റെ കൊച്ചി

ഓർമ്മക്കുറിപ്പ്

ജമാൽ കൊച്ചങ്ങാടി

VAYANAPPURA
ITHENTE KOCHI
(Malayalam Memoirs)
by **Jamal Kochangadi**

Vayanappura Publications, Ernakulam
First published : November 2021
Type setting & layout: Lincy Shaji
Cover Setting: C. V. Harindran
Cover design: Sudhi Anna
Back Cover : N.K.P Muthukoya
Illustration: Sashy Memury
Published by: Vayanappura Publications
Anathanam Studios, Old Railway Station
Cross Road, Ernakulam
Pin - 682018
mob: 9074188300
e-mail: vayanappuraeditorial@gmail.com

ISBN: 9789390999637
Printed by: Repro India Ltd.
Price: 200/-

ജമാൽ കൊച്ചങ്ങാടി

സ്വാതന്ത്ര്യസമരപ്പോരാളിയും പത്രപ്രവർത്തകനുമായിരുന്ന, യശഃശ്ശരീരനായ പി.എ. സൈനുദ്ദീൻ നൈനയുടെ മകൻ. സ്വദേശം പശ്ചിമ കൊച്ചി. അഞ്ചു പതിറ്റാണ്ടിലേറെയായി പത്രപ്രവർത്തന-സാംസ്കാരിക മേഖലകളിൽ സജീവമായുണ്ട്. വിവർത്തനമുൾപ്പെടെ മുപ്പതോളം പുസ്തകങ്ങൾ, ഡസനോളം പുരസ്കാരങ്ങൾ. നാടകം, ഗാനരചന, സിനിമ തുടങ്ങിയ മണ്ഡലങ്ങളിലും പ്രവർത്തിച്ചു. കോഴിക്കോട്ടാണു താമസം.

വിലാസം:
നൈന, ഹിൽവ്യൂ കോളനി,
പോസ്റ്റ് പൊക്കുന്ന്, കോഴിക്കോട്-7
jamalkochangadi@gmail.com
Mob: 9020 180 904

മുഖവുര

പുസ്തകമായി സങ്കൽപ്പിച്ചെഴുതിയ ഉപന്യാസങ്ങളുടെ സമാഹാരമല്ലിത്. 2014-ൽ തേജസ് ദ്വൈവാരികയിൽ ഹൃദയ പൂർവ്വം എന്ന പംക്തി ആരംഭിക്കുമ്പോൾ അങ്ങനെ ഒരു ലക്ഷ്യമു ണ്ടായിരുന്നില്ല. എന്നാൽ എഴുതിവന്നപ്പോൾ അവ കൊച്ചിയെ കുറിച്ചുള്ള ഓർമ്മകളായി.

സമീപഭൂതകാലവുമായി ബന്ധപ്പെട്ട സമൂഹ സ്മൃതികളും (Collective Memoirs) വ്യക്തിഗതമായ ഓർമ്മകളും. അവയെ ഒന്നും രണ്ടും ഭാഗങ്ങളായി വിഭജിച്ചിരിക്കുന്നു. അച്ഛന്മാരുടെ സ്വപ്ന ങ്ങൾ മക്കളിലൂടെ സാക്ഷാൽക്കരിച്ച മൂന്ന് പേരുടെ ജീവിതകഥ കൾ അനുബന്ധമായി ചേർത്തിരിക്കുന്നു. ഒന്നാം ഭാഗത്ത് പശ്ചിമ കൊച്ചിയുടെ ചരിത്രം, പുരാവൃത്തങ്ങൾ, ആത്മീയത, സിനിമാ കൊട്ടകകൾ, നാടകം, സംഗീതം, തൊഴിൽ, രാഷ്ട്രീയം തുടങ്ങി വിഭിന്ന മേഖലകളെയാണ് പരാമർശിക്കുന്നത്. പംക്തിയിൽ ലേഖ നങ്ങൾ വന്നുകൊണ്ടിരുന്നപ്പോൾ പലരും പറഞ്ഞു: ഇത് നിറുത്ത രുത്.

ചില പഴയകാര്യങ്ങൾ പറഞ്ഞു തന്നത് പത്രപ്രവർത്തകനായി രുന്ന കെ.എ.ഭാനുപ്രകാശ്, വോളിബോൾ കളിക്കാരനായ ബസറ അബൂബക്കർ, സഹപാഠികളായ കേണൽ കെ.എം.മുഹമ്മദ് ബഷീർ, എ.എ.ലത്തീഫ് സേട്ട് എന്നിവരാണ്. ചരിത്രമുറങ്ങാത്ത ഇരട്ട നഗരങ്ങൾ എന്ന ആദ്യത്തെ ദീർഘ ലേഖനം ദേശാഭിമാനി വാരികയിലാണ് പ്രസിദ്ധീകരിച്ചത്.

പ്രശസ്തരായ മൂന്ന് ചിത്രകാരന്മാർ ഈ പുസ്തകത്തെ ധന്യ മാക്കുന്നു - കവർ വരച്ചത് സുധി അന്നയാണ്. ദേശീയവിഖ്യാത നായ എൻ.കെ.പി.മുത്തുക്കോയ വരച്ച മട്ടാഞ്ചേരിയുടെ പെയ് ന്റിംഗ് കവർ ബാക്കായി ഉപയോഗിക്കാൻ അദ്ദേഹം സദയം അനു വാദം തന്നു. രേഖാചിത്രങ്ങൾ വരച്ചത് ശശി മേമുറിയും. പരിഷ്ക്ക രിച്ച പുതിയ പതിപ്പിന് മുൻകയ്യെടുത്തത് വായനപ്പുരയുടെ ഗൃഹ നാഥനായ പോൾസൺ തേങ്ങാപ്പുരയ്ക്കൽ... തിരക്കഥാകാര

നായ ജോൺ പോളിന്റേതാണ് അവതാരിക. ലേഖനങ്ങൾ സമാഹരിക്കാൻ നിരന്തരം പ്രേരിപ്പിച്ചത് കഥാകാരനായ എം.കമറുദ്ദീനാണ്. ഇവരെല്ലാം തന്നെ സുഹൃത്തുക്കളാണ്. എങ്കിലും ഔപചാരികമായി നന്ദി രേഖപ്പെടുത്തുന്നു.

നാലു പതിറ്റാണ്ടിലേറെയായി കോഴിക്കോട് നഗരത്തിലാണ് എന്റെ പൊറുതി. ആയുസ്സിന്റെ പകുതിയിലേറെ കാലം ഇവിടെയാണ് കഴിച്ചുകൂട്ടിയത്. അപ്പോഴും മനസ്സിൽ തീവ്രമായി ഉയർന്നു നിൽക്കുന്നത് ജനിച്ചുവളർന്ന കൊച്ചീനഗരമാണ്. ജീവിതം പകുത്തു നൽകിയ രണ്ടു തുറമുഖനഗരങ്ങൾ - 'കൊച്ചിയും കോഴിക്കോടും'! സർഗ്ഗാത്മകമായ ഊർജ്ജം രണ്ടിടത്തുനിന്നും കിട്ടിയിട്ടുണ്ട്. ഇതെന്റെ കൊച്ചിയെന്ന പേരിൽതന്നെ പ്രണയതീവ്രത അനുഭവപ്പെടുന്നുണ്ടാകുമല്ലോ. പ്രത്യക്ഷമായും പരോക്ഷമായും ഈ ഗ്രന്ഥത്തെ സാധ്യമാക്കിയ എല്ലാ സഹൃദയർക്കും എന്റെ ആത്മാർത്ഥമായ നന്ദിയും സ്നേഹവും അറിയിക്കുന്നു.

ജമാൽ കൊച്ചങ്ങാടി
കോഴിക്കോട്. 7

കൊച്ചി
ജമാൽ കൊച്ചങ്ങാടിക്ക്
സ്വന്തമല്ല!

പുസ്തകങ്ങളിലായാലും ലേഖനങ്ങളിലായാലും ജമാൽ കൊച്ചങ്ങാടിയുടെ എഴുത്തുവഴിയ്ക്കൊരു പ്രത്യേകതയുണ്ട്; ഏറെ അടുപ്പമുള്ള ഒരു ചങ്ങാതിക്കൂട്ടത്തിനു നടുവിലിരുന്ന് താനനുഭവിച്ച ഒരു വിസ്മയവൃത്താന്തം അതനുഭവിച്ചപ്പോഴുള്ള അതേ പനിച്ചൂടോടെ ലളിതമായി, മനസ്സിൽ പതിയുംവിധമാണ് അദ്ദേഹം എഴുതുന്നത്. ഏതാണ്ട് ഒരസൂയ കലർന്ന ആദരവോടെയാണ് ഞാനതെന്നും വായിച്ചുപോരുന്നത്.

ലതാമങ്കേഷ്ക്കറിനെക്കുറിച്ചു പറയുമ്പോൾ, മുഹമ്മദ് റാഫിയെക്കുറിച്ചു പറയുമ്പോൾ, ജമാൽ കൊച്ചങ്ങാടിയുടെ എഴുത്തുവൃത്തം ഒരിയ്ക്കലും ഒരു പാട്ടുപുരാവൃത്തത്തിന്റെ വാർപ്പുവഴി അവലംബിക്കില്ല. അദ്ദേഹം ലതാജിയെ, റാഫി സാഹിബിനെ ആത്മാവു തൊട്ടുകൊണ്ടാണെഴുതുക. വായനാനുഭവത്തിൽ ആ സ്പർശത്തിന്റെ പാട്ടുചൂട് വരികളിൽ ഇനിച്ചുനിൽക്കും.

നൈന വംശാവലിയിൽ പിറന്ന് വൈക്കം മുഹമ്മദ് ബഷീറിന്റെ ഉമ്മിണി വലിയ ദർശന നിലാവെളിവിൽ തളിർത്ത് പൊതുപ്രസ്ഥാനങ്ങളുടെ ആവേശാവേഗങ്ങളിൽ ജ്ഞാനസ്നാനം ചെയ്ത ഒരു പിതാവിന്റെ പുത്രന് പൈതൃകം അവകാശവും വരദാനവും ആകാതെങ്ങിനെ !

ആ വിധം ഓർമ്മ വിചാരങ്ങൾകൊണ്ട് സ്വന്തമായൊരിടം നേടിയ കൃതഹസ്തയുടെ പിന്നാമ്പുറം മിടുക്കുമായി ജമാൽ കൊച്ചങ്ങാടി കൊച്ചിയുടെ കഥ പറഞ്ഞപ്പോൾ, എഴുതിയപ്പോൾ, ലജ്ജ കൂടാതെ തുറന്നുപറയട്ടെ, ആദ്യം അസൂയ തോന്നി.

കൊച്ചി എനിയ്ക്കെന്നും ഒരു വികാരമാണ്. ഞാൻ കഴിഞ്ഞ 71 വർഷമായി ഈ നഗരവുമായി, അതിന്റെ പഴംപെരുമയുമായി, ഒരു ഡസനിലേറെ വംശസംസ്കൃതികൾ പരാഗചുംബനമർപ്പിച്ചതിന്റെ ശേഷിപ്പുകളെ ഇന്നും സാക്ഷ്യങ്ങളായി ചേർത്തണയ്ക്കു

ന്ന അതിന്റെ അഴിമുഖമനസ്സുമായി പ്രണയത്തിലാണ്! വിദ്യാർത്ഥി നാളുകളിലും മട്ടാഞ്ചേരിയിലെ ബാങ്ക് ലാവണനാളുകളിലും അതിൽ പിന്നീടും കൊച്ചിയുടെ അറിയപ്പെടാത്ത കഥകളുടെ ചുരുളുകളഴിക്കുവാൻ കിട്ടുന്ന ഒരവസരവും ഞാൻ നഷ്ടപ്പെടുത്തിയിട്ടില്ല. പശ്ചിമകൊച്ചിയുടെ ഗലികളിലൂടെ ഞാനാ ഖനികൾ നേടി എത്രയാണലഞ്ഞിട്ടുള്ളത്! കെ.പി.പത്മനാഭമേനോൻ തൊട്ടുള്ള വഴികാട്ടികളോട് ഇടചേർന്നും ഇടപിരിഞ്ഞും കൊച്ചിയുടെ അകക്കാമ്പിന്റെ സ്പന്ദനങ്ങൾ ആവാഹിച്ചുൾച്ചേർക്കുവാൻ ഞാൻ നടത്തിയ, നടത്തുന്ന അന്വേഷണസഞ്ചാരങ്ങൾ എനിക്ക് ലഹരി പകരുന്ന സാത്മ്യഹർഷങ്ങളാണ്.

നന്ദിയോടെ ഞാനോർക്കുന്നു, കൊച്ചിയ്ക്കൊരു ഹൃദയമുണ്ടെന്നും അറബിക്കടലിനെ നുകർന്നുവരുന്ന കാറ്റിന്റെ മർമ്മരങ്ങളിലെ ഗസൽമധുരിമയോട് ഇവിടം പുൽകിയ വംശസംഗീതസംസ്കൃതികളുടെ താളതുടികൾകൂടി വയമ്പുസമം നാവിലിറ്റിച്ച് പ്രണയപൂർവ്വം ഉപാസിച്ചാലേ കൊച്ചിയുടെ ഉള്ളറകൾ തുറന്നുകിട്ടൂ എന്നും എനിക്കാദ്യം ഉപദേശിച്ചു തന്നതും പോഞ്ഞിക്കര റാഫി മാഷാണ്. ആ നിർദ്ദേശവഴി ഏറ്റവും ജാഗരൂകമായി പിൻപറ്റി അന്വേഷണം നടത്തിപ്പോന്ന എന്റെ ഉത്തമവിശ്വാസം അന്നും ഇന്നും എന്നും കൊച്ചിയുടെ ഗാഥ എഴുതുവാനുള്ള അവകാശം എന്റേതാണ്, എന്റേതു മാത്രമെന്നുമാണ്!

അതിനിടയിൽ ജമാൽ കൊച്ചങ്ങാടി കൊച്ചിയുടെ ഹൃദയധാരയിൽകയറി കടന്നാക്രമിക്കുമ്പോൾ, പിന്നെ അസൂയ തോന്നാതെങ്ങനെ! വെറും അസൂയയല്ല, ഒരല്പം, ഒരു ശകലം, ഈർഷ്യ കൂടി ചാലിച്ച അസൂയ! ജമാൽ ഭായിയ്ക്കെഴുതുവാൻ സംഗീതപ്രഭുക്കളെത്രയോപേർ, മാധ്യമവിശാരദന്മാർ, ചരിത്രം തിരുത്തിയ ശ്രേഷ്ഠ രഥന്മാർ... എത്രയോപേർ വിഷയമായുണ്ട്!

കലാപത്തിനുമുതിരാതെ ഞാനെന്നെത്തന്നെ ശാസിച്ചു; തിരുത്തി. അതിനു പ്രേരകമായത് പ്രിയങ്കരനായ കെ.എം.റോയിയുടെ ഒരു സത്യപ്രസ്താവമാണ്.

“കൊച്ചി ആരുടെയും സ്വന്തമല്ല; എന്നാൽ എല്ലാവർക്കും കൊച്ചി സ്വന്തമാണ്.”

ജമാൽ കൊച്ചങ്ങാടിയുടെ കൊച്ചി പരിരംഭണത്തിനിപ്പോൾ രണ്ടാം പതിപ്പിറങ്ങുന്നു. ‘വായനപ്പുര’ രേഖാചിത്ര അകമ്പടിയോടെ അതിറക്കുന്നു.

മംഗളം നേരുമ്പോഴും എന്നെ അലട്ടുന്ന മുഖ്യപ്രശ്നം, ഇനി ഞാൻ ജമാൽ കൊച്ചങ്ങാടിയുടെ കൊച്ചി പുരാവൃത്തംകൂടി എന്റെ പഠനാശ്രയമായി കലവറയിൽ ചേർക്കണം എന്നതല്ല; അതിൽ

സന്തോഷമേയുള്ളൂ; പക്ഷെ, ഇതിനേക്കാൾ നന്നായി എഴുതാതെ വയ്യല്ലോ എന്നുള്ളതാണ്, എന്നുള്ളത് തന്നെയാണ്!

ജമാൽ കൊച്ചങ്ങാടി കണ്ട, അറിഞ്ഞ കൊച്ചിയെ ഞാനീ മുഖ മൊഴിയിൽ സ്പർശിക്കുന്നില്ല. ഈ കൊച്ചിക്കാഴ്ച കൊച്ചിയുടെ ആത്മാവിന് ആഹ്ലാദം പകരട്ടെയെന്ന് ആശംസിക്കുമ്പോൾ എന്റെ അസൂയ കൂടി ചാലിച്ചു ചേർത്തില്ലെങ്കിൽ അതെങ്ങനെയാണ് 'വായ നപ്പുര'യുടെ ഈ പുനഃപതിപ്പിലേയ്ക്കുള്ള സ്വാഗതവാക്യമാകും!

ജോൺ പോൾ

പ്രസാധകക്കുറിപ്പ്

എത്ര കണ്ടാലും മതിവരാത്ത ചരിത്ര നഗരം. അറബിക്കടലിന്റെ റാണിക്ക് പറഞ്ഞാൽ തീരാത്ത അത്രയും കഥകളുമുണ്ട്. വിവിധ ഭാഷകൾ സംസ്കാരങ്ങൾ വിശ്വാസങ്ങൾ വേഷഭൂഷദികൾ ഒക്കെ ക്കൊണ്ടും സമൃദ്ധമായ കൊച്ചിയുടെ മാനവീകതയെക്കുറിച്ച് ഒത്തിരി ഗ്രന്ഥങ്ങൾ പ്രസിദ്ധീകരിക്കപ്പെട്ടിട്ടുണ്ടെങ്കിലും, വായനപ്പുര പബ്ലിക്കേഷൻസ് പ്രസിദ്ധീകരിക്കുന്ന മുതിർന്ന പത്രപ്രവർത്തകനും സാഹിത്യകാരനുമായ ശ്രീ ജമാൽ കൊച്ചങ്ങാടിയുടെ **'ഇതെന്റെ കൊച്ചി'** എന്ന ഈ പുസ്തകം കൊച്ചിയുടെ ചരിത്ര വഴികളെ കൂടുതൽ തെളിമയുള്ളതാക്കുന്നു.

ചരിത്രപരമായ വിശകലനങ്ങളും വസ്തുതാപരമായ ആഖ്യാനവും ഈ കൃതിയെ കൂടുതൽ മികവുറ്റതാക്കുന്നു. ശ്രീ.ശശി മെമ്മൂറിയുടെ ഇല്ലുസ്ട്രേഷൻസും ശ്രീ. ബോണി തോമസ് വരച്ച കാരിക്കേച്ചറും, ചലച്ചിത്രകാരനും ചിത്രകാരനുമായ ശ്രീ. സുധി അന്നയുടെ കവർ ചിത്രവും ശ്രീ. എൻ.കെ.പി. മുത്തുകോയയുടെ ബാക്ക് കവർ ചിത്രവും കൂടെ ചേരുമ്പോൾ ഇതെന്റെ കൊച്ചി നിങ്ങളുടെ വായനമുറിയെ സമ്പുഷ്ടമാക്കും.

സ്നേഹത്തോടെ,

പോൾസൺ തേങ്ങാപ്പുരക്കൽ

ഉള്ളടക്കം

ഭാഗം ഒന്ന്

1

ചരിത്രമുറങ്ങാത്ത ഇരട്ടനഗരം

"**നോ** പപ്പാ നോ മമ്മി വണ്ണണ സാർ. വണ്ണണ സാർ"

റിക്ഷാവണ്ടിയിൽ നിന്നിറങ്ങുന്ന വെള്ളക്കാരൻ സായ്പിനു ചുറ്റും ആർത്തിയോടെ ആർത്തടുക്കുന്ന തെരുവുപിള്ളേരുടെ ദൃശ്യത്തോടെയാണ് 1961ൽ പ്രസിദ്ധീകരിച്ച എന്റെ ആദ്യ സമാഹാരത്തിലെ ഒരു കഥ ആരംഭിക്കുന്നത്. അഞ്ചു പതിറ്റാണ്ടുമുമ്പ്, തുറമുഖനഗരിയായ പശ്ചിമകൊച്ചിയുടെ ജീവിതം ചിത്രീകരിക്കാനുള്ള ഒരു പതിനേഴുകാരന്റെ മോഹം ഇന്നും സഫലമാവാത്ത ഒരു വ്യാമോഹമായി അവശേഷിക്കുന്നു. വണ്ണണ എന്നാൽ ഒരണ. പഴയ ഒരു റുപ്പികയുടെ പതിനാറിലൊന്ന്. അരയണ നാണയങ്ങളും നടുവിൽ തുളയുള്ള കാലണയുമുണ്ടായിരുന്ന കാലം. അരയണ കൊടുത്താൽ ഒരു പരിപ്പുവടയോ പഴം പൊരിയോ കിട്ടും. ആലംബമറ്റ തെരുവുപുത്രന്മാർക്ക് അതൊരാശ്വാസമാണ്. ഇത്തരം നാണയത്തുട്ടുകൾക്കു വേണ്ടി വിദേശസഞ്ചാരികൾക്കു ചുറ്റും കൂടുന്ന കുട്ടികൾ അന്ന് സാധാരണ കാഴ്ചയായിരുന്നു. ഇന്ന് അത്തരം രംഗങ്ങൾ കാണാത്തതെന്തുകൊണ്ടാണ്?

പണ്ടത്തേക്കാൾ വിദേശികൾ കൂടുതലാണിന്ന് ഫോർട്ട് കൊച്ചിയിൽ. കമാലക്കടവു മുതൽ പാശ്ചാത്യരീതിയിലുള്ള പലപല തെരുവുകളിലൂടെ ഒന്നു ചുറ്റിനടന്നാൽ ലോകത്തിന്റെ വിവിധ ഭാഗങ്ങളിൽ നിന്നുള്ള സഞ്ചാരികളെ മാത്രമേ കാണാനുള്ളൂ. ഒരു യൂറോപ്യൻ നഗരത്തിൽ ചെന്നുപെട്ട പ്രതീതി. വാസ്കോ ഡ ഗാമ താമസിച്ചിരുന്നുവെന്നു വിശ്വസിക്കപ്പെടുന്ന ഗാമാ ഹൗസ്, സെന്റ് ഫ്രാൻസിസ് സേവ്യർ പാർത്തിരുന്ന ബംഗ്ലാവ്, ബ്രണ്ടൻ ബോട്ട് യാർഡ്, കാരറ്റ് മോറൻ കമ്പനി, ടവർ ഹൗസുകൾ, കോഡർ ഹൗസ് ഇവയെല്ലാം നക്ഷത്രഹോട്ടലുകളോ ഹോംസ്റ്റേകളോ ഒക്കെയാണിന്ന്.

പാശ്ചാത്യവിഭവങ്ങൾ വിളമ്പുന്ന ഹോട്ടലുകൾ, കഫേകൾ, ആർട്ട് ഗ്യാലറികൾ, ആന്റിക് സ്റ്റോറുകൾ. തെക്കുകിഴക്ക് ജ്യൂ ടൗൺ വരെ വിദേശയാത്രികരുടെ ഒഴുക്കാണ്. ജൂതഭാഗത്തെ മലഞ്ചരക്കു കടകളും പാണ്ടികശാലകളും കശ്മീരികളുടെയും അഫ്ഗാനികളുടെയും പരവതാനികൾ, പുരാവസ്തുക്കൾ വിൽക്കുന്ന കടകളായിമാറിക്കഴിഞ്ഞു.

ഇരട്ടപ്പട്ടണം

നാലോ അഞ്ചോ ചതുരശ്ര മൈലുകൾക്കുള്ളിലൊതുങ്ങുന്ന ഒരു കൊച്ചുപട്ടണത്തിന്റെ സാംസ്കാരികാസ്തിത്വം തന്നെ ടൂറിസ്റ്റ് വ്യവസായത്തിനു വഴിമാറിക്കൊടുത്തിരിക്കുന്നു. അല്ലെങ്കിൽ തന്നെ എന്നാണു പശ്ചിമകൊച്ചിയിൽ വിദേശികളില്ലാതിരുന്നിട്ടുള്ളത്?

യൂറോപ്യന്മാർ വരുന്നതിനു മുമ്പുതന്നെ ഇവിടെ അറബികളും ചൈനക്കാരും ജൂതന്മാരും കച്ചവടത്തിലേർപ്പെട്ടിരുന്നു. മൂന്ന് പാശ്ചാത്യശക്തികൾ പരസ്പരം പടവെട്ടിപ്പിടിക്കുകയും കൈമാറുകയും ചെയ്ത ഒരു യൂറോപ്യൻ കോളനി ഏഷ്യയിൽ തന്നെ മറ്റെവിടെയുണ്ട്? പടുത്തുയർത്തപ്പെടുകയും തകർക്കപ്പെടുകയും പിന്നെയും പണിതുയർത്തുകയും ചെയ്ത കോട്ടകൾ, കൊത്തളങ്ങൾ, ബംഗ്ലാവുകൾ, ഗുദാമുകൾ, പാണ്ടികശാലകൾ. എവിടെയോ അദൃശ്യനായ ഒരു നാറാണത്തുഭ്രാന്തൻ.

മട്ടാഞ്ചേരി ബസാർ

ഫോർട്ട് കൊച്ചിയും മട്ടാഞ്ചേരിയും; ഇരട്ടപെറ്റ മക്കളെപ്പോലെ രണ്ടു കൊച്ചുപട്ടണങ്ങൾ. രണ്ടും ചേർന്നു പശ്ചിമ കൊച്ചിയാവുന്നു. കൊച്ചിയെന്നു പറയുമ്പോൾ ഇമചിമ്മാതെ ചരിത്രം ഉണർന്നിരിക്കുന്ന ഒരു ദേശമാണ് എല്ലാവരുടെയും മനസ്സിലേക്കു വരുക.

അനേകായിരം കൈകൾ വിടർത്തി തലയുയർത്തിനിൽക്കുന്ന കൂറ്റൻ മഴമരങ്ങൾ തണൽ വിരിച്ച പാതകൾ, ഗ്രീക്കോ-റോമൻ ഗോഥിക് വാസ്തുശിൽപകലയുടെ ചാരുത മാഞ്ഞുപോവാത്ത കെട്ടിടങ്ങൾ, ബംഗ്ലാവുകൾ. അവയുടെ വാതിലുകൾക്കും വാതായനങ്ങൾക്കും കേരളീയേതരമായ ഒരു ഭാവഭംഗിയുണ്ട്.

എത്രയെത്ര വിദേശ വ്യാപാരക്കമ്പനികൾ കൊടികൾ പറത്തി ഇവിടെ നിലനിന്നിരുന്നു! എത്രയോ മനുഷ്യരുടെ വിയർപ്പും കണ്ണീരും ചോരയും ഈ മണ്ണിലലിഞ്ഞു ചേർന്നിട്ടുണ്ട്! ബിനാലെ വന്നതിനുശേഷം മാത്രമാണ് ഈ കമ്പനികളിൽ ചിലതിന്റെയെങ്കിലും ഉള്ളറകളിലേക്കൊന്നെത്തി നോക്കാൻ കഴിഞ്ഞത്.

ഒരു പരിമിതവൃത്തത്തിൽ താമസിക്കുന്ന വ്യത്യസ്ത വിഭാഗങ്ങളുടെ വീടുകളിൽ നിന്ന് അനുദിനം ഉയരുന്നത് പതിനാറോ പതിനേഴോ ഭാഷകളാണ്. അവയിൽ പലതും സാമൂഹിക സ്മൃതിപഥത്തിൽ നിന്നു മാഞ്ഞുപോയ്ക്കൊണ്ടിരിക്കുന്നു. അഷിഷ് നന്തിയെപ്പോലുള്ള സാമൂഹികശാസ്ത്രജ്ഞരെ വീണ്ടും വീണ്ടും പഠിക്കാൻ പ്രേരിപ്പിക്കുന്ന എന്തോ ഒന്ന് ഈ പുരാതന നഗരത്തിനുണ്ട്. കോളനികൾ തിരിച്ചു പാർത്തിട്ടും സംഘർഷങ്ങളുടെ അലോസരമില്ലാതെ എങ്ങനെയാണ് സാമുദായിക സൗഹൃദം ഇവിടെ നിലനിന്നതെന്നതാണ് അദ്ദേഹത്തെ അമ്പരപ്പിക്കുന്നത്.

ചരിത്രനായകരും പ്രതിനായകരും

വാസ്കോ ഡ ഗാമ, പെഡ്രോ അൽവാരിസ് കബ്രാൾ, ഹെന്റിക് വാൻറീഡ്, അൽഫോൻസോ ഡി ആൽബൂക്കർക്ക്, ഡോൺ ഫ്രാൻസിസ്കോ ഡി അൽമേഡ, ഡ്വാർട്ടേ പച്ചീക്കൊ, കേണൽ കോളിൻ മെക്കാളെ, റവ. സാമുവൽ റിഷ്ഡേ, ക്യാപ്റ്റൻ വില്യം കിഡ്, സർ റോബർട്ട് ബ്രിസ്റ്റോ-ചരിത്രത്തെ മാറ്റിമറിച്ച നായകരുടെയും പ്രതിനായകരുടെയും കാൽപ്പാടുകൾ പതിഞ്ഞ മണ്ണാണിത്.

കായൽപട്ടണത്തുനിന്ന് കൊച്ചങ്ങാടിയിലെത്തി പാർപ്പുറപ്പിച്ച മഖ്ദൂം കുടുംബം കേരളത്തിലെ സാമൂഹിക ജീവിതത്തെ തന്നെ മാറ്റിമറിച്ചവരാണ്. പോർച്ചുഗീസുകാർക്കെതിരേ സമരാഹ്വാനം ചെയ്യുന്ന ആദ്യത്തെ വിപ്ലവകൃതി രചിച്ചത് ശെയ്ഖ് സൈനുദ്ദീൻ മഖ്ദൂം ഒന്നാമനാണ്. കേരളത്തിലാദ്യത്തെ ചരിത്രഗ്രന്ഥമായ തുഹ്ഫത്തുൽ മുജാഹിദ്ദീൻ എഴുതിയത് മഖ്ദൂം രണ്ടാമനും.

ഒരു കൈയിൽ ആരാധനാപുസ്തകവും മറുകൈയിൽ കുരിശുമായി കൊച്ചിയിലെ തെരുവീഥികളിലൂടെ നടന്ന് ദേവാലയങ്ങളിൽ ദിവ്യബലിയർപ്പിച്ച, സ്പെയിനിൽ നിന്നു വന്ന ജസ്യൂട്ട് മിഷനറി സെന്റ് ഫ്രാൻസിസ് സേവ്യറെകുറിച്ചുള്ള നിരവധി ഐതിഹ്യങ്ങൾ ചരിത്രവുമായി കൂടിക്കുഴഞ്ഞുകിടക്കുന്നു.

19-ാം നൂറ്റാണ്ടിന്റെ അന്ത്യത്തിൽ സമുദായത്തിലെ അജ്ഞതയ്ക്കും അനാചാരങ്ങൾക്കുമെതിരേ കൊടുങ്കാറ്റായി ആഞ്ഞടിച്ച സനാവുള്ള മക്തി തങ്ങൾ കൽവത്തി ജുമാഅത്ത് പള്ളി ഖബറിൽ നിത്യനിദ്രയിലാണ്.

ജ്യൂ ടൗണിലെ പരദേശി സിനഗോഗ്

മട്ടാഞ്ചേരി ചക്കാമ്മാടത്തെ ജൂതസെമിത്തേരിയിൽ, കറുത്ത ജൂതർക്കായി നീക്കിവെച്ച സ്ഥലത്ത് ഏക യഹൂദ പുണ്യാളനായ യമൻ സ്വദേശി നഹേമിയാ മൂത്തയുടെ ശവക്കല്ലറ. അദ്ദേഹത്തെക്കുറിച്ചുമുണ്ട് ഒത്തിരി മിത്തുകൾ.

കൊച്ചങ്ങാടിയിലെ ചെമ്പിട്ടപള്ളി കേന്ദ്രമാക്കി പ്രവർത്തിച്ചിരുന്ന സയ്യിദ് ഇസ്മയിൽ ബുഖാരി തങ്ങൾ ഉസ്ബക്കിസ്താനിൽ നിന്ന് എത്തിയ പണ്ഡിതനായിരുന്നു. കുറേക്കൂടി തെക്കോട്ടു പോയാൽ മഹാരാജാ ആശുപത്രിക്കടുത്തുള്ള തക്യാവിൽ ഒരുപാട് അത്ഭുത കഥകളുമായി മറ്റൊരു ആത്മീയാചാര്യൻ ഉറങ്ങുന്നുണ്ട്-അബൂബക്കർ ബമ്പ്. യമൻകാരനായ സെയ്യദ് അബൂബക്കർ ഐദരുസിയുടെ ഇളയമകൻ.

മട്ടാഞ്ചേരി ബസാറിൽ പലവ്യഞ്ജനങ്ങളുടെ പൊടിപടലങ്ങളിൽ കുളിച്ചുനിൽക്കുന്ന കൊച്ചു കുരിശുപള്ളി ഒരുപാട് ഭക്തരെ ആകർഷിച്ചുകൊണ്ടിരിക്കുന്നു-കൂനൻ കുരിശുപള്ളി. ക്രിസ്ത്യൻ സഭാചരിത്രത്തിലെ ഒരു നിർണായക മുഹൂർത്തത്തെ അതോർമിപ്പിക്കുന്നു; സുറിയാനികളും ലത്തീൻകാരും തമ്മിലുള്ള പോരിന്റെ കാലം. റോമൻ സഭാനേതൃത്വത്തെ അംഗീകരിക്കാൻ കൂട്ടാക്കാതിരുന്ന സുറിയാനികളുടെ, വിദേശിയായ മെത്രാൻ അഹമ്മദുള്ളയെ ലത്തീൻകാരായ പറങ്കികൾ അറബിക്കടലിൽ കെട്ടിത്താഴ്ത്തി. പള്ളിയുടെ കുരിശിൽ കെട്ടിയ വടത്തിൽ പിടിച്ച് സുറിയാനികൾ സത്യം ചെയ്തു: റോമായുടെ നേതൃത്വം അംഗീകരിക്കില്ല.

കള്ളക്രിസ്തുവെന്നാരോപിക്കപ്പെട്ട് പോർച്ചുഗൽ ജയിലിൽ കിടന്നു മരിച്ച ഡേവിഡ് റുബേനി ഇവിടെ ജനിച്ചു വളർന്ന ഒരു യഹൂദപ്രമാണിയുടെ സഹോദരനായിരുന്നു. കൊടുങ്ങല്ലൂരിലെ മുസ്ലിംകളെ ആക്രമിക്കുന്നതിന് പറങ്കികളുടെ സഹായം തേടി പോപ്പിന്റെ സമ്മതപത്രവുമായി പോർച്ചുഗീസ് രാജാവിനെ കാണാൻ പോയ ഡേവിഡ് മാനസികവിഭ്രാന്തി ബാധിച്ച് ലിസ്ബണിലെ തെരുവീഥികളിലൂടെ അലഞ്ഞുനടക്കുകയായിരുന്നു.

കൊച്ചിയുടെ ആത്മാവുമായി ബന്ധപ്പെട്ട മറ്റൊരു കഥാപാത്രമാണ് കാപ്പിരി മുത്തപ്പൻ. ഡച്ചുകാർക്കു കീഴടങ്ങേണ്ടി വന്നപ്പോൾ, പറങ്കികൾ വിലപിടിച്ച സ്വത്തുക്കളോടൊപ്പം കുഴിച്ചുമൂടിയ അടിമകളുടെ പ്രതീകമായിട്ടാണ് കാപ്പിരി മുത്തപ്പൻ കൊച്ചിക്കാരുടെ മനസ്സിൽ ജീവിക്കുന്നത്. നല്ലവനായ ഈ നീഗ്രോ രാത്രിയുടെ അന്ത്യയാമങ്ങളിൽ ഇപ്പോഴും കൊച്ചിയിലെ തെരുവീഥികളിലൂടെ ചുരുട്ടും പുകച്ചു നടക്കുന്നുണ്ടത്രേ. കാപ്പിരി മുത്തപ്പന്റെ കാവുകളിൽ കാണിക്ക അർപ്പിച്ചാൽ കാണാതായ വസ്തുക്കൾ തിരിച്ചുകിട്ടുമെന്നു വിശ്വസിക്കുന്നവരുമുണ്ട്. പോഞ്ഞിക്കര റാഫിയുടെ 'ഓരാ പ്രാ നോബിസ്' എന്ന മലയാള നോവലും ജോർജ് തുണ്ടംപറമ്പിലിന്റെ 'മായ' എന്ന ഇംഗ്ലീഷ് നോവലും ഈ മിത്തുമായി ബന്ധപ്പെട്ട പ്രമേയമാണ് ആവിഷ്കരിക്കുന്നത്.

ബ്രിസ്റ്റോയുടെ കൊച്ചി

കടൽത്തീരത്തും കായലോരങ്ങളിലും വലിയ ചിറകുകൾ വിടർത്തി പറക്കാനെന്നതുപോലെ നിൽക്കുന്ന ചീനവലകൾ കൊച്ചിയുടെ മോട്ടിഫ് ആണ്. കേരളത്തിന്റെ ഇതര ഭാഗങ്ങളിൽ ഈ മത്സ്യബന്ധനരീതി കാണാനില്ല. ചൈനീസ് കച്ചവടക്കാരാണ് ആദ്യമിതുകൊണ്ടുവന്നതെന്നു ചിലർ പറയുന്നു. സസ്യാഹാരികളായ ഒരു കൂട്ടമാളുകൾ എതിർത്തപ്പോൾ അവർ അതുംകൊണ്ടുപോയി. പിന്നീട് പോർച്ചുഗീസുകാരാണ് രണ്ടാമതു പൊക്കിയെടുത്തു കൊണ്ടുവന്നത്. വേലിയേറ്റമുള്ളപ്പോൾ വ്യത്യസ്ത ജനുസ്സുകളിലുള്ള മത്സ്യങ്ങളുമായി മുങ്ങിനിവരുന്ന ഈ വല മനുഷ്യാധ്വാനത്തിന്റെ മറ്റൊരു സുന്ദരദൃശ്യമാണ്. ഇവിടെനിന്ന് വിലപേശി വാങ്ങുന്ന തിരുതയും കണമ്പുമൊക്കെ തത്സമയം പാകംചെയ്തു സഞ്ചാരികൾക്കു നൽകാൻ സദാസന്നദ്ധരായ തട്ടുകടക്കാർ കമാലക്കടവിലുണ്ട്-യൂ ബൈ, വീ കുക്ക്.

പഴയ തുറമുഖം

മണ്ണുമാന്തിക്കപ്പലുകളുടെ ഗർജനം കേട്ടു വളർന്ന ബാല്യകാലം. തുരുമ്പെടുത്തു തുടങ്ങിയ ഈ യന്ത്രങ്ങൾ കടലിന്റെ നെഞ്ചുതുരന്ന് എന്താണു കുഴിച്ചെടുക്കുന്നതെന്ന അമ്പരന്ന കൗമാരം. വീട്ടിലെ മുതിർന്ന പെണ്ണുങ്ങൾ പറയും: ചെയ്ത്താനാ, ജിന്നാ. ആരിക്കറിയാ! ലാ ഹൗല ലാക്കൂബത്ത.

പിന്നീടാണറിയുന്നത്, സർ റോബർട്ട് ബ്രിസ്റ്റോ എന്ന ബ്രിട്ടീഷ് സായ്പ് വേമ്പനാടുകായലിന്റെ മാറിൽ നിന്നു പൊക്കിയെടുത്ത വെല്ലിങ്ടൺ ഐലൻഡ് എന്ന വിസ്മയത്തെക്കുറിച്ച്, മനുഷ്യഭാവനയും മനുഷ്യാധ്വാനവും ഇണ ചേർന്നുണ്ടായ മനോഹര പ്രതിഭാസമാണിതെങ്കിൽ, പ്രകൃതിയുടെ വരദാനമായി തുറന്നുകിട്ടിയ അഴിമുഖമാണ് ആ സൃഷ്ടി സാധ്യമാക്കിയതെന്നു പറയാതിരിക്കാനാവില്ല. 1341ൽ പെരിയാറിൽ പ്രളയമുണ്ടായിരുന്നില്ലെങ്കിൽ, നൂറ്റാണ്ടുകളോളം വിദേശക്കപ്പലുകൾ നങ്കൂരമിട്ട ഷിങ്ക്ളിയെന്ന മുസിരിസ് എന്ന കൊടുങ്ങല്ലൂർ തുറമുഖം അടഞ്ഞ് കൂടുതൽ സാധ്യതകളുള്ള കൊച്ചി അഴി തുറന്നു വരുമായിരുന്നോ? ഒന്നു ചീഞ്ഞാൽ മറ്റൊന്നിനു വളമെന്നു പണ്ടുള്ളവർ പറഞ്ഞതു വെറുതെയല്ല.

കൊടുങ്ങല്ലൂരിൽ കച്ചവടം ചെയ്തു ജീവിച്ച ജൂതന്മാർ കൊച്ചിയിലേക്കു പറിച്ചുനടപ്പെട്ടു. അഞ്ചുവണ്ണത്തിൽ രാജാക്കന്മാരെപ്പോലെ ജീവിച്ച ജോസഫ് റബ്ബാന്റെ പിൻഗാമികൾ തമ്മിൽ അധികാരമൽസരമുണ്ടായി. അവരിൽ ഒരു കായേൻ ഹാബേലിനു നേരെ വാളുയർത്തി. അയാൾ കൊല്ലപ്പെട്ടു. ജോസഫ് ഹസാര എന്ന സഹോദരൻ പെമ്പിറന്നവളെ തോളിലേറ്റി കായൽ നീന്തി കൊച്ചിയിലെത്തി. കൊച്ചങ്ങാടിയിൽ അവർ നാലു സിനഗോഗുകളുണ്ടാക്കി. കൊടുങ്ങല്ലൂരിലേതുപോലെ കടവുംഭാഗവും തെക്കുംഭാഗവും ഇവിടെയുമുണ്ടായി. വിദേശത്തുനിന്ന് വന്ന യഹൂദർ ഉണ്ടാക്കിയ പരദേശി സിനഗോഗ് മാത്രമാണു സന്ദർശകരെ ആകർഷിച്ചുകൊണ്ട് ഇന്നും നിലനിൽക്കുന്നത്. വെളുത്ത ജൂതന്മാരുടെ ഈ ദേവാലയത്തിൽ അടുത്തകാലംവരെ മലബാറി ജൂതന്മാർക്ക് പ്രവേശനമില്ലായിരുന്നു. വെളുത്തവന്റെ മനസ്സിൽ എന്നുമുള്ള വംശവെറി എന്ന കറുത്ത അടയാളം. വർണവിവേചനത്തിനെതിരേ സഹനസമരം നടത്തിയ ജൂതഗാന്ധി എബ്രഹാം ബാരക് സലേം എന്ന സേലംകോച്ച ദേശീയ രാഷ്ട്രീയത്തിലേക്കു വരെയെത്തിയ സ്വാതന്ത്ര്യപ്പോരാളിയായിരുന്നു. പക്ഷേ, എ.ബി. സലേം റോഡ് എവിടെയാണെന്ന് ഇന്ന് നാട്ടുകാർക്കുപോലുമറിയില്ല.

ലോകത്തിന്റെ എല്ലാ ഭാഗത്തുനിന്നും ആട്ടിയോടിക്കപ്പെട്ട യഹൂദരെ ഇരുകൈകളും നീട്ടി സ്വീകരിച്ചവരാണു കേരളീയർ. യാതൊരു അലമ്പുമില്ലാതെ അവർ നാട്ടുകാരുമായിടകലർന്നു ജീവിച്ചു. കൊച്ചിയിൽ വൈദ്യുതിവെളിച്ചവും ഫെറി ബോട്ട് സർവീസും

കൊണ്ടുവന്നത് അവരാണ്. ഇന്ന് നാലോ അഞ്ചോ പരദേശി യഹൂദരേ കൊച്ചിയിലുള്ളൂ. കുറച്ച് കറുത്ത ജൂതന്മാർ എറണാകുളത്തുണ്ട്. തൊണ്ണൂറു കഴിഞ്ഞ വൃദ്ധ മദാമ്മയുടെ എല്ലാ രൂപഭാവങ്ങളുമുള്ള സാറാ കോഹൻ അടുത്തകാലത്താണ് ഓർമ്മയായത്.

ഒരുകാലത്ത് കൊച്ചങ്ങാടി, ജൂതഭാഗം പ്രദേശങ്ങളിൽ നിറയെ ജൂതന്മാരായിരുന്നു. കൊച്ചങ്ങാടി എന്ന പേരുപോലും അതു പ്രതിഫലിപ്പിക്കുന്നതായി കരുതുന്നവരുണ്ട്. പുരോഹിതവിഭാഗമായ കോഹനെ നാട്ടുകാർ കോച്ച എന്നു വിളിച്ചു. എല്ലാ ജൂതന്മാരും കോച്ചകളായി. കോച്ചമാരുടെ അങ്ങാടി കൊച്ചങ്ങാടിയായി. ഈ സ്ഥലനാമ ചരിത്രം എത്രമാത്രം സത്യമെന്നറിയില്ല.

കാൽശരായിയും ടീഷർട്ടും ഹാറ്റും ധരിച്ച ആംഗ്ലോ ഇന്ത്യൻ പുരുഷന്മാരെയും മാക്സിയും നൈറ്റിയും ഹൈഹീൽ ഷൂസും ധരിച്ച അവരുടെ പെണ്ണുങ്ങളെയും നോക്കി പരിഹസിച്ചു ചിരിച്ചവരിൽ എത്രപേരുണ്ട് ഇന്ന് പാന്റ്സും മാക്സിയും ധരിക്കാത്തവരായി! കൊച്ചിയിലെ നിരത്തുകളിലൂടെ ഒരുകാലത്ത് സൈക്കിൾ ചവിട്ടി പോകുന്ന മിനിസ്കർട്ടുകാരായ ആംഗ്ലോ ഇന്ത്യൻ പെൺകുട്ടികളെ നോക്കി മൂക്കത്തു വിരൽവെച്ച അമ്മൂമ്മമാർ ഇപ്പോൾ സൈക്കിളിൽ മദ്റസയിലേക്കും സ്കൂളിലേക്കും പോവുന്ന സ്വന്തം പേരക്കുട്ടികളെക്കുറിച്ച് എന്തു വിചാരിക്കുന്നുണ്ടാവും!

പലരും ഇന്നും ധരിക്കുന്നത് ആംഗ്ലോ ഇന്ത്യക്കാർ എന്നാൽ ഇംഗ്ലീഷുകാരുടെ മാത്രം പിൻഗാമികളാണെന്നാണ്. അല്ല സുഹൃത്തുക്കളേ. പറങ്കികളുടെയും ലന്തക്കാരുടെയുമൊക്കെ ജീൻ പേറുന്നവർ ഇന്നത്തെ ആംഗ്ലോ ഇന്ത്യൻ തലമുറയിലുണ്ട്. നാട്ടുകാരുമായുള്ള സങ്കരബാന്ധവത്തിന്റെ അടയാളങ്ങളാണവർ. അവരെ ചട്ടക്കാരെന്നും ടൊപ്പാസിയെന്നും തുപ്പായിയെന്നുമൊക്കെ നാം വിളിച്ചു. അവർക്കിടയിലുമുണ്ട് ജാതിയുടെ അടരുകൾ. കൊല്ലപ്പണിയെടുത്തു ജീവിക്കുന്നവർ കൊല്ലപ്പറങ്കിയെന്നും മീൻവിൽപനക്കാർ ചാളപ്പറങ്കിയെന്നും വിളിക്കപ്പെട്ടു. നോനാന്മാർ മറ്റൊരു വിഭാഗം. നോബർട്ട് പാവനയുടെ ഒരു നല്ല നാടകമുണ്ട് അവരെക്കുറിച്ച്–'പാളം തെറ്റിയ വണ്ടികൾ.' ജോൺ മിറാൻഡയുടെ 'ജീവിച്ചിരിക്കുന്നവർക്ക് ഒരു ഒപ്പീസ്' അധഃകൃതരായ ഒരുകൂട്ടം ആംഗ്ലോ ഇന്ത്യക്കാരുടെ ജീവിതം മനോഹരമായി ആവിഷ്കരിക്കുന്ന നോവലാണ്.

ഗാമയുടെ വരവ്

വാസ്കോ ഡ ഗാമയും കബ്രാളും കപ്പൽപ്പടയും വെടിമരുന്നുമായിവിടെ വന്നത് കുരുമുളകിനും ഏലക്കായ്ക്കും ഗ്രാമ്പുവിനും കറുവാപ്പട്ടയ്ക്കും വേണ്ടി മാത്രമായിരുന്നില്ല. കൊച്ചിയിലേക്കും

കോഴിക്കോട്ടേക്കും വന്ന നമ്മുടെ കപ്പലുകൾ അവർ പിടിച്ചെടുത്തു. ഹജ്ജ്കപ്പൽ പോലും ഒഴിവാക്കിയില്ല. നൂറുകണക്കിനു മലയാളികളുടെ കൈയും കാതും മൂക്കും ഛേദിച്ച് കൂട്ടത്തോടെ ചുട്ടെരിച്ചു. മനുഷ്യശരീരം വെട്ടിനുറുക്കി സാമൂതിരിക്ക് കറിവെച്ചു കൂട്ടാൻ കൊടുത്തയച്ചു! ക്രിസ്ത്യാനികളല്ലാത്തവരെല്ലാം നരകത്തിന്നവകാശികളാണെന്നവർ വിശ്വസിച്ചു.

ഗാമ പറഞ്ഞു: "കടലിന്റെയും എല്ലാ ലോകത്തിന്റെയും ഈ തീരത്തിന്റെയും അധിപനായ എന്റെ രാജാവിന്റെ, പോർച്ചുഗൽ രാജാവിന്റെ, കപ്പൽപ്പടയാണിത്. കപ്പലോടുന്ന ഇവിടുത്തെ തുറമുഖങ്ങളും പുഴകളും അദ്ദേഹത്തെ അനുസരിക്കാൻ ബാധ്യസ്ഥരാണ്."

ഭൂമിയിലെ എല്ലാ രാജ്യങ്ങളുടെമേലും പോപ്പിനു നേരിട്ട് അധികാരമുണ്ടെന്ന മധ്യകാല അന്ധവിശ്വാസത്തിന്റെ സൃഷ്ടികളായിരുന്നു പോർച്ചുഗലിലെ മാനുവൽ രാജാവും അദ്ദേഹത്തിന്റെ പ്രതിപുരുഷന്മാരായ ഗാമയും കബ്രാളുമൊക്കെ. മൂറുകളും പുറംജാതികളും ക്രിസ്തുവിന്റെ നിയമത്തിനു പുറത്താണെന്ന് അവർ കരുതി.

മാനുവൽ കോട്ട

പറങ്കികൾ വരുമ്പോൾ അറബികൾ ഇവിടെ വർത്തകപ്രമാണിമാരായിരുന്നു. അവരുടെ കുത്തക തകർക്കുകയായിരുന്നു ഒരു ലക്ഷ്യം. മാപ്പിളമാരുടെ, പ്രത്യേകിച്ച് കുഞ്ഞാലിമരയ്ക്കാർമാരുടെ പിന്തുണയിലാണ് സാമൂതിരി ചെറുത്തുനിന്നത്. കടൽയുദ്ധത്തിൽ ഇതിഹാസമെഴുതിയ മരക്കാർമാരുടെ വീരഗാഥകൾ ഇന്ത്യൻ നാവികചരിത്രത്തിലെ തുടിക്കുന്ന അധ്യായങ്ങളാണ്. സാമൂതിരി ശത്രുവായതുകൊണ്ട് കൊച്ചി രാജാവ് പറങ്കികളെ കൂട്ടുപിടിച്ചു. ശത്രുവിന്റെ ശത്രു മിത്രം എന്നാണല്ലോ. അങ്ങനെയാണ് 163 വർഷത്തെ പറങ്കിവാഴ്ചയ്ക്ക് വഴിതുറന്നത്. അങ്ങനെയാണ് ഇന്ത്യയിലാദ്യത്തെ യൂറോപ്യൻ കോട്ട കൊച്ചിയിൽ പണിയാൻ നാട്ടുരാജ്യമായ കൊച്ചി, ഒരു വിദേശശക്തിയെ അനുവദിക്കുന്നത്.

കൽവത്തിപ്പുഴ മുതൽ കടൽത്തീരം വരെ ഒരു മൈലോളം നീളത്തിൽ പോർച്ചുഗീസിലെ മാനുവൽ രാജാവിന്റെ പേരിൽ കോട്ടയും കൊത്തളങ്ങളും പടുത്തുയർത്തപ്പെട്ടു. അതോടെ കൊച്ചി ഫോർട്ട് കൊച്ചിയായി. കൽവത്തിയിൽ തന്നെയായിരുന്നു കൊച്ചി രാജാവിന്റെ കൊട്ടാരവും തുറമുഖവുമൊക്കെ.

അന്ന് ഫോർട്ട്കൊച്ചിയിൽ അഞ്ചോ ആറോ ഷിപ്പ്യാർഡുകളുണ്ടായിരുന്നു; ഞാറയ്ക്കലും പള്ളുരുത്തിയിലും വേറെയും. അവിടെനിന്ന് തേക്കിൽ കടഞ്ഞ യാത്രാക്കപ്പലുകളും യുദ്ധക്കപ്പലുകളും കടലിലിറങ്ങി. അങ്ങനെ കൊച്ചി കൊളോണിയൽ ക്യാപിറ്റലാ

യി സ്വകാര്യവൽക്കരിച്ചു. കച്ചവടച്ചരക്കിന്റെ നാലിലൊന്ന് അവർക്കു കൊടുക്കണം. മുസ്‌ലിംകൾ അതിനെ ചോദ്യംചെയ്തു. അതാണു യുദ്ധത്തിലേക്കു നയിച്ചത്. കായലിലും കടലിലും പതിനായിരക്കണക്കിനാളുകൾ മരിച്ചുവീണു. മട്ടാഞ്ചേരിയിലേക്കും പള്ളുരുത്തിയിലേക്കും വൈപ്പിനിലേക്കുമെല്ലാം യുദ്ധം കത്തിക്കയറി. അരൂർ, കുമ്പളം, വല്ലാർപാടം, എറണാകുളം എല്ലായിടത്തേക്കും വ്യാപിച്ചു. കബ്രാളും പച്ചിക്കോയും ആൽബൂക്കർക്കും പറങ്കികളുടെ സൂപ്പർ ഹീറോകളായി.

പിന്നീട് ഡച്ചുകാർ വന്നു; ലന്തക്കാർ (ഹോളണ്ടിൽ നിന്ന് വന്നതുകൊണ്ട് ഒലന്തക്കാരും പിന്നീട് ലന്തക്കാരുമായി അവർ). കൊച്ചി കോട്ടയ്ക്കെതിർവശം വൈപ്പിനിൽ ട്രഞ്ച് കുഴിച്ച് അവിടെ നിന്നാണ് അവർ ഷെൽവർഷം തുടങ്ങിയത്. രണ്ടു യൂറോപ്യൻ ശക്തികൾ തമ്മിലുള്ള ബലപരീക്ഷണം. രസമതല്ല, രണ്ടും ക്രിസ്തുമാർഗത്തിൽ വിശ്വസിക്കുന്നവർ-റോമൻ കത്തോലിക്കരും പ്രൊട്ടസ്റ്റന്റുകാരും. വൈപ്പിൻ പള്ളിയും ബിഷപ്പ്സ് ഹൗസും ലന്തക്കാരുടെ കീഴിലായി. കൽവത്തിയിലുള്ള റാണി ഗംഗാധരലക്ഷ്മിയുടെ കൊട്ടാരം ഡച്ചുകാർ വളഞ്ഞു. എന്നിട്ടും പറങ്കികൾ കീഴടങ്ങിയില്ല. ഒടുവിൽ സാമൂതിരിയുടെ സഹായത്തോടെ വീണ്ടും ആക്രമിച്ചു. നിരന്തരമായ ആക്രമണങ്ങൾ, യുദ്ധങ്ങൾ, തിരിച്ചടികൾ. എല്ലാ യുദ്ധതന്ത്രങ്ങളും പ്രയോഗിക്കപ്പെട്ടു.

തുരങ്കങ്ങൾ

ഒടുവിൽ പോർച്ചുഗീസുകാർ വെള്ളക്കൊടി ഉയർത്തിയപ്പോഴാണ് വെടിനിർത്തിയത്. ഡച്ചുകാർ ആക്രമിച്ചപ്പോൾ ബിഷപ് സെബാസ്റ്റിനി രക്ഷപ്പെട്ടത് ബിഷപ്പ്സ് ഹൗസിനടിയിലുള്ള തുരങ്കത്തിലൂടെയാണ്. ഫോർട്ട് കൊച്ചിയിൽ പലയിടത്തുമുണ്ടായിരുന്നു ഇത്തരം തുരങ്കങ്ങൾ. അതു ചെന്നവസാനിക്കുക അറബിക്കടലിൽ. അവിടെ രക്ഷപ്പെടുത്താൻ ബോട്ടും കപ്പലും കാത്തുകിടന്നു. പിന്നീട് ബ്രിട്ടീഷ് റസിഡന്റ് കോളിൻ മെക്കാളെ ജീവനും കൊണ്ടോടിയതും ഇതുപോലൊരു തുരങ്കത്തിലൂടെയാണ്. പഴയ റസിഡന്റ് ഹൗസ് നില നിന്നിരുന്നിടത്ത് ഇന്നുള്ളത് ആർ.ഡി.ഒ. ഓഫീസാണ്.

മതം മാറുക അല്ലെങ്കിൽ ജീവനോടെ ചുട്ടുകൊല്ലും എന്നതായിരുന്നു ലന്തക്കാരുടെയും ലൈൻ. ഫോർട്ട് കൊച്ചിയിലെ ഒരു ഡസനോളം കത്തോലിക്ക ചർച്ചുകളിലേറെയും നശിപ്പിക്കപ്പെട്ടു. അന്നു തുറമുഖ തീരത്തുണ്ടായിരുന്ന സാന്താക്രൂസ് കത്തീഡ്രൽ ഡച്ച് പട്ടാളക്കാർക്കുള്ള പലചരക്കു സാധനങ്ങൾ സ്റ്റോർ ചെയ്യുന്ന ഗുദാമായി. ബിഷപ്പ്സ് ഹൗസിനു തെക്കുപടിഞ്ഞാറ് പറങ്കികൾ

മൂന്നുനിലയിൽ പണിത ജസ്യൂട്ട് കോളജും അതിനനുബന്ധമായി ഏഷ്യയിലെ തന്നെ ഏറ്റവും മികച്ച ഗ്രന്ഥാലയവുമുണ്ടായിരുന്നു. വിശാലമായ ഇരുപത്തിനാലു മുറികൾ. മുകളിൽനിന്നു നോക്കിയാൽ ദൂരെ കപ്പൽ വരുന്നതു കാണാം. നിരവധി ഭാഷകളിൽ കൈയെഴുത്തുപ്രതികളടക്കം വിപുലമായ ഗ്രന്ഥശേഖരം. അവയെല്ലാം കത്തിയെരിഞ്ഞു ചാമ്പലായി. എല്ലാ യുദ്ധഭൂമികളിലും സംഭവിക്കുന്നതുപോലെ സ്ത്രീകൾ മാനഭംഗത്തിനിരയായി.

ഹോർത്തുസ് മലബാറിക്കസ്

ഡച്ചുകാരുടെ ഏറ്റവും വലിയ സംഭാവന ഒരു ബൃഹദ് ഗ്രന്ഥമാണ്; കേരളത്തിലെ ഔഷധസസ്യങ്ങളെകുറിച്ച് ആധികാരിക വിവരങ്ങൾ നൽകുന്ന ഹോർത്തുസ് മലബാറിക്കസ്. മലബാറിന്റെ ഉദ്യാനം എന്നർഥം. ഹോർത്ത് എന്നാൽ പൂന്തോട്ടം. അതു നാട്ടുകാർ മലയാളീകരിച്ചപ്പോൾ ഓടത്തയായി. ഓടത്ത ഇന്നൊരു സ്ഥലനാമമാണ്. കൊച്ചിയിലെ ഡച്ച് ഗവർണറായിരുന്ന ഹെന്റിക് ആഡ്രിയൻ വാൻറീഡ് മുൻകൈയെടുത്ത് തയ്യാറാക്കിയ സസ്യശാസ്ത്രത്തിലെ പ്രാമാണിക ഗ്രന്ഥമാണ് ഹോർത്തുസ് മലബാറിക്കസ്. നെതർലാൻഡ്സിലെ ആംസ്റ്റർഡാമിൽ നിന്നാണ് പ്രസാധനം. ഓരോ സസ്യത്തിനുമുള്ള ലത്തീൻ, അറബിക്, തമിഴ്, മലയാളം, കൊങ്കിണി വാക്കുകൾ ചിത്രത്തോടൊപ്പം രേഖപ്പെടുത്തിയിരിക്കുന്നു. ചേർത്തലയിലെ ഇട്ടിയച്ചൻ വൈദ്യരുടെ നേതൃത്വത്തിൽ കൊച്ചിയിലെ കൊങ്കിണികളായ അപ്പുഭട്ടിന്റെയും രംഗഭട്ടിന്റെയും വിനായക പണ്ഡിറ്റിന്റെയും സഹായത്തോടെയാണ് ഇതിലെ വിവരങ്ങൾ ശേഖരിച്ച് സമാഹരിച്ചത്. കേരളത്തിൽ ജനിച്ചു വളർന്ന ഒരു പോർച്ചുഗീസ് പണ്ഡിതനും ഇതിൽ സഹകരിച്ചു.

പക്ഷേ, 300 വർഷത്തിനു ശേഷം മാത്രമാണ് ഈ ലത്തീൻ കൃതി ഇംഗ്ലീഷിലേക്കും മലയാളത്തിലേക്കും വിവർത്തനം ചെയ്യപ്പെടുന്നത്. അത് ഒരു തപസ്യപോലെ ഏറ്റെടുത്ത് യാഥാർഥ്യമാക്കിയ ഒരാൾ കോഴിക്കോട് ഇന്നും ജീവിച്ചിരിപ്പുണ്ട്. ഡോ. കെ.എസ്. മണിലാൽ. യാത്ര ചെയ്യാൻപോലും സാധിക്കാത്തവിധം അവശനായ അദ്ദേഹത്തോട് സമൂഹം നീതികാണിച്ചിട്ടുണ്ടോ? ഭരണകൂടം ഇഷ്ടജനങ്ങൾക്ക് വാരിക്കൊടുക്കുന്ന പത്മപുരസ്കാരങ്ങളിലൊന്നെങ്കിലും അദ്ദേഹം അർഹിക്കുന്നില്ലേ? പന്ത്രണ്ടു വാല്യങ്ങൾ വീതമുള്ള രണ്ട് മഹദ്‌വിവർത്തനകൃതികൾ, ഒരു രൂപ പോലും മുടക്കാതെ അതിന്റെ പകർപ്പവകാശം വാങ്ങി കൈയിൽ വയ്ക്കുകയാണു നമ്മുടെ പ്രശസ്തമായ ഒരു സർവകലാശാല ചെയ്തത്!

മട്ടാഞ്ചേരി ഡച്ച് പാലസ്

ഡച്ച് പാലസ്, ഡച്ച് സെമിത്തേരി

ഡച്ചുകാരുടേതായി കൊച്ചിയിൽ ഉള്ളത് ലൈറ്റ് ഹൗസി നടുത്തുള്ള ഡച്ച് സെമിത്തേരിയാണ്. ഇവിടെ നിരവധി ഡച്ച് ഗവർണർമാരും സൈനിക യോദ്ധാക്കളും ഉദ്യോഗസ്ഥപ്രമുഖരും അന്ത്യനിദ്രയിലാണ്. ബ്രിട്ടീഷുകാരുടെ കാലത്ത് സ്മാരകമായി സൂക്ഷിച്ചിരുന്നെങ്കിലും പിന്നീട് ഇവിടെ തസ്ക്കരന്മാരുടെയും സാമൂ

ഹികവിരുദ്ധരുടെയും ഒളിത്താവളമായി. പക്ഷേ, ഈ ശവക്കല്ലറകൾക്കും സന്ദർശകരുണ്ട്. ടോംബ് ടൂറിസത്തിന്റെ കാലമാണല്ലോ.

ഡച്ച് പാലസ് എന്ന് ഇന്നറിയപ്പെടുന്ന മട്ടാഞ്ചേരി ആനവാതിൽക്കലുള്ള കെട്ടിടം കൊച്ചി രാജാവിനുവേണ്ടി നാലുകെട്ടിന്റെ ഘടനയിൽ പോർച്ചുഗീസുകാർ നിർമിച്ചതാണ്. അതിനടുത്തുതന്നെ രാജാവിനു തൊഴുതു പ്രാർഥിക്കാൻ ഒരമ്പലവുമുണ്ട് അതിന്റെ മതിൽക്കെട്ടിന്നപ്പുറമാണു പരദേശി സിനഗോഗ്.

ആനവാതിൽക്കലെ കോമ്പൗണ്ടിനകത്ത് സ്കൂൾ കുട്ടികൾ ഫുട്ബോൾ പരിശീലിച്ചിരുന്നു. അതിന്റെ കിഴക്കേഗേറ്റ് പൂട്ടിയിട്ടാലും ഞങ്ങൾ, കുട്ടികൾ ഊർന്നു കടന്ന് ബോട്ട് ജെട്ടിയിലേക്കു പോവും. ഇവിടെയും എന്നും ടൂറിസ്റ്റുകളുടെ തിരക്കാണ്.

വിദേശവാഴ്ചയുടെ അന്ത്യം

ലന്തക്കാരും അവരുടെ നാടിന്റെ ഓർമ കൊച്ചിയിൽ നിലനിർത്താൻ ശ്രമിച്ചവരാണ്. പല കോട്ടകൾക്കും ഹോളണ്ട് പ്രവിശ്യകളുടെ പേരാണിട്ടിരിക്കുന്നത്. ഇവിടത്തെ ഒരു ചെറിയ കനാലിനുപോലും നെതർലാൻഡ്സിലെ വലിയ നദിയുടെ പേരിട്ടു-ഓവറിസ്സൽ.

ഡച്ചുകാർക്ക് പോർച്ചുഗീസുകാർ കീഴടങ്ങിയതുപോലെ ബ്രിട്ടീഷുകാർക്ക് ഡച്ചുകാരും കീഴടങ്ങേണ്ടി വന്നു ഫ്രാൻസിൽ നെപ്പോളിയന്റെ നേതൃത്വത്തിൽ വിപ്ലവമുണ്ടായപ്പോൾ ഡച്ച് ഗവൺമെന്റ് സ്വാഗതം ചെയ്തു. ഫ്രാൻസും ഹോളണ്ടും ഐക്യപ്പെടുന്നതുകണ്ട് ബ്രിട്ടീഷ് ഈസ്റ്റിന്ത്യാ കമ്പനി കൊച്ചിയിലെ ഡച്ചുകാർക്കെതിരേ, സാമൂതിരിയുടെ സഹായത്തോടെ പടയൊരുക്കം തുടങ്ങി. ഡച്ച് ഗവർണർ കീഴടങ്ങാൻ വിസമ്മതിച്ചപ്പോൾ ഓടത്തയിലെ അദ്ദേഹത്തിന്റെ ബംഗ്ലാവ് കത്തിച്ചുകളഞ്ഞു. ഒടുവിൽ, 132 വർഷത്തെ വാഴ്ച അവസാനിപ്പിച്ച് ബ്രിട്ടീഷ് കമാൻഡറെ കോട്ടയുടെ താക്കോൽ ഏൽപ്പിക്കാൻ ഡച്ച് ഗവർണർ നിർബന്ധിതനായി. ഡച്ചുകാർ പറങ്കികളോടുകാണിച്ച ക്രൂരതകളെല്ലാം ബ്രിട്ടീഷുകാർ ലന്തക്കാരോടും കാണിച്ചു. ചരിത്രത്തിന്റെ ക്രൂരമായ ആവർത്തനം.

കണ്ണിൽ ചോരയില്ലാത്ത ക്രൂരതകൾ

പത്തടി ഉയരമുള്ള ഭിത്തികളും ഇടുങ്ങിയ വാതിലു കളുമുള്ള ഡച്ച് വസതികളിൽ ജീവിതം കെട്ടിക്കിടന്ന് നാറുന്നതിന്റെ ഒരു ചിത്രം എവിടെയോ വായിച്ചതോർക്കുന്നു. രാവിലെ എഴുന്നേറ്റ് പൈപ്പിൽ പുകയിലയിട്ട് വലിക്കാൻ തുടങ്ങുന്ന ഗൃഹനാഥൻ. ബ്രേക്ക്ഫാസ്റ്റിന് മുമ്പും ലഞ്ചിനുശേഷവും ഡിന്നറിനു മുമ്പുമൊക്കെ പു

കവലിച്ചുകൊണ്ടേയിരിക്കുന്ന അലസമായ ജീവിതശൈലി. ഇതിനിടയിൽ രണ്ടുമണിക്കൂർ നേരം വസ്ത്രമണിഞ്ഞ് ഇടപാടുകാരെ കാണുന്നു. ഭർത്താവിനാലും മക്കളാലും ഉപേക്ഷിക്കപ്പെട്ട വീട്ടമ്മമാർ, അടിമസ്ത്രീകളെ നോക്കി കഴിയുന്നു.

പറങ്കിയണ്ടി മുതൽ പറങ്കിപ്പുണ്ണുവരെ

നാട്ടുകാരോട് ഒരുപാട് ക്രൂരതകൾ ചെയ്തിട്ടുണ്ടെങ്കിലും പറങ്കികൾ കേരളസംസ്കാരത്തിനു വിലപ്പെട്ട സംഭാവനകൾ നൽകിയിട്ടുണ്ട്. ബ്രസീലിൽ നിന്ന് കപ്പയും പപ്പായയും ചക്കയും കൈതച്ചക്കയും കശുമാങ്ങയും പുകയിലയും റബ്ബറുമെല്ലാം കൊണ്ടുവന്നത് അവരാണ്. ഇന്നും നമ്മുടെ സമ്പദ്വ്യവസ്ഥയെ താങ്ങിനിർത്തുന്ന നാണ്യവിളകൾക്ക് അവരോട് നാം കടപ്പെട്ടിരിക്കുന്നു. മലയാളത്തിന് ഒത്തിരിയൊത്തിരി വാക്കുകൾ അവർ തന്നു-പറങ്കിയണ്ടിയും പറങ്കിപ്പുണ്ണും ഉൾപ്പെടെ. കൊച്ചി രാജാക്കന്മാർക്കുപോലും പോർച്ചുഗീസ് ഭാഷ പഠിക്കാതെ നിലനിൽപ്പില്ലായിരുന്നു. പറങ്കി മലയാളം എന്ന ഡയലക്ട് തന്നെ ഇവിടെ നിലനിന്നിരുന്നു. അതറിയാവുന്ന അവസാനത്തെയാൾ ഏതാനും വർഷം മുമ്പ് വൈപ്പിനിൽ മരിച്ചതോടെ ആ സങ്കരഭാഷയുടെ കുറ്റിയറ്റു.

കേരളത്തിൽ ജാതിവ്യവസ്ഥ നിലനിന്നിരുന്ന കാലത്താണു പറങ്കികൾ ഇവിടെ വരുന്നത്. പറങ്കിപ്പട്ടാളക്കാർ ആദ്യമാദ്യം പോർച്ചുഗലിൽ നിന്ന് അനാഥബാലികമാരെ വിവാഹം ചെയ്തു കൊണ്ടുവന്നു. പിന്നീട് അതുപ്രായോഗികമല്ലെന്നുകണ്ട് മലയാളിപ്പെണ്ണുങ്ങളെ വെപ്പാട്ടികളാക്കാൻ തുടങ്ങി. പറങ്കികൾക്ക് സമൂഹത്തിൽ ഉന്നതസ്ഥാനമുണ്ടായിരുന്നതുകൊണ്ട് അവരുടെ പെണ്ണുങ്ങൾക്കും മാന്യത കിട്ടി. അവരിലുണ്ടായ കുട്ടികൾക്ക് അസ്പൃശ്യതയുണ്ടായിരുന്നില്ല. അവരും പാശ്ചാത്യജീവിതശൈലി അനുകരിച്ചു. പക്ഷേ, അധികാരത്തോടൊപ്പം ഈ പെണ്ണുങ്ങളെയും കൈവിട്ടിട്ടാണ് പറങ്കികൾ ലിസ്ബണിലേക്കു മടങ്ങിയത്.

ഇന്ത്യ സ്വതന്ത്ര്യമാവുന്നതുവരെ കൊച്ചിയിൽ യൂനിയൻ ജാക്കിന്റെ പതാക പാറി. ഇന്ത്യൻ യൂനിയനിൽ ആദ്യം ചേർന്ന നാട്ടുരാജ്യങ്ങളിലൊന്ന് കൊച്ചിയായിരുന്നു. കറുത്ത ഡിന്നർ സ്യൂട്ട് ധരിച്ച ബ്രിട്ടീഷ് റസിഡന്റും മറ്റുദ്യോഗസ്ഥരും കമാലക്കടവിൽനിന്ന് ബോട്ടിൽ കയറി ബോൾഗാട്ടി പാലസിലേക്കു പോവുമ്പോൾ വിദേശശക്തികൾ അഞ്ചുനൂറ്റാണ്ടോളം, കൃത്യമായി പറഞ്ഞാൽ 444 വർഷം, ഇവിടെ അഭിനയിച്ചുകൊണ്ടിരുന്ന നാടകത്തിന് തിരശ്ശീല വീഴുകയായിരുന്നു.

കൊച്ചി കടപ്പുറത്ത് വലിയൊരു പുരുഷാരത്തെ സാക്ഷിനിർത്തി അറബിക്കടലിന്റെ റാണിയെന്നു കൊച്ചിയെ പ്രണയാർദ്രമായി മഹാത്മാഗാന്ധി വിശേഷിപ്പിച്ചത സ്വാതന്ത്ര്യത്തിന് രണ്ടു ദശകം മുമ്പാണ്

പത്രങ്ങളുടെ തെരുവ്

ഫോർട്ട്കൊച്ചിയിലെ റോസ് സ്ട്രീറ്റിൽ നിൽക്കുമ്പോൾ അവിടെ നിന്ന് ഒരുകാലത്തുയർന്നിരുന്ന പ്രിന്റിങ് പ്രസ്സുകളുടെ കടകടശബ്ദം ഇന്നും കാതിൽ വന്നലയ്ക്കുന്നു. ഒരർഥത്തിൽ ദക്ഷിണേന്ത്യയിലെ തന്നെ ആദ്യത്തെ വർത്തമാനപത്രം ഇവിടെ നിന്നാണു പ്രസിദ്ധീകരിച്ചിരുന്നത്- 'കൊച്ചിൻ ആർഗസ്.' ഒരു എൻജിനീയറിങ്ങ് കമ്പനിയുടമയായിരുന്ന വില്യം ബ്രണ്ടൻ മൂവായിരം രൂപ മുതൽമുടക്കി ആരംഭിച്ച ഇംഗ്ലീഷ് പത്രം.

ഗവൺമെന്റിനെ ധീരമായി വിമർശിച്ച ആർഗസിനെതിരേ മറ്റു രണ്ടു പത്രങ്ങൾ കൂടി ഉണ്ടായി-'കൊച്ചിൻ ക്രോണിക്കിൾ', 'മലബാർ മെയിൽ.' പിന്നീട് സർക്കാർ ചെലവിൽ രണ്ടും ലയിച്ച് 'മലബാർ മെയിൽ' മാത്രമായി. എന്നിട്ടും ആർഗസിന്റെ ജനസമ്മതി നേടാനായില്ല. ഒടുവിൽ ആർഗസിന്റെ എഡിറ്ററായിരുന്ന ഫ്രാൻസിസ് റൈസിനെ ചീഫ് സെക്രട്ടറിയായി നിയമിച്ചുകൊണ്ടാണ് ഗവൺമെന്റ് എതിർപ്പിന്റെ മുനയൊടിച്ചത്.

ഹെൻട്രി മെൻവില്ല വാക്കറുടെ 'സതേൺ സ്റ്റാർ' ആരംഭിച്ചതോടെ ആർഗസിന്റെ പ്രതാപകാലത്തിനു തിരിതാഴ്ന്നു. വാക്കർ തന്നെയാണ് 'പശ്ചിമതാരക'യെന്ന ആദ്യകാല മലയാളപത്രത്തിനും തുടക്കം കുറിക്കുന്നത്.

മലയാള പത്രപ്രവർത്തനചരിത്രത്തിൽ പ്രഫഷനലിസം കൊണ്ടുവന്ന കണ്ടത്തിൽ വർഗീസ് മാപ്പിളയുടെ കളരിയും റോസ് സ്ട്രീറ്റ് തെരുവായിരുന്നു. അദ്ദേഹത്തിന്റെ പത്രാധിപത്യത്തിലാണല്ലോ ഗുജറാത്തിയായ ദേവ്ജി ഭിംജി 'കേരളമിത്രം' തുടങ്ങിയത്.

വൈക്കം മുഹമ്മദ് ബഷീറും പി.എ. സൈനുദ്ദീൻ നൈനയും ഉപ്പുസത്യാഗ്രഹത്തിൽ പങ്കെടുത്ത് കണ്ണൂർ സെൻട്രൽ ജയിലിൽ കിടക്കുമ്പോൾ ഒരു കരാറിലേർപ്പെട്ടു; ജയിലിൽ നിന്നു പുറത്തുവന്നാൽ ഒരു പത്രം തുടങ്ങണം. അങ്ങനെ തുടങ്ങിയ പത്രമാണ് 'ഉജ്ജീവനം.' പിരിച്ചുവച്ചമീശയും ഹാറ്റുമൊക്കെയായി ബഷീർ, ഭഗത്സിങ്ങിനെപ്പോലെ നടക്കുന്ന കാലം. ബ്രിട്ടീഷ് ഗവൺമെന്റിനെതിരേയെഴുതിയ തീപ്പൊരിലേഖനങ്ങൾ ബഷീറിനെ പോലീസിന്റെ നോട്ടപ്പുള്ളിയാക്കുന്നു. നാടുവിടേണ്ടിവരുന്നു അങ്ങനെയാണ് പ

ത്തുവർഷത്തോളം ഊരുചുറ്റി കഥാകാരനായി മടങ്ങിവരുന്നത്. മതിലുകൾ ഉൾപ്പെടെ ബഷീറിന്റെ മനോഹരമായ ഏതാനും കഥകൾ കൊച്ചി ജീവിതത്തിൽ നിന്നു പ്രചോദനം കൈവരിച്ചെഴുതിയതാണ്.

പഴയ കൊച്ചിയിലെ ഒരു തെരുവ്

പിന്നീട് ഇട്ടൂപ്പ് മാമ്പിള്ളിയുടെ 'മലബാർ ഹെറാൾഡ്', എ.വി. വാസവന്റെ 'ജനശക്തി', പി.എ. സെയ്തുമുഹമ്മദിന്റെ 'യുവകേരളം', വൈക്കം ചന്ദ്രശേഖരൻ നായരുടെ 'ചിത്ര കാർത്തിക'... എത്രയോ പത്രമാസികകൾ.

ബുദ്ധവിഹാരം

ഇന്നു ലോറൽ ക്ലബ്ബിരിക്കുന്നിടത്ത് ഒരു ബുദ്ധവിഹാരമുണ്ടായിരുന്നു. ചൈനീസ് വ്യാപാരികൾക്ക് കൊച്ചിയിൽ സ്വാധീനമുണ്ടായിരുന്ന കാലത്ത് അവർക്ക് ആരാധനാനുഷ്ഠാനങ്ങൾ നിർവഹിക്കാൻ രാജാവ് അനുവദിച്ചതാണ്. താമരചിഹ്നങ്ങളോടു കൂടിയ കൂറ്റൻ സ്തൂപങ്ങളുണ്ടായിരുന്നു അതിന്. മാർബിളിൽ ബുദ്ധപ്രതിമയും. ചീനക്കാർ പോയപ്പോൾ വിഹാരം അനാഥമായി. പിന്നീടത് ഒരമ്പലമായി; പ്രതിമ കടലിലും. പിൽക്കാലത്ത് ലോർഡ് വെല്ലിങ്ടൺ മാന്തി പുറത്തെടുത്തപ്പോൾ ഒരു ബ്രിട്ടീഷ് എൻജിനീയർ സ്വന്തമാക്കി നാട്ടിലേക്കുകൊണ്ടുപോയി.

ലില്ലി സ്ട്രീറ്റിൽ ഇപ്പോഴുമുള്ള രണ്ടുനില കെട്ടിടം ജൂ ടൗണിലെ പരദേശി സിനഗോഗിൽ ആരാധനാവകാശം നിഷേധിക്കപ്പെട്ട നാട്ടു ജൂതന്മാർ-അവരെ അങ്ങനെ വിളിക്കുന്നതാണു ശരിയെന്നു തോന്നുന്നു-ഒരുകാലത്ത് ആരാധനയ്ക്ക് ഉപയോഗിച്ചിരുന്നതാണ്. യഹൂദസമുദായത്തിൽ നിശ്ശബ്ദമായി നടന്ന ഒരു വിപ്ലവത്തിന്റെ കഥ അതോർമിപ്പിക്കുന്നു. സലേം കോച്ചയുടെ അപ്പൂപ്പൻ എബ്രഹാം എന്ന ആവോ ആണതിനു നേതൃത്വം നൽകിയത്. യഹൂദപ്രമാണിയായിരുന്ന സോളമൻ ഹലേഗ്വക്ക് പരദേശിയല്ലാത്ത ജൂതത്തിയിൽ ജനിച്ച ആവോ നിസ്വനായിട്ടാണു മരിച്ചത്.

രണ്ടാം ലോകയുദ്ധം

രണ്ടാം ലോകമഹായുദ്ധകാലത്ത് കൊച്ചി തുറമുഖത്തെ വിദേശക്കപ്പലുകളുടെ ആക്രമണത്തിൽനിന്നു രക്ഷിക്കാൻ സ്ഥാപിച്ച നേവൽ കോസ്റ്റൽ ബാറ്ററി, ബീച്ച് റോഡിന്റെ പടിഞ്ഞാറാണുള്ളത്. ഏക്കറുകളിലായി പരന്നുകിടക്കുന്ന ഐ.എൻ. എസ്. ദ്രോണാചാര്യ; ആകാശത്തു നിന്നും കടലിൽ നിന്നുമുള്ള ഏതാക്രമണത്തെയും പ്രതിരോധിക്കാൻ സജ്ജമായ അത്യാധുനിക റഡാറുകളും സജ്ജീകരണങ്ങളും. എത്രയോ പ്രാവശ്യം ബീച്ച് റോഡിലൂടെ നടന്നിട്ടും ഈ നാവികാസ്ഥാനത്തു കയറിയൊന്നു കാണാൻ കഴിഞ്ഞില്ലല്ലോ എന്ന ഖേദം ബാക്കിയാണ്.

യുദ്ധം കൊടുമ്പിരി കൊണ്ടപ്പോൾ എംഡൻ എന്ന ജർമൻ കപ്പൽ കൊച്ചിയിലുമെത്തിയെങ്കിലും ആക്രമണമൊന്നുമുണ്ടായില്ലിവിടെ. ബോംബെയിലാണ് എംഡൻ കുഴപ്പങ്ങളുണ്ടാക്കിയത്. എങ്കിലും അതു നമ്മുടെ വാമൊഴിക്കൊരു വാക്കുതന്നു-എമണ്ടൻ. ഭീമാകാരം എന്നതിനു പകരം കൊച്ചിക്കാർ ഉപയോഗിക്കുന്ന വാക്ക്-എമണ്ടൻ.

സാന്റാക്രൂസ് ബസിലിക്ക

കേരളത്തിൽ ആദ്യത്തെ രൂപതയാണ് സാന്റാക്രൂസ് എന്ന ബസിലിക്ക. ആദ്യം ഇതു കടൽത്തീരത്തായിരുന്നു. ഡച്ച് ആക്രമണത്തിൽ നശിപ്പിക്കപ്പെട്ടു. പിന്നീടാണ് ഇന്നത്തെ ഇടത്തിലേക്കു മാറ്റിയത്. പഴയ കരിങ്കൽത്തൂണുകളിൽ ഒന്ന് ഇവിടേക്ക് കൊണ്ടുവന്ന് സ്മാരകമാക്കി.

എൺപതുകളിൽ പോപ്പ് ജോൺപോൾ ബസിലിക്കയായി ഉയർത്തി. അൾത്താരയിൽ ലിയനാഡോ ഡാവിഞ്ചിയുടെ മാതൃകയിൽ ഒരു തിരുവത്താഴത്തിന്റെ പെയിന്റിങ്. മേൽക്കൂരയിൽ ഏഴ് പെയിന്റിങ്ങുകൾ. ക്രിസ്തുവിന്റെ ജീവിതവും മരണവും പീഡാനുഭവങ്ങളുമൊക്കെയാണു പ്രമേയം. ഇറ്റാലിയനായ മോത്തസിനിയാണ് ചിത്രകാരൻ. വലതുകൈയിൽ ചെങ്കോലും ഇടതുകൈയിൽ ഭൂഗോളവുമായിരിക്കുന്ന സിംഹാസനാരൂഢനായ ക്രിസ്തു രണ്ടാം വരവിനെയോ അന്തിമവിധിയെയോ സൂചിപ്പിക്കുന്നു. ചിത്രത്തൂണുകളും ചുവർചിത്രങ്ങളും അലങ്കാരപ്പണികളും അൽപ്പനേരം നോക്കിനിൽക്കാതെ ഒരു സന്ദർശകനും ഇവിടം കടന്നുപോവില്ല. ബസിലിക്കയോടു ചേർന്ന സാന്റാക്രൂസ് ഹൈസ്കൂളിന് ഗോഥിക് രീതിയിലുള്ള കെട്ടിടങ്ങളാണ്. കെട്ടിടങ്ങൾക്കിടയിലുണ്ടായിരുന്ന മരത്തിന്റെ മേൽപ്പാലം ഇന്ന് ഒരു നഷ്ടസ്മൃതി മാത്രം.

സാന്റാക്രൂസ് മൈതാനിയിൽ പണ്ടൊരു അമ്പലവും അമ്പലക്കുളവുമാണുണ്ടായിരുന്നത്. വിദേശികൾ അതു നശിപ്പിച്ചു. ഡച്ചുകാർ തകർത്ത ആരാധനാലയങ്ങളുടെ അവശിഷ്ടങ്ങൾകൊണ്ട് അമ്പലക്കുളം നികത്തപ്പെട്ടു.

ഫോർട്ട് കൊച്ചിയിൽ ഇന്നും ഏറ്റവും കൂടുതൽ സന്ദർശകരെത്തുന്നത് വാസ്കോ ഡ ഗാമയുടെ ശവം അടക്കം ചെയ്തിരുന്ന സെന്റ് ഫ്രാൻസിസ് ചർച്ച് കാണാനാണ്. ഗാമ അസുഖം ബാധിച്ചു കിടന്ന ഭവനത്തിൽനിന്ന് അധികമകലെയല്ല അദ്ദേഹത്തെ ആദ്യം അടക്കം ചെയ്ത ഈ പള്ളി. പതിനാലു വർഷത്തിനുശേഷം ഭൗതികാവശിഷ്ടങ്ങൾ ലിസ്ബണിലേക്കു കൊണ്ടുപോയി. പള്ളിക്കുള്ളിൽ വിദേശപ്രമുഖരുടെ സ്മൃതികുടീരങ്ങൾ, മുമ്പിൽ ഒന്നാം ലോകയുദ്ധത്തിൽ മരിച്ചവരുടെ ഓർമയ്ക്കായുള്ള സ്മാരകശില. ഡച്ചുകാർ ഇളക്കിമാറ്റിയ അൾത്താരയുടെ ഭാഗത്ത് ഉല്ലേഖനം ചെയ്ത വിശ്വാസപ്രമാണം.

ജ്ഞാനസ്നാനത്തിന്റെ കഥ

പരേഡ് ഗ്രൗണ്ടിനു കിഴക്കുവശത്ത് ഒരു കെട്ടിടമുണ്ട്. ഗേറ്റിൽ "VOCI 740' എന്ന് രേഖപ്പെടുത്തിയിരുന്നു. അത് ഡച്ച് ഈസ്റ്റിന്ത്യാ കമ്പനിയുടെ ആസ്ഥാനമായി. ബ്രിട്ടീഷ് ഭരണകാലത്ത് ഇവിടെ താമസിച്ചിരുന്നത് റവ. സാമുവൽ റിഷ്സ് സൈൽ ആയിരുന്നു. അദ്ദേഹം കൊച്ചിയിലെ ഒരു രാജകുമാരനെ മതപരിവർത്തനം ചെയ്ത കഥ കേട്ടിട്ടുണ്ട്. രാജകുമാരനായ രാമവർമ്മയെയും ചെറളായിയിലെ ഒരു കൊങ്കിണി യുവാവിനെയും ഇംഗ്ലീഷ് പഠിപ്പിക്കാനേൽപ്പിച്ചത് ഈ പാതിരിയെയാണ്. അദ്ദേഹം പഠിപ്പിച്ചതോ ക്രിസ്തീയവിശ്വാസങ്ങളും! അങ്ങനെ ആരുമറിയാതെ രവിവർമയുടെയും ആനന്ദിന്റെയും ജ്ഞാനസ്നാനം നടന്നു. ക്ഷത്രിയ രാജകുമാരൻ കോൺസ്റ്റന്റൈനും ബ്രാഹ്മണയുവാവ് ജോണുമായി. ചർച്ച് രേഖകളിൽ ഈ ജ്ഞാനസ്നാനചരിത്രവുമുണ്ട്. ബ്രിട്ടീഷ് ഭരണകാലമായതുകൊണ്ട് പ്രതിഷേധമൊന്നും വിലപ്പോയില്ല. ഫോർട്ട്കൊച്ചിയിലെ യൂറോപ്യൻ സായ്പുമാരെല്ലാം പങ്കെടുത്ത വലിയൊരു വിരുന്നോടു കൂടിയാണ് ആ സംഭവം ആഘോഷിക്കപ്പെട്ടത്. പിൽക്കാലത്ത് സിറിയൻ ബിഷപ്പിന്റെ സെക്രട്ടറിയായിത്തീർന്ന കോൺസ്റ്റന്റൈൻ മരണ മടഞ്ഞപ്പോൾ അടക്കിയത് പരേഡ് ഗ്രൗണ്ടിലാണ്.

ഡച്ചുകാരുടെ കാലത്ത് ഹോളണ്ടിൽ നിന്ന് കൊണ്ടുവന്ന പുൽനാമ്പുകൾ വച്ചു പിടിപ്പിച്ച് ഹരിതാഭമാക്കി പരേഡ് മൈതാനം. യൂറോപ്യന്മാർ ക്രിക്കറ്റും ഹോക്കിയും ഫുട്ബോളും പോളോയും റഗ്ബിയുമൊക്കെ കളിച്ചിരുന്നതിവിടെയാണ്. കുതിരപ്പട്ടാളങ്ങളുടെ കുളമ്പടികൊണ്ട് ഇവിടം ഒരു കാലം മുഖരിതമായിരുന്നു. സൈനിക ബാരക്കുകൾ യുദ്ധസന്നാഹത്തോടെ ഇവിടെ തമ്പടിച്ചിരുന്നു.

പ്രിൻസ് സ്ട്രീറ്റിലെ രാജകുമാരൻ

പ്രിൻസ് സ്ട്രീറ്റിലെ രാജകുമാരൻ ആരായിരുന്നു? കടൽക്കൊള്ളക്കാരനായ ക്യാപ്റ്റൻ കിഡ്ഡോ? ശക്തൻതമ്പുരാന്റെ പടയാളികൾ തലകൊയ്ത് കബന്ധമാക്കിയ ദേവരശ് കിണിയെന്ന കൊങ്കിണിയോ? കടൽക്കൊള്ളക്കാരെ അമർച്ച ചെയ്യാൻ ഇംഗ്ലീഷ് ഈസ്റ്റിന്ത്യാ കമ്പനിയുടെ നിർദ്ദേശമനുസരിച്ച് അഡ്വഞ്ചർ ഗാലി എന്ന കപ്പലിൽ ലണ്ടനിൽ നിന്നു പുറപ്പെട്ട ക്യാപ്റ്റൻ കിഡ് മഡഗാസ്കറിലെത്തിയപ്പോൾ കടൽക്കൊള്ളക്കാരുടെ രാജാവായതെങ്ങനെ? കമ്പനിയുടെ ദൂതനേക്കാൾ മെച്ചം അതാണെന്നു തിരിച്ചറിഞ്ഞ അയാൾ നാനൂറിലേറെ കൊള്ളക്കാരുടെ തലവനായി

കൊച്ചിയിലെത്തി. ഡച്ച് ഗവർണർ വാൻ റീഡിന് അനർഘരത്നങ്ങൾ നൽകി സ്വീകാര്യനായി. ഈ സ്ട്രീറ്റിലെ സുന്ദരികളുടെ രാജകുമാരനായി വിലസിയ കിഡ്ഡിനെ ഒടുവിൽ ടാറിൽ മുക്കി കൊലമരത്തിലേറ്റി കൊല്ലുകയായിരുന്നത്രേ-അയാളുടെ ശവം തെംസ് നദീതീരത്ത് പ്രദർശനത്തിനു വയ്ക്കുകയും ചെയ്തു.

പ്രിൻസസ് സ്ട്രീറ്റ് ഫോർട്ടുകൊച്ചി

കോഡറിന്റെ ഷോപ്പിനടുത്ത് അന്നു വലിയതോതിൽ കച്ചവടം നടത്തിയിരുന്ന ദേവരഗ് കിണിയെന്ന കൊങ്കിണി പ്രഭുവിന്റെ തല പോവാൻ കാരണം ശക്തൻ തമ്പുരാന്റെ ആജ്ഞയെ ധിക്കരിച്ചതായിരുന്നു. പായസമുണ്ടാക്കാനുള്ള ശർക്കര ചോദിച്ച് തമ്പു

രാൻ അയച്ച ആളുകളോട് റൊക്കം പണം ആവശ്യപ്പെട്ടതാണു കിണിയുടെ കുറ്റം! അടുത്ത ദിവസം കിണിയുടെ തല തനിക്കു കാണണമെന്ന് തമ്പുരാൻ പടയാളികളോടാവശ്യപ്പെട്ടു. അവർ പിറ്റേന്നു തന്നെ തമ്പുരാനു കണിയായി ചുവന്ന പട്ടിൽ പൊതിഞ്ഞ കിണിയുടെ തലയുമായെത്തി! അന്ന് ചെറളായിയിലും അമരാവതിയിലുമുണ്ടായ കലാപം പെട്ടെന്നൊടുങ്ങുന്നതായിരുന്നില്ല. പ്രമാണിയായ കിണി പ്രിൻസ് സ്ട്രീറ്റിലെ മറ്റൊരു രാജകുമാരനായിരുന്നു.

പിന്നീടെപ്പോഴാണു രാജകുമാരൻ, രാജകുമാരിയായത്? ബ്രിട്ടീഷ് ഭരണകാലത്താവണം. പ്രിൻസ് സ്ട്രീറ്റിൽ നിന്ന് പ്രിൻസസ് സ്ട്രീറ്റിലേക്കുള്ള മാറ്റം.

ഗുദാമുകളെ വിഴുങ്ങിയ തീ

19-ാം നൂറ്റാണ്ടിന്റെ അവസാന ദശകത്തോടടുത്തുണ്ടായതു പോലൊരു അഗ്നിബാധ ഫോർട്ട്കൊച്ചിയുടെ ചരിത്രത്തിൽ അതിനുശേഷമുണ്ടായിട്ടില്ല. അതിന്റെ സ്മാരകസ്തൂപം ബാസ്റ്റ്യൻ ബംഗ്ലാവിനു സമീപം കാണാം.

വോൾക്കാർട്ട് ബ്രദേഴ്സ്, ആസ്പിൻവാൾ, പിയേഴ്സ് ലസ്ലി, ബ്രണ്ടൻ കമ്പനി തുടങ്ങിയ പ്രധാനപ്പെട്ട വിദേശ വ്യാപാരസ്ഥാപനങ്ങളെയെല്ലാം വിഴുങ്ങിയത് ചന്ദ്രഭാനു എന്ന അഞ്ഞൂറു ടൺ കേവുഭാരമുള്ള കപ്പലാണ്. പണിതീർന്നെങ്കിലും നിയമപരമായ നടപടിയെ തുടർന്ന് ഷിപ്‌യാർഡിനു പുറത്ത് കടലിൽ നങ്കൂരമിട്ടിരിക്കുകയായിരുന്നു. തേക്കിൽ തീർത്ത കപ്പൽ തീപിടിക്കാൻ കാരണം കഠിനമായ സൂര്യതാപമായിരുന്നത്രേ. പാണ്ടികശാലകളിലുണ്ടായിരുന്ന ടൺകണക്കിനു വെളിച്ചെണ്ണയും കൊപ്രയും കയറുമെല്ലാം കത്തിച്ചാമ്പലായി. സ്വർണം, വെള്ളി, ചെമ്പ് ലോഹങ്ങൾ ഉരുകിച്ചേർന്ന് പുതിയൊരു ലോഹമായി. കാറ്റിന്റെ ഗതി, തീപിടിച്ച കപ്പലിനെ കരയിലേക്ക് തിരിച്ചുവിടുകയായിരുന്നു. മുനിസിപ്പാലിറ്റിയുടെ ചെറിയ പമ്പുകൾക്കൊന്നും ആളിപ്പടരുന്ന അഗ്നിയെ തളയ്ക്കാനായില്ല.

പിന്നീടാണു കൊച്ചിയുടെ പലഭാഗങ്ങളിലായി ഒരു ഡസനിലേറെ വാട്ടർ ടാങ്കുകൾ നിർമിക്കപ്പെട്ടത്. എവിടെ തീപിടിത്തമുണ്ടായാലും അവിടെ പാഞ്ഞെത്തി രക്ഷിക്കാൻ കഴിയുന്ന ഫയർ എഞ്ചിനുകൾ വന്നു. ഇപ്പോൾ സംസ്ഥാനത്ത് ഫയർ സർവീസിന്റെ ട്രെയിനിങ് സെന്റർ ഫോർട്ട്കൊച്ചിയിലാണ്.

ദേവദാസികളുടെ അമരാവതി

അന്ന് അമരാവതി ദേവദാസികളുടെ കേന്ദ്രമായിരുന്നു. അവിവാഹിതരും വിധവകളുമായ ദേവദാസികൾ മനുഷ്യദാസികൾകൂടിയായി. സമ്പന്നരുടെയും വിദേശികളുടെയും അഭിലാഷങ്ങൾക്ക് അവർ കീഴടങ്ങേണ്ടിവന്നു. കൊങ്കിണിയമ്പലത്തിൽ സുന്ദരികളായ അവരുടെ ദാസിയാട്ടം കണ്ട് സമൂഹത്തിലെ ഉന്നതന്മാർ നിർവൃതിയടഞ്ഞു. പുണ്യസ്ഥലിയായ അമരാവതി അശ്ലീലവാക്കായി, തേവടിശ്ശിയുടെ മറുവാക്കായി. പെണ്ണുങ്ങൾ വഴക്കിടുമ്പോൾ തെറിപറഞ്ഞു-പോടീ, അമരാവതി.

കൊങ്കിണി അമ്പലം

മലബാറിന്റെ ഭാഗം

പറഞ്ഞാലും കേട്ടാലും തീരാത്ത കഥകൾ, ഓർമകൾ തുറമുഖനഗരത്തെ ചൂഴ്ന്നുനിൽക്കുന്നു. ബീച്ചിലുള്ള ബാസ്റ്റ്യൻ ഹൗസിലിരുന്ന് ഒരു സബ്കലക്ടർക്ക് ഭരിക്കാൻ കഴിയുന്ന ഒരു കൊച്ചു മുനിസിപ്പൽ ടൗൺ ആയി മാത്രമേ ബ്രിട്ടീഷുകാർ ഫോർട്ട് കൊച്ചി

യെ കരുതിയുള്ളൂ. അതുകൊണ്ടാണ് കോഴിക്കോട് ഭരണകേന്ദ്രമായ മലബാറിന്റെ ഒരു ഭാഗമായി ചരിത്രനഗരി മാറിയത്. ഭൂമിശാസ്ത്രപരമായി എത്ര അയഥാർഥമായ ഒരു ഭരണസംവിധാനമായിരുന്നിരിക്കണം എന്നാലോചിക്കാനേയുള്ളൂ. പക്ഷേ, ഇംഗ്ലീഷുകാരും ഡച്ചുകാരും തമ്മിലുണ്ടാക്കിയ സന്ധിയനുസരിച്ച് ബ്രിട്ടൻ ഫോർട്ട്കൊച്ചിക്ക് പകരമായി ഡച്ച് കമ്പനിക്ക് കൈമാറിയത് ഒരു ദ്വീപാണ്-ബാൻകാ ഐലൻഡ്.

പറങ്കിക്കോട്ടയുടെ നീക്കിയിരിപ്പായി, കമാലക്കടവിൽ കടലിനഭിമുഖമായുണ്ടായിരുന്ന പീരങ്കി ഇന്ന് ഓർമ മാത്രം. സന്തോഷ് ട്രോഫി ഫുട്ബോൾ മൽസരത്തിന്റെ കമന്ററി കേൾക്കാൻ നാട്ടുകാർ കൂടിയിരുന്ന റേഡിയോ മൈതാനം, മുമ്പ് വലമൈതാനമെന്നാണറിയപ്പെട്ടത്. ഇന്ന് നെഹ്റു പാർക്കാണവിടെ. പണ്ടിവിടെ കാറ്റാടിയന്ത്രമുണ്ടായിരുന്നതായി കേട്ടിട്ടുണ്ട്.

തെക്കുകിഴക്കു ഭാഗത്തേക്കു പോവുമ്പോൾ ജൂതന്മാർ തിങ്ങിത്താമസിച്ചിരുന്ന ജൂ ടൗൺ, കൊച്ചങ്ങാടി, മട്ടാഞ്ചേരി. ഗുജറാത്തികളും മറാത്തികളും ജൈനന്മാരും കച്ചിമേമൻ സേട്ടുമാരും അഗർവാൾമാരും ഹെഗ്ഡെകളും അലായികളും തമിഴ് ബ്രാഹ്മണരും.... എത്രയെത്ര ജനവിഭാഗങ്ങൾ. വ്യത്യസ്തമായ ഭാഷകൾ, സംസ്കാരങ്ങൾ, ജീവിതരീതികൾ, ആരാധനാരീതികൾ, ഉത്സവങ്ങൾ. പാലസ് റോഡിലൂടെ പടിഞ്ഞാറേക്കു നടന്നാൽ ചെറളായി, അമരാവതി. കൊങ്കിണി സംസാരിക്കുന്ന വിഭിന്ന ജാതിമതവിഭാഗങ്ങൾ. ഗുജറാത്തിയും കച്ചിയും സംസാരിക്കുന്നവരിലുള്ള വ്യത്യസ്ത മതവിഭാഗങ്ങൾ. റാവുത്തർമാരും ചെട്ടികളും തമിഴ് സംസാരിക്കുന്നവരാണല്ലോ. മതന്യൂനപക്ഷങ്ങളും ഒരു യാഥാർഥ്യമാണ്. കാലപ്രവാഹത്തിൽ ഈ ഭാഷകൾക്കു തേയ്മാനം സംഭവിക്കുന്നു. ഭാഷാഭേദങ്ങൾ അപ്രത്യക്ഷമാവുന്നു. ഇതൊക്കെ സംരക്ഷിക്കപ്പെടേണ്ടതല്ലേ? ഹെറിറ്റേജ് പദ്ധതിക്കാർ ഒന്നും ചെയ്തു കാണുന്നില്ല.

അഗസ്റ്റിൻ ജോസഫ്, എച്ച്. മെഹബൂബ്, കെ.ജെ. യേശുദാസ്, പാപ്പുക്കുട്ടി ഭാഗവതർ. സംഗീതചരിത്രത്തിൽ ഇന്നും തിളങ്ങിനിൽക്കുന്ന താരകങ്ങൾ കൊച്ചിയുടെ വരദാനമാണ്. മലയാളസിനിമയ്ക്ക് സ്വർണപ്പതക്കവും വെള്ളിപ്പതക്കവും നേടിത്തന്ന രണ്ട് നിർമാതാക്കൾ കൊച്ചിക്കാരാണ്-ടി.കെ. പരീക്കുട്ടിയും കൺമണി ബാബു സേട്ടും.

പി.ജെ.ആന്റണി, എൻ. ഗോവിന്ദൻ കുട്ടി, സി.പി.ആന്റണി, ടിപ്ടോപ് അസീസ്, നെൽസൺ ഫെർണാണ്ടസ്, കെ.എൽ. ആന്റണി, ബിയാട്രിസ്, പി.സി.സേവ്യർ, കെ.പി.എ.സി. ഖാൻ, ടി.എസ്.

മുത്തയ്യ. നാടകരംഗത്തിന് ഇവരൊക്കെ നൽകിയ സംഭാവനകൾ ചുരുക്കിയെഴുതാനാവില്ല. കൊച്ചിയെക്കുറിച്ചേറെ എഴുതിയ ഖാലിദിനെ മറക്കാനാവുമോ?

ആനവാതിലിനടുത്ത് തമിഴ്ബ്രാഹ്മണരുടെ അഗ്രഹാരം

ഇന്ത്യയുടെ സമ്പദ്ഘടനയിൽ കൊച്ചി തുറമുഖത്തിന് വലിയൊരു പ്രാധാന്യമുണ്ട്. നൂറ്റാണ്ടുകളായി സുഗന്ധവ്യഞ്ജനങ്ങളെല്ലാം കയറ്റിപ്പോയിരുന്നത് ഇവിടെ നിന്നാണ്. തോപ്പുംപടിയിലെ ഫിഷറീസ് ഹാർബറിൽ നിന്ന് ഓരോ ദിവസവും അറബിക്കടലിലേക്കൊഴുകുന്ന ഫിഷിങ്ങ ബോട്ടുകൾ എത്രയെത്ര. പക്ഷേ, മട്ടാ

ഞ്ചേരി ബസാറിൽ ഇന്ന് പഴയ തിരക്കൊന്നുമില്ല. പാണ്ടികശാലകളും ഗുദാമുകളും ഒഴിഞ്ഞുകിടക്കുന്നു. ഫോർട്ട്കൊച്ചിയിലെ പഴയ വിദേശകമ്പനികളുടെ ഫാക്ടറികളിൽ ഇപ്പോൾ കേൾക്കാൻ കഴിയുന്നത് രണ്ടുവർഷം കൂടുമ്പോഴുള്ള ബിനാലേക്കു വരുന്നവരുടെ ആരവങ്ങൾ മാത്രം. ക്രെയിനുകൾക്കു പകരം ഇൻസ്റ്റലേഷനുകൾ. ബിനാലെക്ക് ഈ ചരിത്രനഗരിയെ തിരഞ്ഞെടുത്തവരെ വാഴ്ത്താം. അങ്ങനെയെങ്കിലും ഇവിടെ ലോകത്തിന്റെ കണ്ണുകൾ പതിയുന്നുണ്ടല്ലോ.

ചാപ്പകളുടെ കാലം

വെല്ലിങ്ടൺ ദ്വീപിൽ പുതിയ ഹാർബർ രൂപംകൊള്ളുന്നതിനു മുമ്പ് കപ്പലുകൾ പുറംകടലിലാണു നങ്കൂരമിട്ടിരുന്നത്. മച്ചുവകളിലും വഞ്ചികളിലും തോണികളിലുമായി തൊഴിലാളികളെ കൊണ്ടുപോയാണ് കയറ്റിറക്കുമതി നടത്തിയിരുന്നത്. സ്റ്റീവഡോറിന്റെ കമ്പനിപ്പടിക്കൽ നിന്ന് സ്രാങ്കുമാർ എറിയുന്ന ചാപ്പകൾക്കു വേണ്ടി കൊച്ചുവെളുപ്പാൻ കാലത്ത് കാത്തുകെട്ടിക്കിടന്നിരുന്ന തൊഴിലാളികൾ. ചാപ്പ കിട്ടുന്നവർക്കു മാത്രമായിരുന്നു പണി. എന്നാൽത്തന്നെ ഭക്ഷണമില്ല, ശരിയായ കൂലിയില്ല, സേവനവ്യവസ്ഥകളില്ല. ഈ തൊഴിലാളിസംഘടനകൾ നടത്തിയ സമരങ്ങൾ തുറമുഖചരിത്രത്തിലെ നിർണായകമായ അധ്യായമാണ്. ഇതിനെ ആസ്പദമാക്കി ഞാനെഴുതിയ കഥയാണ് 'ചാപ്പ' എന്ന പേരിൽ പി.എ.ബക്കർ സംവിധാനം ചെയ്ത സിനിമ. സമരങ്ങളെ തുടർന്ന് പോർട്ട്ട്രസ്റ്റും ഡോക് ലേബർ ബോർഡും വന്നു. തൊഴിൽവ്യവസ്ഥകൾക്ക് ചിട്ടവട്ടങ്ങളുണ്ടായി. തൊഴിലാളികളുടെ ജീവതനിലവാരമുയർന്നു

തൊഴിലാളിസംഘടനകൾ തമ്മിൽ നിത്യേനയെന്നോണം നടന്നിരുന്ന സംഘട്ടനങ്ങളിൽ ഒരുപാടുപേർ മരിച്ചുവീണിട്ടുണ്ട്. ഒത്തിരി കുടുംബങ്ങൾ നിരാലംബരായിട്ടുണ്ട്. മട്ടാഞ്ചേരി പോലീസ് വെടിവെയ്പ്പിൽ മരിച്ചവരുടെ ഓർമയുമായാണ് സപ്തംബർ പതിനഞ്ചുകൾ കടന്നുപോവുന്നത്. തൊഴിലാളിസംഘടനകൾ പിൽക്കാലത്ത് കുടുംബസ്വത്തായി മാറുന്നതും കൊച്ചിക്കാർ കണ്ടു. നേതാക്കളിൽ പലരും സമ്പന്നരായി. ഗുണ്ടാസംസ്കാരം വളർത്തിയതവരാണ്. ഇന്ന് അതൊക്കെ പോയെങ്കിലും ദുഷ്പേര് മാഞ്ഞിട്ടില്ല.

●

2

എന്റെ കാൽപ്പാടുകൾ മായ്ക്കുന്നതാരാണ്?

എന്റെ കാൽപ്പാടുകളെ മായ്ച്ചുകളഞ്ഞതാരാണ്? ബഷീർ ഒരിക്കൽ ചോദിക്കുകയുണ്ടായി. വ്യത്യസ്ത മതവിഭാഗങ്ങളിൽപ്പെട്ട ഒത്തിരി പുണ്യാത്മാക്കളുടെ പാദമുദ്രകൾ പതിഞ്ഞതാണ് ഫോർട്ട്കൊച്ചി കടപ്പുറം. അവരുടെ കാൽപ്പാടുകൾ ആരാണു മായ്ച്ചു കൊണ്ടിരിക്കുന്നത്? മട്ടാഞ്ചേരിയെയും ഫോർട്ട് കൊച്ചിയേയും അധോലോകത്തിന്റെയും മാഫിയകളുടെയും തട്ടകമാക്കി മാറ്റിക്കൊണ്ടിരിക്കുന്നതാരാണ്? കാസർകോട്ട് നിന്നും കോട്ടയത്തുനിന്നുമൊക്കെ വന്ന ചില തിരക്കഥാകൃത്തുക്കളും ചലച്ചിത്രസംവിധായകരും പശ്ചിമകൊച്ചിയെ കേരളത്തിലെ ഹാർലേമോ, ധാരാവിയോ ആക്കി ചിത്രീകരിച്ചുകൊണ്ടിരിക്കുമ്പോൾ, ചില പുണ്യാത്മാക്കളെക്കുറിച്ചുള്ള ഓർമകൾ വീണ്ടെടുക്കേണ്ടതുണ്ട്.

മഖ്ദൂമുകളുടെ ആദിനഗരം

ഇന്ത്യയിലാദ്യമായി അധിനിവേശത്തിന്റെ ആയുധമണിഞ്ഞെത്തിയ പോർച്ചുഗീസ് സൈനികശക്തിക്കെതിരേ ആദ്യത്തെ സമരകാഹളം മുഴക്കിയ ശൈഖ് സൈനുദ്ദീൻ മഖ്ദും ഒന്നാമൻ, അഞ്ഞൂറ്റമ്പതു വർഷം മുമ്പ്, ഏകദേശം 1465ൽ പിറന്നുവീണത് കൊച്ചങ്ങാടിയിലാണെന്ന് എത്രപേർക്കറിയാം? അനേകം ശതകങ്ങൾക്കു മുമ്പു യമനിലെ മഅ്ബറിൽനിന്ന് ദക്ഷിണേന്ത്യൻ തീരങ്ങളിലെത്തിയ മതപണ്ഡിതന്മാരുടെയും ആത്മീയാചാര്യന്മാരുടെയും കുടുംബമാണ് മഖ്ദൂമുകളുടേത്. കൊച്ചിയിലെ മാപ്പിളമാർക്ക് മതബോധനം നൽകാനായിട്ടാണ് തമിഴ്നാട്ടിലെ കായൽപട്ടണത്തുനിന്നു പിതാവ് ശൈഖ് അലി അഹമ്മദ് അൽമഅ്ബരിയും സഹോദരനും കൊച്ചങ്ങാടിയിലെത്തുന്നത്. പിതാവിന്റെ മരണശേഷം ശൈഖ് സൈനുദ്ദീൻ മഖ്ദൂമിനെ വളർത്തിയത് പിതൃസഹോദരനാണ്. മക്കയിലും ഈജിപ്തിലെ അൽ അസ്ഹർ സർവകലാശാലയിലും പോയി ഉന്നതമായ മതവിദ്യാഭ്യാസം നേടിയ ശേഷമാണ് അദ്ദേഹം പൊന്നാനി ജുമുഅത്ത് പള്ളിയിൽ വിളക്കത്തിരുത്തുക എന്ന സവിശേഷമായ ചടങ്ങോടെയുള്ള മതവിദ്യാഭ്യാസത്തിനു തുടക്കം കുറിക്കുന്നത്. ഹദീസ്, കർമശാസ്ത്രം, ഇസ്ലാമികദർശനം

ഇവയിലൊക്കെ അവഗാഹം നേടിയ ഇദ്ദേഹമാണ് പോർച്ചുഗീസുകാർക്കെതിരേ വിശുദ്ധയുദ്ധത്തിന് ആഹ്വാനം ചെയ്യുന്ന 'തഹ്രീള് ജിഹാദ്' എന്ന ആദ്യത്തെ അറബി സമരകാവ്യം രചിക്കുന്നത്. 'ഫത്ഹുൽ മുബീൻ' പോലുള്ള കൃതികൾ രചിച്ച അദ്ദേഹം മികച്ച അധ്യാപകനും വാഗ്മിയുമായിരുന്നു. സൈനുദ്ദീൻ ഒന്നാമൻ, മഖ്ദൂം ഒന്നാമൻ, അബൂയഹിയ എന്നിങ്ങനെ പല പേരുകളിൽ അദ്ദേഹം അറിയപ്പെട്ടു.

പോർച്ചുഗീസുകാർ ചാലിയം കോട്ട ആക്രമിച്ചപ്പോൾ പ്രതിഷേധിച്ചവരിൽ മഖ്ദൂം ഒന്നാമന്റെ മകൻ ശൈഖ് അബ്ദുൽ അസീസുമുണ്ടായിരുന്നു. രണ്ടാമത്തെ മകനും ഉത്തര മലബാറിലെ ഖാസിയുമായിരുന്ന ശൈഖ് സൈനുദ്ദീൻ ഇബ്നു മുഹമ്മദ് അൽ ഗസ്സാലിയുടെ പുത്രനാണ് 'തുഹ്ഫത്തുൽ മുജാഹിദ്ദീൽ' എന്ന ആദ്യത്തെ ചരിത്രഗ്രന്ഥമെഴുതിയ മഖ്ദൂം രണ്ടാമൻ.

'തുഹ്ഫത്തുൽ മുജാഹിദീനി'ൽ 'തഹ്രിള് ജിഹാദി'ൽ നിന്നുള്ള ചില ഭാഗങ്ങൾ ഉദ്ധരിക്കപ്പെടുന്നതിൽ നിന്നുതന്നെ, ആ രചനയ്ക്കു പൂർവികൻ നൽകിയ പ്രചോദനം വ്യക്തമാണ്. മഖ്ദൂമുകളുടെ മതവിധികൾ അക്കാലത്തെ മുസ്‌ലിംകൾ ചോദ്യം ചെയ്യാതെ അംഗീകരിച്ചു. അത്ര പ്രാമാണികരായ കുടുംബമായിരുന്നു അത്. പതിനാറാം നൂറ്റാണ്ടിലെ കേരളത്തിന്റെ ചരിത്രവും സംസ്കാരവും തുഹ്ഫത്തുൽ മുജാഹിദീനിൽ മിഴിവോടെ ചിത്രീകരിക്കുന്നുണ്ട്.

മക്തി തങ്ങൾ

പത്തൊമ്പതാം നൂറ്റാണ്ടിന്റെ അന്ത്യത്തിൽ മുസ്‌ലിം സമുദായത്തിലെ അജ്ഞതയ്ക്കും അനാചാരങ്ങൾക്കുമെതിരേ ഒരു കൊടുങ്കാറ്റിന്റെ ശക്തിയോടെ ആഞ്ഞുവീശിയ വിപ്ലവകാരിയായ സയ്യിദ്സനാഉള്ളാ മക്തിതങ്ങളുടെ പ്രധാന കർമരംഗം കൊച്ചിയായിരുന്നു. അദ്ദേഹം അന്ത്യവിശ്രമംകൊള്ളുന്നതും ഫോർട്ട് കൊച്ചിയിലെ കൽവത്തി ജുമാഅത്ത് പള്ളിയിലാണ്. ഒരു നൂറ്റാണ്ട് മുമ്പു മലയാളവും ഇംഗ്ലീഷും പഠിച്ചാലേ മുസ്‌ലിം സമുദായത്തിനു രക്ഷയുള്ളൂ എന്നു ശക്തമായി വിളിച്ചുപറഞ്ഞ ക്രാന്തദർശിയായ പരിഷ്കർത്താവായിരുന്നു അദ്ദേഹം.

മുസ്‌ലിം പെൺകുട്ടികൾ ആധുനിക വിദ്യാഭ്യാസം നേടേണ്ട ആവശ്യകത അന്നേ വിഭാവനം ചെയ്തയാൾ. നേർച്ചകൾക്കും ദുരാചാരങ്ങൾക്കുമെതിരേ അദ്ദേഹം ആഞ്ഞടിച്ചു. ഒപ്പം തന്നെ ഇസ്ലാമിനെതിരേ ക്രിസ്ത്യൻ മിഷനറികൾ നടത്തിക്കൊണ്ടിരുന്ന വ്യാജ ആരോപണങ്ങളെ പ്രതിരോധിക്കേണ്ടതുമുണ്ടായിരുന്നു അദ്ദേഹത്തിന്. നാൽക്കവലകളിൽ തന്റെ വാദമുഖങ്ങൾ അവതരിപ്പിച്ചു

കൊണ്ടും ഇസ്‌ലാമിന്റെ യഥാർഥമുഖം അനാവരണം ചെയ്തുകൊണ്ടും മക്തിതങ്ങൾ വിമർശകരെ വെല്ലുവിളിച്ചു.

മക്തി തങ്ങളുടെ കബറിടം സ്ഥിതി ചെയ്യുന്ന കൽവത്തി പള്ളി

സംവാദത്തിന്റെ ഒരു പുതിയതലം അനാവരണം ചെയ്യുകയായിരുന്നു അദ്ദേഹം. സ്വസമുദായത്തിൽ നിന്നും സഹോദര സമുദായങ്ങളിൽ നിന്നും നിരന്തരമായ എതിർപ്പുകളും അവഗണനകളും പീഡനങ്ങളും ഏറ്റുവാങ്ങേണ്ടിവന്നു എന്നതായിരുന്നു ആ ത്യാഗനിർഭരമായ ജീവിതത്തിനു കിട്ടിയ പ്രതിഫലം. അതേസമയം, സാമുദായിക സൗഹാർദത്തിനുവേണ്ടിയും മക്തിതങ്ങൾ പ്രവർത്തിച്ചുകൊണ്ടിരുന്നു. കലാപങ്ങൾ പൊട്ടിപ്പുറപ്പെട്ടപ്പോഴൊക്കെ, അവിടെ സമാധാനത്തിന്റെ ദൂതുമായെത്തി. സമുദായ സേവനത്തിനുവേണ്ടി സർക്കാർ ജോലി വലിച്ചെറിഞ്ഞു. മക്തിതങ്ങളുടെ

കുടുംബത്തിന് സമൂഹത്തിൽ നിന്നു ദുരിതങ്ങൾ ഏറ്റുവാങ്ങേണ്ടി വന്നു.

രണ്ടുപത്രങ്ങൾ

'നബി നാണയം' എന്ന ആദ്യത്തെ പ്രവാചകചരിത്രം മലയാളത്തിൽ രചിച്ച ഈ ധിഷണാശാലിയുടെ ആത്മകഥാപരമായ കൃതിയാണ് 'മക്തി മനഃക്ലേശം.' സനാ ഉള്ള മക്തിതങ്ങളുടെ ആശയങ്ങൾ പൊതുസമൂഹത്തിലെത്തിക്കുകയെന്ന ലക്ഷ്യത്തോടെ കൊച്ചിയിൽ കാക്ക എന്ന് എല്ലാവരും ബഹുമാനപൂർവം വിളിച്ചിരുന്ന ഖാദർസാ ഹാജി ബാപ്പു സാഹിബ് ആരംഭിച്ച 'സത്യപ്രകാശമാണ്' കേരള മുസ്ലിംകളുടെ ആദ്യത്തെ വാർത്താവാരിക.

1899ൽ ദേവ്ജി ഭീംജി സേട്ടിന്റെ ഭാരതകേസരി പ്രസ്സിൽ ആദ്യമായി അച്ചടിച്ചിറക്കിയ ആ പത്രത്തിന് മനുഷ്യന്റെ ഗർഭായുസ്സു പോലുമില്ലായിരുന്നുവെന്ന് സി.എച്ച്. മുഹമ്മദ് കോയ ഒരു ലേഖനത്തിലെഴുതിയിട്ടുണ്ട്. മക്തിതങ്ങളുടെ ശിഷ്യനായിരുന്ന സി.വി.എ. ഹൈദ്രോസിന്റെ പത്രാധിപത്യത്തിൽ പ്രസിദ്ധീകരിച്ച 'മലബാർ ഇസ്ലാം' ആണ് മലബാറിൽ നടന്നുകൊണ്ടിരുന്ന കലാപങ്ങളെക്കുറിച്ചുള്ള വിവരങ്ങൾ അൽപം വൈകിയിട്ടാണെങ്കിലും കൊച്ചിയിലുള്ളവർക്ക് പകർന്നു നൽകിയിരുന്നത്.

ഖിലാഫത്ത് പ്രസ്ഥാനത്തെ സംബന്ധിച്ച വാർത്തകൾ അറിയിക്കാനും കുപ്രചാരണങ്ങൾക്കു മറുപടി പറയാനും സഹായിച്ച 'മലബാർ ഇസ്ലാം' അമുസ്ലിം ലേഖകരുടെ ലേഖനങ്ങൾക്കും ഇടം നൽകിയിരുന്നു. ഉൽപതിഷ്ണുക്കളുടെ എടുത്തുചാട്ടം ഇഷ്ടപ്പെടാത്ത ഹൈദ്രോസ് സാഹിബ് സാമുദായിക കാര്യങ്ങളിൽ ഇടപെടുമ്പോൾ സമചിത്തത പാലിച്ചു. 'സ്വരാജ്' പത്രാധിപരായിരുന്ന ഡോ. കെ. പത്മനാഭൻ തയ്യിൽ ഇസ്ലാംമതം ആശ്ലേഷിച്ചപ്പോൾ ഉൽപതിഷ്ണുക്കൾ പ്രകടിപ്പിച്ച ആവേശം അദ്ദേഹത്തിന് ഉൾക്കൊള്ളാനായില്ല. കമാൽപാഷാ തയ്യിലെന്നു പേരു മാറ്റിയ ഡോക്ടർ വീണ്ടും ഘർവാപസിയായി പഴയ മതത്തിലേക്ക് മടങ്ങിയപ്പോഴാണ് സി.വി.എം. ഹൈദ്രോസിന്റെ നിലപാടു ശരിയായിരുന്നുവെന്നു പലർക്കും മനസ്സിലായത്.

മതം മാറിക്കൊണ്ടിരുന്നപ്പോഴും ഇനീഷ്യലിലൊന്നും മാറ്റമില്ലായിരുന്നു-ഡോ. കെ.പി. തയ്യിൽ. അതിനകത്ത പത്മനാഭനും കമാൽ പാഷയ്ക്കും ആരുമറിയാതെ ഒളിച്ചിരിക്കാനായി. ജ്ഞാനിയും സിദ്ധനുമായിരുന്ന ഹൈദ്രോസ് സാഹിബിനെ നേരിൽ കാണാൻ കഴിഞ്ഞില്ലെങ്കിലും അദ്ദേഹത്തിന്റെ ഏകപുത്രൻ സി.വി. അബ്ദുൽ അസീസ് ഞങ്ങൾക്ക് സുപരിചിതനായിരുന്നു. കൊച്ചങ്ങാടി ദാറുസ്സലാം റോഡിലായിരുന്നു അദ്ദേഹം താമസിച്ചിരുന്നത്. കേരള

മുസ്ലിം ഡയറക്ടറി പോലുള്ള ചില പ്രസിദ്ധീകരണങ്ങളുമായി സഹകരിച്ചിരുന്നുവെങ്കിലും അസീസ്ക്ക ഒരു പൊതുപ്രവർത്തകനായിരുന്നുവെന്നു പറയാനാവില്ല. ശാന്തനും സൗമ്യനുമായ അദ്ദേഹത്തിന് വലിയ ഒരു പുസ്തകശേഖരമുണ്ടായിരുന്നു. നല്ല സംഗീതാസ്വാദകനുമായിരുന്നു. പക്ഷേ, അതൊന്നും ആരെയും അറിയിക്കാൻ വേണ്ടിയായിരുന്നില്ല. പുസ്തകങ്ങൾ വരുത്തി, ഹോമി യോപ്പതി പഠിച്ച അദ്ദേഹം ബന്ധുക്കൾക്കും അയൽവാസികൾക്കും സൗജന്യമായി ചികിൽസയും മരുന്നും നൽകി. ചെറിയ അസുഖങ്ങൾക്കൊക്കെ ഞാനും അസീസ്ക്കയിൽ നിന്നു മരുന്നു വാങ്ങിക്കഴിച്ചിട്ടുണ്ട്.

ബുഖാരി തങ്ങൾ

പ്രശസ്തമായ കൊച്ചങ്ങാടി ചെമ്പിട്ടപള്ളി നിർമിച്ചതായി പറയപ്പെടുന്ന സയ്യിദ് മുഹമ്മദ് മൗലാ ബുഖാരി തങ്ങൾ വലിയ പണ്ഡിതനും മതപ്രചാരകനുമായിരുന്നു. കേരള മുസ്ലിംകളുടെ ചരിത്രത്തിൽ നാലഞ്ചു നൂറ്റാണ്ടുകാലത്തെ സുദീർഘമായ സേവനപാരമ്പര്യമുള്ളവരാണു ബുഖാരി തങ്ങൾമാർ. കേരളത്തിന്റെ വിവിധ ഭാഗങ്ങളിൽ മതസന്ദേശങ്ങളുമായി അവിരാമം സഞ്ചരിച്ചുകൊണ്ടിരുന്ന മൗലാതങ്ങൾക്ക് പണ്ഡിതന്മാരും കുലീന കുടുംബാംഗങ്ങളും ഉൾപ്പെടെ വലിയൊരു അനുയായിവൃന്ദമുണ്ടായിരുന്നു. നെട്ടൂർ ആയിരുന്നു പ്രവർത്തനകേന്ദ്രം. അദ്ദേഹത്തിന്റെ പ്രഭാഷണം കേൾക്കാൻ യഹൂദരും ക്രിസ്ത്യാനികളും ഹിന്ദുക്കളും എത്തുമായിരുന്നു.

ചെമ്പിട്ട പള്ളി നിർമാണത്തിനുള്ള മരങ്ങൾ സംഭാവന ചെയ്തത് ശൻജുർ എന്ന യഹൂദനായിരുന്നുവെന്നു കേട്ടിട്ടുണ്ട്. മോശാപ്രവാചകനെക്കുറിച്ച് മുസ്ലിം പണ്ഡിതനായ മൗലായിൽനിന്ന് കേൾക്കാനിടയായതാണ് സമ്പന്നനായ യഹൂദനെ അതിനു പ്രേരിപ്പിച്ചതത്രേ. ചെമ്പിട്ട പള്ളിക്കടുത്ത് മൗലാതങ്ങൾ മകൾക്കുവേണ്ടി നിർമിച്ച വീടിന്റെ സകല ചെലവുകളും വഹിച്ചതു ശിഷ്യനായിരുന്ന മണത്തല ഹൈദ്രോസ്കുട്ടി മൂപ്പനായിരുന്നു. സാമൂതിരിയുടെ സേനാനായകരിലൊരാളായിരുന്നു അദ്ദേഹം. പള്ളിക്കടുത്തു സ്ഥിതിചെയ്യുന്ന സ്മൃതി കുടീരം ശൈഖ് സയ്യിദ് ഇസ്മാ യിൽ തങ്ങളുടേതാണെന്നു കരുതപ്പെടുന്നു.

ഹിജ്റ 1144ൽ കവരത്തി ദ്വീപിൽ ജനിച്ച് 1207ൽ കണ്ണൂരിൽ മരിച്ച മൗലാതങ്ങളാണ് ചെമ്പിട്ട പള്ളി നിർമിച്ചതെങ്കിൽ അതിന്റെ പ്രായം രണ്ടരനൂറ്റാണ്ടിനപ്പുറം പോവാൻ വഴിയില്ല. അഥവാ നേരത്തേ ഉണ്ടായിരുന്ന പള്ളി തങ്ങൾ പുനർനിർമിക്കുകയായിരുന്നോ? അറിഞ്ഞുകൂടാ. ചെമ്പിട്ട പള്ളിയുടെ പ്രായം ഗണിക്കുമ്പോൾ നൈനാ

മാരാരോ തങ്ങളോട് കണക്കു ചോദിച്ചതായി ഒരു കഥ കേട്ടിട്ടുണ്ട്. തങ്ങൾ കൈയിലുള്ള ചൂരൽവടി ആഞ്ഞടിച്ചപ്പോൾ പള്ളിച്ചുവർ ചരിഞ്ഞുപോയത്രേ. ഇത്തരം കറാമത്തിന്റെ കഥകൾ പലതാണ്.

ഹമദാനി തങ്ങൾ

മട്ടാഞ്ചേരി പുതിയ റോഡിലെ മഹ്ളറ പള്ളി നിർമിക്കാൻ മുൻകൈയെടുത്ത ശൈഖ് മുഹമ്മദ് മാഹിൻ ഹമദാനി തങ്ങൾ വിദൂരവീക്ഷണമുള്ള വിദ്യാഭ്യാസ വിക്ഷണനായിരുന്നു. പള്ളി നിർമാണത്തിന് അദ്ദേഹത്തിനു സാമ്പത്തിക പിന്തുണ നൽകിയത് സമ്പന്നനായ അബ്ദുൽ റഹീംബാപ്പു സേട്ടാണ്. ആലുവയിൽ അലിഗർ മാതൃകയിൽ ഒരു കോളേജ് സ്ഥാപിക്കുകയെന്നത് തങ്ങളുടെ ജീവിതാഭിലാഷമായിരുന്നു. രാജഗോപാലാചാരി ദിവാനായിരുന്ന കാലത്ത് ഏഴേക്കർ സ്ഥലവും ഇതിനായി നൽകിയിരുന്നു. പക്ഷേ, ആ സ്വപ്നം സാക്ഷാൽക്കരിക്കപ്പെട്ടില്ല.

കൊടുങ്ങല്ലൂരിലെ അഴീക്കോടും ആലപ്പുഴയുമൊക്കെയായിരുന്നു ഹമദാനി തങ്ങളുടെ മറ്റു പ്രവർത്തനകേന്ദ്രങ്ങൾ. ബാൾക്കൻ യുദ്ധം മൂലം ദുരിതമനുഭവിച്ചുകൊണ്ടിരുന്ന തുർക്കിയിലെ മുസ്ലിംകളെ സാമ്പത്തികമായി സഹായിക്കാൻ തങ്ങൾ രൂപീകരിച്ച ഫണ്ട് അദ്ദേഹത്തിന്റെ വിശാല മനോഭാവത്തിനു തെളിവായിരുന്നു. അരുക്കുറ്റി വടുതലയിൽ ജനിച്ച് കേരളത്തിലും തമിഴ്നാട്ടിലും പ്രശസ്തനായിത്തീർന്ന അദ്ദേഹം അറബി, പേർഷ്യൻ, ഉറുദു ഭാഷകളിൽ അവഗാഹമുള്ള ബഹുഭാഷാപണ്ഡിതനായിരുന്നു. ഹമദാനി ത്വരീഖത്തായിരുന്നു അദ്ദേഹത്തിന്റെ സൂഫിമാർഗം. സ്വദേശാഭിമാനി രാമകൃഷ്ണപ്പിള്ളയേയും വക്കം മൗലവിയേയും പോലുള്ള പത്രപ്രവർത്തകർ അദ്ദേഹത്തിനു പിൻബലം നൽകി. വിവിധ സമുദായങ്ങളുടെ സൗഹൃദത്തിനും മുസ്ലിം സമുദായത്തിലെ വിഘടിച്ചുനിന്ന ഗ്രൂപ്പുകളെ അടുപ്പിക്കുന്നതിനും അദ്ദേഹം ആത്മാർഥമായി പ്രയത്നിച്ചു. 1922ൽ ജന്മനാടായ വടുതലയിൽ രോഗാതുരനായി മരിക്കുന്നതുവരെ ഹമദാനി തങ്ങൾ സാമൂഹ്യരംഗത്തു സജീവമായിരുന്നു.

ചെമ്പിട്ടപള്ളിയിൽ നിന്ന് അധികം അകലെയല്ലാതെ തെക്ക് കരുവേലിപ്പടി മഹാരാജാ ആശുപത്രിക്കടുത്തുള്ള തക്യാവ് കൊച്ചിയിലെ തങ്ങൾമാരുടെ കേന്ദ്രമായിരുന്നു. നൂറ്റാണ്ടുകൾക്കു മുമ്പ് യമനിലെ ഹളർമൗത്തിൽനിന്നു കേരള ത്തിലെത്തിയതാണ് സയ്യിദ് ഖുത്തുബ് അബ്ദുറഹ്മാൻ ഐദ്രുസിയുടെ പിൻഗാമികൾ. അദ്ദേഹത്തിന്റെ നാലു മക്കളിൽ ഏറ്റവും പ്രായം കുറഞ്ഞ സയ്യിദ്

അബൂബക്കർ ഐെഡ്രൂസി എന്ന അബൂബക്കർ ബമ്പിന്റെ കറാമ ത്തുകളെകുറിച്ച് പല കഥകളുമുണ്ട്. (ബബൻ എന്ന പ്രയോഗം ബ മ്പായതാവാം).

കൊച്ചി തക്യാവ്

ബോധനപ്രവർത്തനങ്ങളുമായി തിരുവനന്തപുരത്തെത്തിയ ബമ്പിനോട് തിരുവിതാംകൂർ രാജാവ് ചില അത്ഭുതസിദ്ധികൾ കാ ണിക്കാമോ എന്നു ചോദിച്ചുവത്രേ. അദ്ദേഹം ഉടനെ കൈയിലിരു ന്ന ശംഖ് കടലിലേക്കെറിഞ്ഞു; കൈ നീട്ടിയപ്പോൾ അതു തിരികെ കൈയിലെത്തുകയും ചെയ്തു! ഇതിനെ തുടർന്നാണ് ആ കടപ്പുറ ത്തിന് ശംഖുമുഖം എന്ന പേരുവന്നതത്രേ. ചരിത്രത്തിന്റെ ഭാഗമാ യ ആ ശംഖ് തക്യാവിലെ പള്ളിയിൽ ഭദ്രമായി സൂക്ഷിച്ചിരുന്നു.

തക്യാവിലെ തങ്ങൾമാരുമായി ഞങ്ങൾ, നൈനാന്മാർക്ക് മുലകുടിബന്ധം പോലുമുണ്ടായിരുന്നു. പതിനാലു മഹല്ലുകളിലെ ഖാസിയായിരുന്ന ചെറുകുഞ്ഞിക്കോയ തങ്ങൾ തന്നെ വേണമായിരുന്നു, പണ്ട് നൈനാ കുടുംബങ്ങൾക്ക് നിക്കാഹ് നടത്തിക്കൊടുക്കാൻ. പൊന്നാനി മഊനത്തുൽ ഇസ്‌ലാം സഭയുടെ പ്രസിഡന്റുകൂടിയായിരുന്ന ചെറുകുഞ്ഞിക്കോയ തങ്ങളുടെ സംഗീതസാന്ദ്രമായ ഓത്ത് ഹൃദ്യമായ അനുഭവമായിരുന്നു.

ഒരുകാലത്ത് ചുറ്റുപാടും ആത്മീയചൈതന്യം പടർത്തിയ തക്യാവ് പിന്നെപ്പോഴാണ് ഇരുളടഞ്ഞുപോയത്? പിൻഗാമികൾ അപഥസഞ്ചാരം ചെയ്തപ്പോൾ ആ പഴയ ആധ്യാത്മികപ്രഭാവമെല്ലാം നഷ്ടപ്പെട്ടുപോയതാവാം.

●

3

നോക്കിനോക്കിയിരിക്കെ കാണാതാവുന്ന സ്ഥാവരവസ്തുക്കൾ

അനന്തമായ അറബിക്കടലിനും വേമ്പനാട്ടുകായലിനും നടുക്ക് ഒരു പുരാവസ്തുപോലെ പശ്ചിമകൊച്ചി. ചരിത്രം ഇവിടെ ഉറങ്ങുന്നില്ല; കണ്ണുചിമ്മാതെ രാവും പകലും ഉണർന്നിരിക്കുന്നു. പറങ്കികളും ലന്തക്കാരും വെള്ളക്കാരും തമ്മിൽത്തമ്മിൽ നടന്ന ഒരു പാടു യുദ്ധങ്ങളുടെ കഥ പറയാനുണ്ട് ഈ പുരാതന നഗരത്തിന്. അതിനുമുമ്പ് അറബികളും ചീനക്കാരും ജൂതരും ഇവിടത്തെ അങ്ങാടികളെ ഭരിച്ചിരുന്നു. ഇന്നത്തെ ചൈനീസ് സാധനങ്ങൾ മാർക്കറ്റ് പിടിച്ചെടുക്കുന്നതിന് എത്രയോ നൂറ്റാണ്ടുകൾക്കു മുമ്പാണു ചീനവലയും ചീനഭരണിയും ചീനപ്പട്ടുമൊക്കെ കേരളീയജീവിതത്തിന്റെ ഭാഗമായത്. കേരളത്തിന്റെ കയറ്റിറക്കുമതി കച്ചവടത്തെ ഒരുകാലത്തു നിയന്ത്രിച്ചിരുന്നതു മട്ടാഞ്ചേരി ബസാറാണ്. കുരുമുളകും ചുക്കും ഏലവും അടക്കയും റബ്ബറും കയറുമൊക്കെയായി ഓരോ കടവിലും കാത്തുകെട്ടിക്കിടക്കുന്ന കെട്ടുവള്ളങ്ങൾ, ലോറികൾ, തോണികൾ, വഞ്ചികൾ, കപ്പലുകൾ, ആരവമടങ്ങാത്ത ബസാറിലെ ഗുദാമുകൾ; ഇതെല്ലാം എവിടെപ്പോയി!

ജൂതത്തെരുവിലെ നാനൂറിലേറെ വർഷം പഴക്കമുള്ള സിനഗോഗും ആനവാതിൽക്കലെ ഡച്ച് പാലസും ഫോർട്ട് കൊച്ചിയിലെ വാസ്കോ ഡ ഗാമയെ അടക്കം ചെയ്ത ചർച്ചുമൊക്കെ കാ

ണാൻ ഇപ്പോഴും വിനോദസഞ്ചാരികൾ വന്നു കൊണ്ടിരിക്കുന്നു. ഇന്ന് ഡച്ച് നാമങ്ങളിലറിയപ്പെടുന്ന, യൂറോപ്യൻ നഗരങ്ങളെ ഓർമിപ്പിക്കുന്ന ഫോർട്ട്കൊച്ചിയിലെ തെരുവുകൾ. അവിടെ പാർത്തിരുന്ന നാട്ടുകാർ, ടൂറിസ്റ്റുകൾക്ക് ഹോംസ്റ്റേയായി സ്വന്തം വീടുകൾ വൻവാടകയ്ക്കു നൽകി എറണാകുളത്തും പള്ളുരുത്തിയിലും താമസിക്കുകയാണ് ഇപ്പോൾ. സായ്പന്മാരും മദാമ്മമാരുമാണു തെരുവുകൾ നിറയെ. എറണാകുളവും സമീപപ്രദേശങ്ങളും നിരന്തരമായി വികസിച്ചുകൊണ്ടിരിക്കുമ്പോഴും പശ്ചിമകൊച്ചിക്ക് ഒരിക്കലും മോക്ഷം കിട്ടുന്നില്ല. ഇവിടത്തെ പ്രഗല്ഭരായ നേതാക്കൾ മേയർമാരായി കൊച്ചി കോർപ്പറേഷൻ ഭരിച്ചിട്ടും ഫോർട്ട് കൊച്ചിയിലും മട്ടാഞ്ചേരിയിലും യാതൊരുവിധ വികസനപ്രവർത്തനങ്ങളും നടന്നില്ല.

അമ്പതറുപതു വർഷം മുമ്പ് ചെറുപ്പകാലത്തു കണ്ടതുപോലെത്തന്നെയാണ് തെരുവുകളും കെട്ടിടങ്ങളും. പക്ഷേ, പണ്ടു മലഞ്ചരക്ക് കച്ചവടത്തിന്റെ കേന്ദ്രമായിരുന്നകെട്ടിടങ്ങൾ ഇന്നു കശ്മീരിൽ നിന്നും വടക്കേ ഇന്ത്യയിൽ നിന്നുമുള്ള പുരാവസ്തുവിൽപ്പനക്കാരുടെ സങ്കേതങ്ങളായി മാറിയിരിക്കുന്നു. പതിറ്റാണ്ടുകൾക്കു ശേഷം ജ്യൂ ടൗണിൽ തിരിച്ചെത്തിയപ്പോൾ ഈ മാറ്റംകണ്ടു ഞെട്ടിപ്പോയി. ഇതുതന്നെയാണോ ഞാൻ ജനിച്ചുവളർന്ന നഗരം! പാണ്ടികശാലകളിലും ഗുദാമുകളിലും നിറയെ ആന്റിക്കുകൾ. പഴയ കച്ചവടക്കാരൊക്കെ എവിടെയോ പോയ് മറഞ്ഞു. തോപ്പുംപടി മുതൽ ഫോർട്ട് കൊച്ചിവരെ വേമ്പനാട്ടുകായലിന്റെ ഓരത്തു നിറയെ കടവുകളായിരുന്നു. തക്യാവു കടവ്, പുത്തരിക്കടവ്, പഞ്ഞിപ്പീടിക, മഹാരാജാ ആശുപത്രി സ്ഥിതിചെയ്യുന്ന നികർത്തിക്കടവ്, മുലേപ്പീടിക, ക്ഷയരോഗാശുപത്രി നിൽക്കുന്ന മുതലിയാർ ഭാഗം, യേശുദാസ് പഠിച്ച സെന്റ് സെബാസ്റ്റ്യൻസ് സ്കൂളിനോടു ചേർന്ന വേലിക്കെട്ടുകടവ്, സുറിയാനിപ്പള്ളിക്കടുത്തുള്ള പുലിമുട്ട് പറമ്പ്, മൊയ്തീൻപള്ളി, മരക്കടവ്-അങ്ങനെ നേർരേഖയിൽ സഞ്ചരിച്ചാൽ ഫോർട്ട്കൊച്ചിയിലെ കസ്റ്റംസ് കടവിലും കമാലക്കടവിലുമെത്താം.

ഈ കടവുകളിൽ നിറയെ പണ്ടു കെട്ടുവള്ളങ്ങൾ അടുപ്പിച്ചിരുന്നു. ആലപ്പുഴ, കായംകുളം, കൊടുങ്ങല്ലൂർ എന്നിവിടങ്ങളിൽ നിന്നെല്ലാം ചരക്കുകൾ കൊണ്ടുവന്നിരുന്നതും കൊണ്ടുപോയിരുന്നതും കെട്ടുവള്ളങ്ങളിലാണ്. വള്ളക്കാരുടെ വെപ്പും തീനുമൊക്കെ വള്ളത്തിനകത്തുതന്നെ. ഭക്ഷണം പാചകം ചെയ്യാനുള്ള ശുദ്ധജലം തേടിയാണ് അവർ കരയിലേക്കു വരുക. മുനിസിപ്പാലിറ്റികളുടെ പൈപ്പിൻ ചുവട്ടിൽ പെണ്ണുങ്ങളോടൊപ്പം ചെമ്പുപാത്ര

ങ്ങൾ വെച്ച് വെള്ളത്തി നായി കാത്തുനിൽക്കുന്ന ഉറച്ച പേശീബല മുള്ള വള്ളക്കാർ, അവരുടെ കൂട്ടത്തിൽ ഈഴവരും ക്രിസ്ത്യാനിക ളും മുസ്ലിം കളുമുണ്ടായിരുന്നു. അവർ കുപ്പായമിട്ടു കണ്ടിട്ടില്ല. വള്ളത്തിന്റെ അമരത്തു വച്ചിട്ടുള്ള അമ്മിയിൽ കറിക്കൂട്ടുകൾ അര ച്ചെടുക്കുന്ന മുഴുത്ത ആണുങ്ങളെ കണ്ട് പെണ്ണുങ്ങൾ അതിശയ ത്തോടെ നോക്കിനിന്നിരുന്നു.

ഒരു കാലത്ത് കൊച്ചങ്ങാടി മുതൽ സിനഗോഗ് വരെയുള്ള പ്രദേശത്ത് ജൂതരുടെ വീടുകൾ ധാരാളമുണ്ടായിരുന്നു. പരദേശി കളുടെ സിനഗോഗിനു പുറമേ മലബാറി ജൂതരുടെ കടവും ഭാഗം പള്ളിയും തെക്കുംഭാഗം പള്ളിയും. മുസ്ലിംകളുടെ ചന്ദനപ്പള്ളി യുടെ അടുത്തുതന്നെ ജൂതരുടെ സ്കൂളും മിദ്റാശ് എന്ന മതപഠ നശാലയും.

ചന്ദനപ്പള്ളിയിലെ ഇമാമായിരുന്ന അബു മുസ്ല്യാരുടെ ഓ ത്തുപള്ളിയിലാണ് എന്നെ ആദ്യം ചേർത്തത്. അന്ന് സ്ലേറ്റും പുസ് തകങ്ങളുമില്ല. പലകകളിൽ ഒരുതരം മഷികൊണ്ടാണ് എഴുതുക -അലിഫ്, ബാ, താ. പത്തോ പതിനഞ്ചോ കുട്ടികൾ. കൂട്ടത്തിൽ പെൺകുട്ടികളും. അവർക്കു നിറയെ നേരിയ പത്തിരിയും കോഴി യിറച്ചിയും കൊടുത്താണ് ഓത്തുപഠനം തുടങ്ങിയത്. തൊട്ടടു ത്തുതന്നെയാണു ചന്ദനപ്പള്ളി. അബു മുസ്ല്യാരുടെ ഈണത്തി ലുള്ള ഓത്തുകേൾക്കാൻ സുഖമുണ്ട്. സൗമ്യമായി സംസാരിക്കു ന്ന മുസ്ല്യാരെ കുട്ടികൾക്ക് ഇഷ്ടമാണ്. മൂപ്പരുടെ വാപ്പ വലിയ മുസ്ല്യാർ പാണാവള്ളിയിൽ നിന്നു വരുമ്പോഴാണു പേടി. നല്ല മു ഴുത്ത ചൂരൽ കൊണ്ടുള്ള പെടയാണ് ശരിയായി ഉച്ചരിക്കപ്പെടാ ത്ത ഓരോ വാക്കിനും. മടിയന്മാരായ കുട്ടികളുടെ കഴുത്തിൽ ചൊറിയണത്തിന്റെ മാലയിട്ട് ചന്ദനപ്പള്ളിക്കുളത്തിനു ചുറ്റും നട ത്തിക്കും: "ഓത്തുകള്ളാ ഒളികള്ളാ, ഓതിയതൊന്നും പാഠമില്ല."

ഓത്തുപള്ളിയിലെ പഠനം മുഴുവനാവുന്നതിനു മുമ്പാണു കൊച്ചങ്ങാടി അലിയാ സ്കൂളിൽ ചേർന്നത്. അബ്ദുറഹ്മാൻ മാ സ്റ്റർ, അറബി പഠിപ്പിച്ചിരുന്ന അഹമ്മദ് മാസ്റ്റർ, ഡ്രോയിങ്ങ് മാസ്റ്റർ (പേര് ഓർക്കുന്നില്ല), ലീല ടീച്ചർ. എന്തു തെറ്റിച്ചാലും ബെഞ്ചിന്റെ മുകളിൽ കയറ്റിനിർത്തുന്ന, ഏത്തമിടീക്കുന്ന ഹെഡ്മാസ്റ്ററുടെ പേരും ഓർമയില്ല. അലിയാ സ്കൂളിൽ അഞ്ചാം ക്ലാസ് വരെയാ ണു പഠിപ്പിച്ചിരുന്നത്. പൊന്നമ്പത്തു കുടുംബക്കാരുടെ സ്ഥാപന മാണ്. കൊച്ചിയിലെ എം.എൽ. സിയായിരുന്ന മാഹിൻകുട്ടിക്കയാ യിരുന്നു മാനേജർ. വളരെ ചെറിയൊരു പള്ളിക്കൂടമായിരുന്നു അത്. ചെറിയ മതിൽക്കെട്ടിനകത്ത് ഒരു മുറ്റം. കളിക്കാനൊന്നും സ്ഥലമില്ല. അവിടെത്തന്നെയാണു കുട്ടികൾക്കുള്ള ചെറുപയർ

പായസം വച്ചുവിളമ്പുക. അയ്യപ്പനാണു പായസമുണ്ടാക്കുക. 'അയ്യപ്പൻ മന്തൻ കാലിട്ടിളക്കിയ പായസം' എന്നൊരു പാട്ടും പ്രചാരത്തിലുണ്ടായിരുന്നതുകൊണ്ട്, അതു കുടിക്കാൻ അറപ്പുതോന്നും. സ്കൂളിൽ മുൻവശത്തുതന്നെ, റോഡിന്റെ കിഴക്കുവശം ചേർന്നു തെരുവുകച്ചവടക്കാർ. മഹ്മൂദിന്റെ പുഴുങ്ങിയ കടലയും

ഫോർട്ടുകൊച്ചിയിലെ ഡോബി ഖാന

കപ്പലണ്ടിയും, വൃത്താകൃതിയിലുള്ള പലകയിൽ അരയണ വച്ച് കറക്കിയാൽ ഏതു നമ്പറിലാണോ നിൽക്കുന്നത്, അത്രയും തോടു പൊളിക്കാത്ത കപ്പലണ്ടി കിട്ടും. ചാമ്പക്ക, നെല്ലിപ്പുളി, ഇരുമ്പയം

പുളി, ആമ്പൽപ്പൂ. ആമ്പൽപ്പൂവിന്റെ വിത്തുകൾ തിന്നാൻ ഹരമാണ്. അവയൊക്കെ ഇന്നെവിടെ?

അന്നത്തെ കൂട്ടുകാരൊക്കെ എവിടെയാണിന്ന്? സ്കൂൾ ഫൈനൽ വരെ ഒരേ ബെഞ്ചിലിരുന്നു പഠിച്ച മഹ്മു എന്ന സിദ്ദീഖ്. അവൻ ഓർമ്മമാത്രം! ബംഗാളിവീട്ടിൽ അയ്യൂബിനെ അടുത്തകാലത്തു കണ്ടു കെട്ടിപ്പുണർന്നു. ഇന്നും ദേവാനന്ദിനെപ്പോലെ അഴകോടെയിരിക്കുന്നു. നല്ലൊരു ചിത്രകാരനും ഗായകനുമായിരുന്ന ഉമ്മർ ഒരു കാറപകടത്തിൽ പെട്ട് മരിച്ചതു പിന്നീടാണറിഞ്ഞത്. ഉമ്മർ ബാങ്കു വിളിക്കുന്നതു കേൾക്കുക ഹൃദ്യമായ ഒരനുഭവമായിരുന്നു. ഒരു കൈ തളർന്നിട്ടാണെങ്കിലും നന്നായി ചിത്രം വരയ്ക്കുമായിരുന്നു. പിന്നീട് ഞാൻ കൈയെഴുത്തുമാസിക തുടങ്ങിയപ്പോൾ മുഖചിത്രം വരച്ചുതന്നതും ഉമ്മറാണ്.

അഞ്ചാം ക്ലാസ് അവസാനവർഷം. കുട്ടികളുടെ സോഷ്യൽ. അന്ന് ഒരു കുട്ടി മനോഹരമായി പാടിയ തലത്ത് മഹ്മൂദിന്റെ ഗാനമായിരുന്നു, ഞാൻ കേൾക്കുന്ന ആദ്യത്തെ ഗസൽ: 'ജായേ തോ ജായേ കഹാ.' ഹുസൻഷാ ആയിരുന്നു ആ കുട്ടി. അവൻ പിൽക്കാലത്ത് അറിയപ്പെടുന്ന ഗായകനായി. തലത്തിന്റേതല്ലാത്ത മറ്റൊരു ഗാനം അവൻ പാടി കേട്ടിട്ടില്ല. പിന്നീടും പലരും തലത്ത് ഗാനങ്ങൾ പാടിക്കേട്ടിട്ടുണ്ടെങ്കിലും ഹുസൻഷായോളം ലയത്തിൽ അതനുഭവിപ്പിക്കാൻ മറ്റാർക്കും സാധിച്ചിട്ടില്ല. തലത്തിന്റെ ശബ്ദവുമായി അത്രമാത്രം താദാത്മ്യം അവന്റെ സ്വരമാധുരിക്ക് ഉണ്ടായിരുന്നു.

ഏതാനും വർഷം മുമ്പ് എന്റെ ആദ്യത്തെ വിദ്യാലയമൊന്നു കാണാനുള്ള ആഗ്രഹത്തോടെ കൊച്ചങ്ങാടിയിൽ പോയി. കെട്ടിടം അവിടെത്തന്നെയുണ്ട്. പക്ഷേ, സ്കൂളില്ലെന്നു മാത്രം. ഇന്നവിടെ താമസിക്കുന്നതു പൊന്നമ്പത്ത് കുടുംബവുമായി ബന്ധപ്പെട്ട ആരോ ആണ്. ലാഭമില്ലാത്തതുകൊണ്ട് സേവനമവസാനിപ്പിക്കപ്പെട്ട നൂറുകണക്കിനു വിദ്യാലയങ്ങളിലൊന്നായി കൊച്ചങ്ങാടി അലിയാസ്കൂളും വിസ്മൃതിയിലേക്ക്. എന്നാൽ, അവിടെ പഠിച്ച എന്നെപ്പോലുള്ളവരുടെ മനസ്സിൽനിന്ന് അതു മായ്ക്കാൻ കഴിയുമോ?

നോക്കിനോക്കിയിരിക്കെ കൺമുമ്പിൽനിന്നു മാഞ്ഞുപോവുന്ന പുഴകൾ, കുന്നുകൾ, മരങ്ങൾ, കാടുകൾ, വൃദ്ധമന്ദിരങ്ങളിലേക്ക് എറിയപ്പെടുന്ന മാതാപിതാക്കൾ. ഒരു സംസ്കൃതിയെയാകെത്തന്നെ സമൂഹ മനസ്സിൽനിന്നു മായ്ച്ചുകൊണ്ടിരിക്കുന്നതാരാണ്? ഇരുപതാം നൂറ്റാണ്ടിന്റെ ആരംഭത്തിൽ മരണമടഞ്ഞ സനാഉല്ലാ മക്തിതങ്ങൾ നവോത്ഥാനത്തിന്റെ കാഹളം മുഴക്കിയ നഗരം. ഹമദാനി ശെയ്ഖിനെ പോലുള്ള ആത്മീയനേതാക്കൾ പ്രവർത്തന

വേദിയാക്കിയ നഗരം. സെന്റ് ഫ്രാൻസിസിനെ പോലുള്ള വിശുദ്ധ അപ്പോസ്തലന്മാരെ വരവേറ്റ നഗരം. എച്ച്. മെഹ്ബൂബും യേശുദാസും പിറന്ന നഗരം; ഈ നഗരമാണ് ഇന്നു മലയാള സിനിമയിൽ അധോലോകമായി ചിത്രീകരിക്കപ്പെടുന്നത്.

പശ്ചിമകൊച്ചി പശ്ചാത്തലമാക്കി മനോഹരമായ ചിത്രങ്ങളുമുണ്ടാവുന്നുണ്ട്. അന്നയും റസൂലും, കാപ്പിരിത്തുരുത്ത്, പറവ. പക്ഷേ, ഏറെയും ഇതൊരു അധോലോകനഗരമായി ചിത്രീകരിക്കുന്നവയാണ്.

അടുത്ത കാലത്ത് കാമറാമാൻ ലാലുമായി മട്ടാഞ്ചേരിയിലൂടെ പോവുമ്പോൾ ഗല്ലി പോലുള്ള തെരുവുകൾ കണ്ട് ലാലിന് ലെൻസിലേക്കു പകർത്താൻ മോഹം. പൊളിഞ്ഞുവീഴാറായ, നൂറ്റാണ്ടുകൾ പഴക്കമുള്ള കെട്ടിടങ്ങൾ ഇടുങ്ങിയ തെരുവീഥികൾ. ഛായാഗ്രാഹകനെ കണ്ട് ഒരു കുടിയൻ ഒച്ചയിട്ടു: "ആരാടാ ചോദിക്കാണ്ടും പറയാണ്ടും പടമെടുക്കുന്നത്? ഞങ്ങളെ കൊള്ളക്കാരും മാഫിയാക്കാരുമാക്കാനല്ലേ പടമെടുക്കണത്? വേണ്ട, ഇവിടെയിതു വേണ്ട." വഴിനീളെ ചീത്തവിളിച്ചുകൊണ്ട് ആടിയാടി അവൻ പോയപ്പോൾ ഒരു ചെറുപ്പക്കാരൻ ഞങ്ങളെ സമീപിച്ചു:

"അതു കാര്യാക്കണ്ട. വെള്ളോണ്. നിങ്ങൾക്ക് നല്ല സ്ഥലം കാട്ടിത്തരാ."

ഓട്ടോറിക്ഷാ ഡ്രൈവറാണ്. പത്തിരുപതു വയസ്സുള്ള റഫീഖ്. അവൻ ഞങ്ങളെ ഒരു ഗല്ലിയിലേക്കു കൊണ്ടുപോയി. നാലുപാടും ജീർണിച്ച വാടകക്കെട്ടിടങ്ങൾ, എപ്പോഴും ഇടിഞ്ഞുവീഴാം. നടുമുറ്റം. അവിടെയാണ് മിക്ക 'മാഫിയാതീം' ചിത്രങ്ങളും ചിത്രീകരിക്കുന്നത്. അതിനു സൗകര്യമൊരുക്കാൻ ഒരു ഏജന്റുമുണ്ട്. റഫീഖ് അയാളെ വിളിച്ചുകൊണ്ടുവന്നു. അയാൾ വിസിറ്റിങ് കാർഡ് തന്നു. നിരവധി ചിത്രങ്ങൾക്കു ഷൂട്ടിങ്ങ് സൗകര്യം ഒരുക്കിക്കൊടുത്ത പരിചയവും സൗഹൃദവും. അയാളിപ്പോൾ സ്വന്തമായി ഒരു പ്രൊഡക്ഷനുണ്ടാക്കാനുള്ള ശ്രമത്തിലാണ്. 'നീലക്കുയിലും' 'ചെമ്മീനും' നിർമിച്ച ടി.കെ. പരീക്കുട്ടിയെയും കൺമണി ബാബു സേട്ടിനെയും നാളെ മലയാള സിനിമയിൽ പ്രതിനിധാനം ചെയ്യുക ഈ ചെറുപ്പക്കാരനായിരിക്കും! എങ്ങനെ മട്ടാഞ്ചേരി ധാരാവി ആവാതിരിക്കും!

●

4

ചില വർഗീയലഹളകൾ

എനിക്ക് ആറോ ഏഴോ വയസ്സുള്ളപ്പോഴാണ് കൊച്ചങ്ങാടിയിൽ ഒരു ചെറിയ വർഗീയലഹള ഉണ്ടായത്. മുസ്ലീങ്ങൾ തിങ്ങിത്താമസിക്കുന്ന പ്രദേശത്തെ, ഒരുകൂട്ടം അരയന്മാർ ആക്രമിക്കുന്നതറിഞ്ഞ്, ഞങ്ങളുടെ കുടുംബം വീട്ടിനുള്ളിൽ വീർപ്പടക്കി, കാതുകൂർപ്പിച്ച് ഇരുന്നതോർക്കുന്നു. "ഔര് മുളകുപൊടി കണ്ണിലേക്കിട്ടാണ് അടിക്കണത്"–ആരോ പറഞ്ഞു. അങ്ങാടിയിൽ എന്തൊക്കെയോ അടികലശലുകളുണ്ടായിരിക്കാം.

പിന്നീടു വളർന്നപ്പോഴാണ് ഈ സാമുദായിക സംഘർഷത്തെക്കുറിച്ച് കൂടുതലറിയാൻ കഴിഞ്ഞത്. കരുവേലിപ്പടിയിൽ മഹാരാജാ സർക്കാരാശുപത്രിക്കടുത്തുള്ള പുത്തിരിക്കാട്ട് പള്ളിയുടെ പരിസരപ്രദേശത്തുനിന്നാണു പ്രശ്നം പൊട്ടിപ്പുറപ്പെട്ടത്. അരയന്മാർ, അഞ്ഞൂറ്റിക്കാർ, മുക്കുവന്മാർ എന്നൊക്കെ വിളിക്കപ്പെടുന്ന മത്സ്യബന്ധന തൊഴിലാളികളാണ് അവിടെ അന്നു കൂടുതലായി താമസിച്ചിരുന്നത്. അവിടെ ഒരു മുസ്ലിം സ്ത്രീയുടെ അനാശാസ്യപ്രവർത്തനങ്ങളെക്കുറിച്ച് പ്രദേശത്തുകാർക്ക് അഭിപ്രായവ്യത്യാസമുണ്ടായി. അവർ പലവിധത്തിലുള്ള എതിർപ്പുകളും പ്രതിഷേധവും പ്രകടിപ്പിച്ചു. ഒരു ഘട്ടത്തിൽ ഒരു വണ്ടി മലം തന്നെ ആ വീടിന്റെ മുന്നിൽ കൊണ്ടുപോയി ചൊരിഞ്ഞു. ഇതെല്ലാമായിട്ടും വേശ്യാവൃത്തി അവസാനിപ്പിക്കാൻ ആ സ്ത്രീ തയ്യാറായില്ല. ഒരു ചെറിയ വർഗീയ ലഹളയായി വളർന്നത് ഈ വൈരാഗ്യമാണ്. അല്ലാതെ മതപരമായ കാരണങ്ങളായിരുന്നില്ല.

പണ്ട്, ഞാനൊക്കെ ജനിക്കുന്നതിനു മുമ്പ് പനയപ്പിള്ളി മസ്താം പള്ളിയുടെ മുന്നിലൂടെ ക്ഷേത്രഘോഷയാത്ര ചെണ്ടമുട്ടി ശബ്ദമുണ്ടാക്കി പോയത് തടഞ്ഞതിനെ തുടർന്ന് ഒരു ലഹളയുണ്ടായതായി മുതിർന്നവർ പറഞ്ഞുകേട്ടിട്ടുണ്ട്. അന്ന് അവിടെയുണ്ടായിരുന്ന പിന്നണിഗായകൻ ഹാജി അബ്ദുൽ ഖാദറിന് പോലിസിന്റെ വെടിയേറ്റതായും അറിയാം. അത്തരം അനുഭവങ്ങൾ കേരളത്തിന്റെ പല ഭാഗങ്ങളിലും അതിനു മുമ്പും പിമ്പും ഉണ്ടായിട്ടുണ്ടല്ലോ. എന്നാൽ, ഗുജറാത്തിലും മുസാഫർപൂരിലും മറ്റും നടക്കുന്നതുപോലുള്ള വ്യാപകവും ശക്തവുമായ വർഗീയാസ്വാസ്ഥ്യങ്ങൾ കൊച്ചിയിൽ സംഭവിക്കാത്തതെന്തുകൊണ്ടാണ്?

പ്രശസ്ത സാമൂഹ്യശാസ്ത്രജ്ഞനായ ആഷിഷ് നന്തി ഈ വിഷയത്തെക്കുറിച്ച് കൊച്ചിയിൽ വന്നുതന്നെ വിശദമായ പഠനം നടത്തുകയുണ്ടായി. ഒരുപാട് മതന്യൂനപക്ഷങ്ങളും ഭാഷാന്യൂനപക്ഷങ്ങളും ഇടകലർന്നു താമസിക്കുന്ന ഒരു പ്രദേശമാണ് ഫോർട്ട് കൊച്ചിയും മട്ടാഞ്ചേരിയും ഉൾപ്പെടുന്ന പശ്ചിമകൊച്ചി. നാലര ചതുരശ്ര മൈൽ പ്രദേശത്ത് എത്രയെത്ര വ്യത്യസ്തരായ ജനതകളാണു താമസിക്കുന്നത്. ഹിന്ദുക്കൾ, ജൈനന്മാർ, ക്രിസ്ത്യാനികൾ, മുസ്‌ലികൾ, കൊങ്ങിണികൾ, പട്ടന്മാർ, ജൂതന്മാർ, കച്ചിമേമന്മാർ, റാവുത്തർമാർ, തമിഴ് ബ്രാഹ്മണർ, ആംഗ്ലോ ഇന്ത്യക്കാർ. ഇവരൊക്കെ എങ്ങനെയാണ് നൂറ്റാണ്ടുകളായി യാതൊരുവിധ കലമ്പലുകളുമില്ലാതെ ഇങ്ങനെ കഴിഞ്ഞുകൂടുന്നത്? രാഷ്ട്രീയ മനഃശാസ്ത്രജ്ഞൻ കൂടിയായ ആഷിഷ് നന്തി സാമൂഹ്യപ്രവർത്തകർ, എഴുത്തുകാർ, ജനപ്രതിനിധികൾ, ആത്മീയനേതാക്കൾ, സാധാരണക്കാർ തുടങ്ങി സമൂഹത്തിന്റെ പരിച്ഛേദമായ ജനങ്ങളുമായി സംസാരിച്ചു. ചിലർ പറഞ്ഞു: ഞങ്ങളൊക്കെ തികഞ്ഞ മതേതരത്വമുള്ളവരാണ്; വടക്കേ ഇന്ത്യക്കാരെപ്പോലെയല്ല.

മറ്റു ചിലർ തങ്ങൾ പുരോഗമനവാദികളാണെന്ന് അവകാശപ്പെട്ടു. ഇനിയും ചിലർ പറഞ്ഞത് കൊച്ചിക്കാർ അഭ്യസ്തവിദ്യരായതുകൊണ്ടാണെന്നാണ്. മൂവായിരം വർഷത്തെ കൊച്ചി ചരിത്രത്തിൽ വർഗീയസംഘട്ടനങ്ങളുണ്ടായിട്ടേയില്ലെന്ന വാദം അംഗീകരിക്കാൻ ഏതായാലും ആഷിഷ് നന്തി തയ്യാറല്ല. പക്ഷേ, അദ്ദേഹത്തിന്റെ നിഗമനത്തിൽ 500-600 വർഷങ്ങളായി കൊച്ചിയിൽ സാരമായ വർഗീയപ്രശ്നങ്ങളൊന്നുമുണ്ടായിട്ടില്ല. അഞ്ഞൂറു വർഷം മുമ്പ് ഇന്ത്യയിലേക്കാദ്യമായി അധിനിവേശശക്തിയായി പറങ്കികൾ കടന്നുവന്നതുതന്നെ കൊച്ചിയിൽ വർഗീയാസ്വാസ്ഥ്യം സൃഷ്ടിച്ചുകൊണ്ടായിരുന്നല്ലോ. കച്ചവടം മാത്രമായിരുന്നില്ല വാസ്കോ ഡ ഗാമയുടെ ലക്ഷ്യം; കത്തോലിക്കാസഭയ്ക്കും പോർച്ചുഗീസുകാർക്കും വഴങ്ങാത്ത മറ്റു ജനവിഭാഗങ്ങളെ നിഷ്ക്കാസനം ചെയ്യുക കൂടിയായിരുന്നു, പ്രത്യേകിച്ചു മുസ്‌ലിംകളെ.

കേരളത്തിലേക്കുള്ള പ്രയാണത്തിനിടയ്ക്കുതന്നെ സ്ത്രീകളുൾപ്പെടെ മക്കത്ത് ഹജ്ജിന് പോവുകയായിരുന്ന ഒരു കപ്പൽ അവർ കത്തിച്ചുകളഞ്ഞില്ലേ? പിന്നീടാണു കുഞ്ഞാലി മരക്കാർമാരോടും അറബികളോടും അവർ ഏറ്റുമുട്ടുന്നത്. കത്തോലിക്കാമതത്തിൽ വിശ്വസിക്കാത്ത മുസ്‌ലിംകളെയും കൊങ്ങിണികളെയും സ്പെയിനിലെയും പോർച്ചുഗലിലെയും പോലെ ഇൻക്വിസിഷനു വിധേയരാക്കാൻ നിർദ്ദേശം നൽകിയത് പുണ്യവാളനായ ഫ്രാൻസിസ് സേവ്യറായിരുന്നുവത്രേ. പിന്നീട് പ്രൊട്ടസ്റ്റന്റുകാരായ ലന്തക്കാർ പറങ്കികളെ കീഴടക്കിയപ്പോൾ അതിലുമുണ്ടായിരുന്നു മത

സ്പർധയുടെ തീയും പുകയും.

ഡച്ച് അധിനിവേശത്തിൽ എത്രയോ കത്തോലിക്കാ പള്ളികൾ നശിപ്പിക്കപ്പെട്ടു. അവ പിന്നീട് ഡച്ച് ഗോഡൗണുകളായി. വലിയ ഗ്രന്ഥശാലകൾപോലും അവർ ചാമ്പലാക്കി. പിന്നീടു വളരെ കാലം കൊച്ചിയിൽ അത്തരം ലഹളകളൊന്നുമുണ്ടായില്ല; ഏതാണ്ട് ഒരുനൂറ്റാണ്ടിനപ്പുറം (അതോ ഇപ്പുറമോ?) ജൂതരും ക്രിസ്ത്യാനികളും തമ്മിലുള്ള ഒരു കലഹമല്ലാതെ. അതും ഗോതുരുത്തി ദ്വീപിലായിരുന്നു. ഗോതുരുത്തി സാറയെന്ന ഒരു ജൂതത്തിയും ക്രിസ്ത്യാനിയായ തൊമ്മനും തമ്മിലുള്ള പ്രണയത്തെച്ചൊല്ലിയായിരുന്നു അത്. ചവിട്ടുനാടകത്തിന്റെ ആസ്ഥാനമായ ഗോതുരുത്തിയിലേക്ക് കൊച്ചിയിലെ ചീപ്പൂരി കൊച്ചുണ്ണി തുടങ്ങിയ കുപ്രസിദ്ധ റൗഡികളെ കൊണ്ടുപോയാണ് ജൂതന്മാർ ആക്രമണം നടത്തിയതെന്നു കേട്ടിട്ടുണ്ട്. അന്ന് ചുവന്ന കൊച്ചികായലിൽ ഒരുപാട് മനുഷ്യശവങ്ങൾ ഒഴുകിനടന്നു. ഈ അപവാദമൊഴിച്ചാൽ സഹസ്രാബ്ദങ്ങൾ നീളുന്ന ചരിത്രത്തിലെ കൊച്ചിവാസത്തിനിടയിൽ ജൂതന്മാർ വലിയ പ്രശ്നമുണ്ടാക്കിയതായറിയില്ല; വെളുത്തവരും കറുത്തവരും തമ്മിലുള്ള ഒരു അപ്പാർത്തീഡ് അടുത്തകാലം വരെ നിലനിന്നു എന്നതല്ലാതെ.

പതിറ്റാണ്ടുകൾക്കു മുമ്പ് കള്ളുഷാപ്പിൽ ശഹീദായ രണ്ടു മുസ്‌ലിംകളെ ചൊല്ലി ആഴ്ചകളോളം നീണ്ടുനിന്ന ഒരു നസ്രാണി-മുസ്‌ലിം ലഹളയ്ക്ക് മട്ടാഞ്ചേരി സാക്ഷ്യംവഹിച്ചു. ഒരു സിനിമാശാല കത്തിച്ചാമ്പലായി. ക്രിസ്ത്യൻ ഭൂരിപക്ഷപ്രദേശങ്ങളിൽ ചെല്ലാൻ മുസ്ലീങ്ങളും മുസ്‌ലിം പ്രദേശങ്ങളിൽ ചെല്ലാൻ ക്രിസ്ത്യാനികളും ഭയപ്പെട്ടു. എപ്പോഴും ആക്രമിക്കപ്പെട്ടേക്കാം. അത്തരമൊരു കാലാവസ്ഥയിൽ ഞാൻ ചുള്ളിക്കലുള്ള ഒരു പത്രപ്രവർത്തകസുഹൃത്തിന്റെ വീട്ടിൽ വർത്തമാനം പറഞ്ഞുകൊണ്ടിരിക്കുകയാണ്. പെട്ടെന്ന് ചുള്ളിക്കൽ ചർച്ചിൽ നിന്ന് കൂട്ടമണി മുഴങ്ങി. ഫാദർ മാത്യു കോതകത്താണ് പള്ളിവികാരി. വളരെ പൊതുകാര്യപ്രസക്തനായ പുരോഹിതൻ. ഇടയ്ക്കിടെ അദ്ദേഹത്തിന്റെ പള്ളിമേടയിൽ ഞാൻ പോകാറുണ്ട്. എന്നോട് വലിയ സ്നേഹമാണ്. എന്താണു സംഭവിച്ചതെന്നറിയാൻ ഞാനും സുഹൃത്തും പുറത്തേക്കിറങ്ങിയപ്പോൾ വീട്ടുകാർ തടഞ്ഞു. ഞങ്ങളതു കൂട്ടാക്കിയില്ല. ക്രിസ്ത്യൻ പ്രദേശമാണെങ്കിലും ഞങ്ങളെ അറിയുന്നവരല്ലേ?

പള്ളിമുറ്റത്തു ചെന്നപ്പോൾ ഇടവകയിലെ നസ്രാണികളെല്ലാം ഓടിക്കൂടിയിട്ടുണ്ട്. കൈയിൽ കിട്ടിയ ആയുധങ്ങളുമായി പരിചയക്കാർ ഞങ്ങളെ ശക്തമായി നോക്കുന്നുണ്ട്. പള്ളിമണിയടിച്ചതെന്തിനാണെന്നു ചോദിച്ചപ്പോൾ കപ്യാർ നൽകിയ വിശദീകരണം ഇതായിരുന്നു: ഫോർട്ട്കൊച്ചിയിലെ തുരുത്തിയിൽ നിന്നു

മുസ്ലീങ്ങൾ ക്രിസ്ത്യൻ പള്ളികൾ ആക്രമിക്കാൻ വരുന്നുണ്ടെന്നും, വരും വഴിയിൽ നസ്രാണി പെണ്ണുങ്ങളുടെ മാറു ചെത്തുകയാണെന്നും ആരോ പറഞ്ഞത്രേ. കേട്ടതു പാതി കേൾക്കാത്തതുപാതി കപ്യാർ ഓടി പള്ളിയിലെത്തി കൂട്ടമണിയടിക്കുകയായിരുന്നു.

ലത്തീൻ കത്തോലിക്കരുടെ നേതാവായ കെ.ജെ. ഹർഷലിനെയും മുസ്‌ലിം നേതാവായ കെ.എച്ച്. സുലൈമാൻ മാസ്റ്ററെയും പോലുള്ളവർ ദിവസങ്ങളോളം സമാധാനചർച്ചകൾ നടത്തിയാണ് ഒടുവിൽ സാമുദായിക സംഘർഷം അവസാനിപ്പിച്ചത്. വാസ്തവത്തിൽ ഇത്തരം കലഹങ്ങളുടെ കാരണം മതപരമായിരുന്നില്ല. മതനിഷിദ്ധമായ കാര്യങ്ങളുടെ പേരിലുള്ള സ്പർധ വളർന്നുണ്ടാകുന്ന അടിസ്ഥാനമില്ലാത്ത ലഹളകൾ. അവയെച്ചൊല്ലി സമുദായങ്ങളിൽ പടരുന്ന മതവികാരങ്ങൾ മതവുമായി ബന്ധമില്ലാത്തതായിരിക്കും. സത്യത്തിൽ അവ അധമവികാരങ്ങളാണ്.

എങ്കിലും കൊച്ചിയിൽ ഏതോ തരത്തിലുള്ള ഒരുസാമുദായികസൗഹൃദം നിലനിൽക്കുന്നുണ്ട് എന്നതൊരു സത്യം തന്നെയാണ്. എന്താണിതിന്റെ നിദാനം എന്ന അന്വേഷണം ആഷിഷ് നന്തിയെ ചില നിഗമനങ്ങളിലേക്കെത്തിക്കുന്നു. ഈ കോസ്മോ പൊളിറ്റനിസത്തിന്റെ അടിസ്ഥാനം വിപ്രതിപത്തിയാണെന്നാണ് അദ്ദേഹം കരുതുന്നത്. വ്യത്യസ്ത മതസമുദായങ്ങൾക്കിടയിൽ പരസ്പരമുള്ള ഒരു ശത്രുത നിലനിൽക്കുന്നുണ്ടത്രേ. അതുകൊണ്ടാണ് ഒരു സമുദായത്തിൽപ്പെട്ടവർ മറ്റൊരു സമുദായത്തെക്കുറിച്ച് എന്തെങ്കിലുമൊക്കെ കുത്തുവാക്ക് പറയുന്നത്. അതേസമയം അതിൽ സ്നേഹത്തിന്റേതായ ഒരു ഘടകവുമുണ്ട്. ഇതിനെ എപിക് കൾച്ചർ (ഐതിഹാസിക സംസ്കാരം) എന്ന് ആഷിഷ് നന്തി വിശേഷിപ്പിക്കുന്നു. ഇന്ത്യൻ പുരാണങ്ങളിലെ ദൈവങ്ങളെയും പിശാചുക്കളെയും പോലെ അവ അപൂർണമാണ്. കാരണം, ആ പാത്രസൃഷ്ടികളിൽ മാനുഷികതയാണു പ്രകടമാവുന്നത്.

ശ്രദ്ധേയമായ മറ്റൊരു സംഗതി, വിവിധ സമുദായങ്ങളുടെ സാമൂഹ്യജീവിതത്തിലെ കോളനിവൽക്കരണമാണ്. ഗുജറാത്തികളും ജൈനരും പ്രത്യേകമായ പാർപ്പിടസമുച്ചയങ്ങളിലാണു കഴിഞ്ഞുകൂടുന്നത്. അമരാവതിയും ചെറളായിയുമാണ് കൊങ്ങിണികളുടെ കേന്ദ്രം. തമിഴ് ബ്രാഹ്മണർ മട്ടാഞ്ചേരി ഡച്ച് പാലസിനടുത്തുള്ള അഗ്രഹാരത്തിലാണു നൂറ്റാണ്ടുകളായി പൊറുതി.

വെളുത്ത ജൂതന്മാരും കറുത്ത ജൂതന്മാരും സിനഗോഗ് സ്ഥിതിചെയ്യുന്ന ജ്യൂ ടൗണിലായിരുന്നു വാസം. അവരുടെ പാർപ്പിടങ്ങൾപോലും തീവണ്ടിബോഗികൾപോലെ ഇടച്ചുവരുകളില്ലാത്ത വണ്ണം ആസൂത്രണം ചെയ്യപ്പെട്ടവയാണ്. മുസ്ലീങ്ങളും ക്രിസ്ത്യാ

നികളും ഹൈന്ദവരിലെ വ്യത്യസ്ത വിഭാഗങ്ങളും അവരുടേതായ ഭൂരിപക്ഷപ്രദേശങ്ങളിൽ താമസിക്കുന്നു. ഇത് ഒരുതരം സുരക്ഷിതത്വബോധം ഉണ്ടാക്കുന്നുണ്ടാവാം.

ഇതാണോ കൊച്ചിയുടെ സാമുദായിക സന്തുലനത്തിനു കാരണം? ആർക്കറിയാം! മുകളിൽ പറഞ്ഞ ക്രിസ്ത്യൻ- മുസ്‌ലിം സംഘർഷം നടക്കുന്ന കാലത്ത്; അറുപതുകളുടെ അന്ത്യത്തിലാവണം അത്. ഞങ്ങൾ മൂന്നു ചെറുപ്പക്കാർ പതിവുപോലെ സായാഹ്നസവാരിക്കായി ഫോർട്ട് കൊച്ചി കടപ്പുറത്തേക്കു പോവുകയായിരുന്നു. ആർട്ടിസ്റ്റ് സി.വി. അഗസ്റ്റിൻ, ഇബ്രാഹിം കുട്ടി (ഇന്നത്തെ ഇബ്രാഹിം വേങ്ങര), പിന്നെ കൊച്ചങ്ങാടിക്കാരനായ ഞാനും. ഞങ്ങളുടേത് നീണ്ടകാലത്തെ സൗഹൃദമാണ്. നാടകം, കല, സാഹിത്യം ഇവയെ കുറിച്ചുള്ള ചർച്ചകളൊക്കെ നടക്കുക ഈ യാത്രയ്ക്കിടയിലാണ്. പോവുന്ന വഴിക്ക് മട്ടാഞ്ചേരി മങ്ങാട്ട്മുക്കിലെ കോലോത്ത് ബാവക്കയുടെ കടയിൽ നിന്ന് ഇറച്ചിമസാല ചേർത്ത പരിപ്പുവടയും ചായയും. അല്ലെങ്കിൽ, അമരാവതിയിൽ കൊങ്കിണിച്ചിയുടെ ഹോട്ടലിൽ നിന്ന് കാപ്പിയും പക്കാവടയും. സന്ധ്യ ഇരുളുവോളം വർത്തമാനം തന്നെ. ഈ യാത്രയ്ക്കിടയിൽ അഗസ്റ്റിൻ ഒരുദിവസം ചോദിച്ചു: ഇപ്പോൾ മുസ്ലീങ്ങൾ വന്ന് എന്നെ ആക്രമിച്ചാലോ?

ഇബ്രാഹിം പറഞ്ഞു: ഇത് മറിച്ചും സംഭവിക്കാമല്ലോ? എന്റെ മറുപടി ഇങ്ങനെയായിരുന്നു: ആര് ആക്രമിച്ചാലും നമ്മളൊന്നിച്ച് അതിനെ നേരിടും.

●

5

മരണത്തോട് സല്ലപിച്ച വൈദ്യന്മാർ

"തുല്യതയില്ലാത്ത അവസാന യുദ്ധത്തിൽ അവൻ (മരണം) നാശം വിതയ്ക്കുമ്പോൾ ഞാൻ ഒരു കാണിയെപ്പോലെ നിസ്സഹായനും നിർവികാരനുമായി നിന്നാൽ മതിയോ? സംസാരശേഷി നഷ്ടപ്പെട്ട എന്റെ രോഗികളുടെ യാചിക്കുന്ന കണ്ണുകളിൽ നിന്ന് മുഖം തിരിക്കയാണോ ഞാൻ വേണ്ടത്? ഞാൻ തോൽപ്പിക്കപ്പെട്ടിരിക്കുന്നു. എന്നാൽ, ആയുധമില്ലാത്തവനല്ല ഞാൻ. ഇപ്പോഴും എന്റെ കൈയിൽ ശക്തമായ ഒരു ആയുധമുണ്ട്. അവന്റെ കൈയിൽ ശാശ്വതമായ നിദ്രയുടെ ആയുധമുണ്ടായിരിക്കാം. എന്നാൽ, ദയാലുവായ പ്രകൃതിമാതാവ് വിശ്വാസത്തോടെ അർപ്പിച്ച മരുന്ന് എന്റെ പക്കലുണ്ട്."

ആക്സൽ മുൻതെ എന്ന ഫ്രഞ്ചുകാരന്റെ വാക്കുകളിൽ നിറയുന്നത് നിരന്തരമായ തോൽവികളിൽ പതറാതെ, ആത്മവീര്യത്തോടെ പൊരുതിയ ഒരുപാട് വൈദ്യന്മാരുടെ കഥകളാ ണ്. എല്ലാത്തരം ചികിൽസയുടെയും ചരിത്രം ഇതുതന്നെ.

തീർച്ചയായും അവരുടെ കൂട്ടത്തിൽ തീവെട്ടിക്കൊള്ളക്കാരും ആർത്തിപ്പണ്ടാരങ്ങളുമുണ്ടാവാം. എന്നാൽ, അർപ്പണബോധത്തോടെ ദൈവത്തിന്റെ വിരലുകളായി പ്രവർത്തിച്ച പരമസാത്വികരായ അപ്പോത്തിക്കിരിമാരും വൈദ്യന്മാരുമാണ് ഓർമിക്കപ്പെടുക. എപ്പോഴും എന്റെ ഓർമയിൽ വരുന്ന ഒരു കഥാപാത്രമുണ്ട്-ജീവൻ മശായ്. ഇന്ത്യയിലെ തന്നെ ഏറ്റവും മഹത്തായനോവലാണ് 'ആരോഗ്യ നികേതൻ' അതിലെ കേന്ദ്രകഥാപാത്രം. സർഗ്ഗധനനായ താരാ ശങ്കർ ബന്ദോപാദ്ധ്യായയുടെ ഈ ബംഗാളി ആഖ്യായികയിൽ മരണത്തിന്റെ നിതാന്തസാന്നിദ്ധ്യം നാമറിയുന്നു. ദേവീപുരം എന്ന വംഗഗ്രാമത്തിലെ പാരമ്പര്യ വൈദ്യന്മാരുടെ കുടുംബത്തിൽ പിറന്ന ജീവൻ മശായിക്ക് തലമുറകളിലൂടെ പകർന്നുകിട്ടിയതാണ് നാഡീചികിൽസാപരിചയം. ഗംഗാനദിയുടെ തീരത്തുകൂടി ഒന്നിച്ചുനടക്കുമ്പോൾ അച്ഛൻ ജഗദ്ബന്ധു മശായ് മകനോട് ചോദിക്കുന്നു:

"ഇനിയെന്തെങ്കിലും എന്നിൽ നിന്നു പഠിക്കാനുണ്ടോ നിനക്ക്?"

അപ്പോൾ ജീവൻ മശായ് തിരിച്ചറിയുന്നു, അച്ഛൻ വേർപിരിയുകയാണ്; തരാനുള്ളതെല്ലാം അദ്ദേഹം തന്നുകഴിഞ്ഞിരിക്കുന്നു. അദ്ദേഹത്തെ ഏറ്റവുമധികം വേട്ടയാടുന്നതും ആ അറിവിന്റെ വേദനയാണ്. ജീവൻ മശായ് ആരുടെയും മരണം ആഗ്രഹിക്കുന്നില്ല. പക്ഷേ, രോഗിയുടെ സിരകളിലൂടെ ഉടലിലേക്ക് അരിച്ചരിച്ചെത്തുന്ന മരണത്തിന്റെ കാലൊച്ച നാഡീസ്പർശത്തിലൂടെ അദ്ദേഹത്തിനു തിരിച്ചറിയാം. ഇത് എല്ലാ അറിവുകളേക്കാളും വേദനാജനകമായ അറിവാണ്. അനിവാര്യമായ വിധിയാണ്.

മരണത്തിന്റെ മുന്നിൽ നിൽക്കുമ്പോഴാണ് മനുഷ്യൻ ജീവിതത്തിന്റെ വിലയെയും വിലയില്ലായ്മയെയും അറിയുന്നത്. വാസ്തവത്തിൽ ജീവിതത്തിന്റെ ഉടപ്പിറപ്പാണു മരണം; രൂപത്തോടൊപ്പം നിഴലെന്നതുപോലെ ജനിച്ച നിമിഷം തൊട്ട് കൂടെ സഞ്ചരിക്കുന്ന സഹയാത്രികൻ. എന്നാൽ, ഈ അറിവിനെ വിഷാദാത്മകമായി കാണുന്ന ഒരു നോവലല്ല ആരോഗ്യനികേതൻ. ഒരു ശാശ്വതസത്യം എന്ന നിലയിൽ ജീവിതത്തെയും മരണത്തെയും കുറിച്ചുള്ള സമഗ്രമായ ദർശനമാണ് അതു നൽകുന്നത്. ഒപ്പം പാരമ്പര്യവൈദ്യവും ആധുനിക വൈദ്യശാസ്ത്രവും തമ്മിലുള്ള സംഘർഷവും

ചിത്രീകരിക്കപ്പെടുന്നു. സ്വന്തം മരണം പ്രവചിച്ച് ജീവൻ മശായിയുടെ എതിർദിശയിൽ നിൽക്കുന്ന പ്രദ്യുത് ഡോക്ടർ ആധുനികതയുടെ പ്രതിനിധിയാണ്. പാരമ്പര്യവൈദ്യം തീർത്തും അശാസ്ത്രീയമാണെന്ന അദ്ദേഹത്തിന്റെ വിശ്വാസം ഒടുവിൽ തകർന്നുവീഴുന്നു.

പിംഗളകേശിനിയായ മൃത്യുവിന്റെ കാലൊച്ചയ്ക്കു കാതോർത്തിരിക്കുന്ന ജീവൻ മശായിയെപ്പോലെ സ്വന്തം മരണത്തിന്റെ വരവ് മുൻകൂട്ടി കാണാൻ കഴിഞ്ഞ വൈദ്യന്മാർ ബംഗാളിൽ മാത്രമല്ല, ഇന്ത്യയുടെ പലഭാഗങ്ങളിലും ജീവിച്ചിരുന്നു-കൊച്ചിയിലും ഉണ്ടായിരുന്നു ഒരു അഹമ്മദ് വൈദ്യർ. തുറമുഖ നഗരത്തിലെ ലജണ്ടായിരുന്നു അദ്ദേഹം. ഉള്ളതും ഇല്ലാത്തതുമായ കഥകൾ ഇപ്പോഴും അദ്ദേഹത്തെകുറിച്ച് പ്രചരിച്ചുകൊണ്ടിരിക്കുന്നു. കാതോടുകാതോരം, തലമുറകളിലൂടെ പകർന്നുവരുമ്പോൾ സത്യം അർധസത്യവും, അർധസത്യം അസത്യവുമായി മാറുന്നു. നെല്ലും പതിരും തിരിച്ചറിയേണ്ടതുണ്ട്.

അഹമ്മദ് വൈദ്യരുടെ മരണം

ഒരു വെള്ളിയാഴ്ച പകൽ നാലുമണിക്ക് ജനിക്കുകയും മറ്റൊരു വെള്ളിയാഴ്ച അതേസമയം മരിക്കുകയും ചെയ്ത അഹമ്മദ് വൈദ്യർ (1886-1956) അനുസ്യൂതമായ ഒരു വൈദ്യസംസ്കൃതിയുടെ ഉൽപന്നമായിരുന്നു. എഴുപതാം വയസ്സിലായിരുന്നു മരണം. ജനനവും മരണവും ഒരു മെയ് മാസത്തിൽ. ജനന തിയ്യതി പന്ത്രണ്ടിനെങ്കിൽ മരണം മുപ്പതിനെന്നു മാത്രം. ഒരു ഗണിതശാസ്ത്ര സമവാക്യം പോലെ തോന്നുന്നു ജീവിതം, അല്ലേ? കൊച്ചങ്ങാടി ചെമ്പിട്ടപള്ളി പറമ്പിൽ അദ്ദേഹം ശാശ്വതനിദ്രയിലാണ്.

1956 മെയ് മുപ്പതിലെ ആ നിർണായക ദിവസത്തിൽ തന്റെ ആത്മാവിന്റെ യാത്രയ്ക്ക് സമയമായെന്ന് അഹമ്മദ് വൈദ്യർ തിരിച്ചറിഞ്ഞു. സുഖമില്ലാതെ കിടക്കുകയായിരുന്നു. ശിഷ്യൻ ഉമ്മർ എവിടെയോ പോകാനിറങ്ങുമ്പോൾ അഹമ്മദ് വൈദ്യർ പറഞ്ഞു:

"ബെക്കം ബരണം കെട്ടാ, നാലുമണിക്ക് മൂപ്പരുവരും."

അസ്റാഈലിനെ കുറിച്ചാണു മാമ പറയുന്നതെന്നു മനസ്സിലായെങ്കിലും ഉമ്മർ ചിരിച്ചുപോയി. നാലു മണിക്ക്, മുറ്റത്തെ കുളത്തിൽ കുളിച്ചുകയറി വന്ന് ഭാര്യയെക്കൊണ്ട് ലേശം കഞ്ഞിയുണ്ടാക്കി അഹമ്മദ് വൈദ്യർ കലിമ ചൊല്ലി കിടന്നു. കൃത്യസമയത്തു തന്നെ പ്രതീക്ഷിച്ച അതിഥിയെത്തി. ഉയിർ ഉടലിനോടു യാത്രയോതി.

അഹമ്മദ് വൈദ്യർ

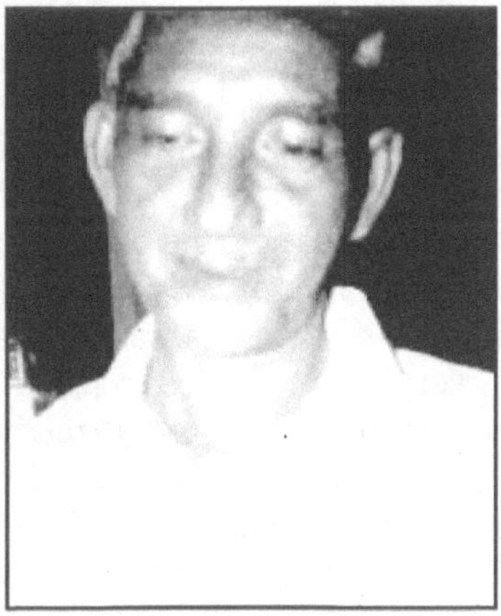

ഉമ്മർ വൈദ്യർ

രണ്ടു ദിവസം മുമ്പ് അടുത്ത പലചരക്കുകടക്കാരൻ മണി, കുഞ്ഞിനെ കാണിക്കാൻ കൊണ്ടുവന്നപ്പോൾ തന്നെ അഹമ്മദ് വൈദ്യർ പറഞ്ഞു:

"ഇവൻ നാളെ പോവും; ഇവന്റെ പിന്നാലെ വെള്ളിയാഴ്ച ഞാനും പോവുന്നുണ്ട്."

എത്ര കൃത്യം കൃത്യമായിരുന്നു ആ പ്രവചനം! നിത്യേന മരണവുമായി ഇടപഴകിയ അവർ മൃത്യുസല്ലാപം നടത്താൻ കഴിയുന്ന സന്തുലിതമനസ്കരായിരുന്നു.

കൊച്ചമ്മണി വൈദ്യരുടെ കുടുംബം

അതിപ്രശസ്തനായിരുന്ന അറക്കൽ കൊച്ചമ്മണി വൈദ്യരും-കൊച്ചുണ്ണിയുടെ രൂപഭേദമാണ് കൊച്ചമ്മണി-കുടുംബവും പത്തൊമ്പതാം നൂറ്റാണ്ടിന്റെ അന്ത്യത്തിലാണ് ആലപ്പുഴയിൽ നിന്ന് ഫോർട്ട്കൊച്ചിയിൽ ചേക്കേറുന്നത്. അവർ കുന്നും പുറത്ത് താമസമാക്കി. കൊച്ചമ്മണി വൈദ്യരുടെ ബാപ്പ അഹമ്മദ് പുലവർ. പ്രവാചകമാഹാത്മ്യത്തെകുറിച്ച് സീറാ പാരായണങ്ങൾ നടത്തുന്നവരാണ് തമിഴ്നാട്ടിലെ പുലവർ. അഹമ്മദ് വൈദ്യരുടെ ജ്യേഷ്ഠൻ അലിബാവാ വൈദ്യർ, അഹമ്മദ് വൈദ്യരുടെ മകന് തന്റെ ജ്യേഷ്ഠന്റെ പേരാണിട്ടത്-സീനിയർ മെഡിക്കൽ ഓഫീസറായി റിട്ടയർ ചെയ്ത ഡോ. അലി ബാവ. അഹമ്മദ് വൈദ്യർക്ക് രണ്ടുശിഷ്യന്മാർ ജ്യേഷ്ഠന്റെ മകൻ യൂസഫും പെങ്ങളുടെ മകൻ ഉമ്മറും. ഇവരെല്ലാം ജീവിച്ചിരിക്കുന്ന കാലത്ത് പ്രശസ്തരായിരുന്നു. കാൽ

നൂറ്റാണ്ടുകാലം അഹമ്മദ് വൈദ്യരുടെ നിഴലായി നടന്നാണ് ഉമ്മർ വൈദ്യർ വൈദ്യം പഠിച്ചത്.

ഉമ്മർ വൈദ്യരുടെ കീഴിൽ ഏതാണ്ട് അത്രതന്നെ കാലം പഠിച്ചിട്ടുണ്ട് അസീസ് വൈദ്യർ. അഹമ്മദ് വൈദ്യർ മരിക്കുമ്പോൾ അസീസ് വൈദ്യർക്ക് വയസ്സ് പന്ത്രണ്ട്. സംഗീതപ്രിയനും സഹൃദയനുമായ വൈദ്യരുടെ കൈയിൽ ആരോഗ്യ നികേതന്റെ രണ്ടു കോപ്പികളുണ്ടായിരുന്നു. അത്രയേറെ ഇഷ്ടമാണ് ആ നോവൽ. കാരണം, അതു തന്റെ കുടുംബത്തിന്റെ കഥ കൂടിയാണെന്ന് അദ്ദേഹം തിരിച്ചറിയുന്നു. ബഹുഭാഷാജ്ഞാനിയായ വൈദ്യർ നല്ലൊരു വായനക്കാരനാണ്. ഭാര്യ ഖദീജ സംസ്കൃതാധ്യാപികയായിരുന്നു. മരണസാന്നിധ്യം പെട്ടെന്ന് തിരിച്ചറിയാൻ കഴിയുന്ന അത്ഭുതസിദ്ധി അഹമ്മദ് വൈദ്യരെ പോലുള്ളവർക്ക് അനുഭവജ്ഞാനത്തിലൂടെയാണു ലഭിക്കുന്നതെന്ന് ഒടുവിൽ കണ്ടപ്പോൾ അസീസ് വൈദ്യർ പറഞ്ഞു.

അഹമ്മദ് വൈദ്യർക്ക് എട്ടോ പത്തോ വയസ്സുള്ളപ്പോഴാണ്, ഒരു കൈലിമുണ്ടുമുടുത്ത് വഴിയിൽ മറ്റു കുട്ടികളോടൊപ്പം ഗോട്ടി കളിച്ചുകൊണ്ടു നിൽക്കുകയായിരുന്നു. അന്നേരം ഒരു പുലയനെ മഞ്ചലിൽ കൊണ്ടുപോവുന്നതു കണ്ട് ബാലനായ അഹമ്മദ് തടഞ്ഞുനിർത്തി. വഴിനീളെ നിലവിളിച്ചുകൊണ്ട് ബന്ധുക്കൾ. ചികിൽസകർ കൈയൊഴിഞ്ഞ രോഗിയാണ്.എന്തോ മരുന്നു കൊടുത്തു. കുറേ കഴിഞ്ഞ് ബന്ധുക്കൾ ആ പയ്യനെ അന്വേഷിച്ചു വന്നു; രോഗി രക്ഷപ്പെട്ടിരിക്കുന്നു!

മറ്റൊരു സംഭവം. കരിപ്പറമ്പിലെ അദ്രമാൻകുട്ടി ഹാജിയുടെ അമ്മായിയമ്മയ്ക്ക് ഗുരുതരമായ രോഗം. പാതിരായ്ക്ക് അഹമ്മദ് വൈദ്യരെ കൂട്ടിവന്നു. ചെന്നു കയറുമ്പോൾ ഇറയത്ത് ഒരാൾ തൂങ്ങിപ്പിടിച്ചിരിക്കുന്നു. ശ്വാസം കഴിക്കാൻ ബുദ്ധിമുട്ടുണ്ട്. വൈദ്യർ അകത്തു കിടന്നിരുന്ന രോഗിയെ കണ്ട് തിരിച്ചുവരുമ്പോൾ പറഞ്ഞു:

“ഉമ്മയുടെ അസുഖം സാരമില്ല. ജ്വരം മൂർച്ഛിച്ചതാണ്. എന്നാൽ, ഈ ഇരിക്കുന്നയാളുടെ കാര്യം പോക്കാണ്. നാളെ പുലരില്ല.”

അഴീക്കോട്ടുകാരനായ അയാൾ സ്വന്തം വീട്ടിൽ പിന്നെ തിരിച്ചെത്തിയില്ല.

ഉമ്മർ വൈദ്യരുടെ അന്ത്യം

തന്റെ ഗുരുനാഥനായ ഉമ്മർ വൈദ്യർ സ്വന്തം മരണം പ്രവചിച്ചയാളായിരുന്നുവെന്ന് അസീസ് വൈദ്യർ പറഞ്ഞു. രോഗം ഗുരുതരമായതിനെ തുടർന്നാണ് മഹാരാജാ ആശുപത്രിയിൽ അദ്ദേഹത്തെ പ്രവേശിപ്പിച്ചത്. കാണാൻ ചെന്നപ്പോൾ പറഞ്ഞു:

"നാളെ വെളുപ്പിനു തന്നെ നീയെത്തണം."

പുലരും മുമ്പു തന്നെ അസീസ് കോമ്പാറ ജംഗ്ഷനിൽ നിന്ന് രണ്ടു മൈലോളം ദൂരം സൈക്കിൾ ചവിട്ടി ആശുപത്രിയിൽ എത്തിയപ്പോൾ ഡോക്ടർ വൈദ്യരെ കുത്തിവയ്ക്കാനുള്ള തയ്യാറെടുപ്പിലാണ്. രോഗിയായ വൈദ്യർ പറഞ്ഞു:

"കുത്തിവെച്ചട്ടെന്താ കാര്യം, ഡാക്ടറേ, ഞാൻ മരിച്ചു കൊണ്ടിരിക്കുകയല്ലേ?"

ചെറുപ്പത്തിൽ ജീവിക്കാൻ വേണ്ടി ബീഡിതെറുത്തിരുന്ന അഹമ്മദ് വൈദ്യർ മരിക്കുമ്പോൾ അതിസമ്പന്നനായിരുന്നു. കൊച്ചിയിലും പരിസരത്തുമായി 24 വീടുകൾ. എല്ലാം ചികിൽസയിലൂടെ നേടിയതാണ്. നാലു ഭാര്യമാർ. ഗാംഭീര്യമുള്ള രൂപം. പിരിച്ചുവെച്ച മീശ. കോട്ടും മുണ്ടുമാണു വേഷം. പള്ളുരുത്തിയിൽ അഹമ്മദ് വൈദ്യരുടെ തറവാട് വീടിനടുത്താണ് അസീസ് വൈദ്യർ താമസിച്ചിരുന്നത്. പക്ഷേ, അഹമ്മദ് വൈദ്യരെ കുറിച്ച് പ്രചരിക്കപ്പെടുന്ന എല്ലാ കഥകളും സത്യമല്ലെന്ന് അസീസ് വൈദ്യർ പറഞ്ഞു. പ്രത്യേകിച്ച് രാജകൊട്ടാരത്തിൽ ചികിൽസിക്കാൻ പോയ കഥ.

രാജ്ഞിയോ, രാജകുമാരിയോ ആണു രോഗി. സ്പർശിക്കാൻ പാടില്ല. രോഗിയുടെ കാലിൽ ചരടു കെട്ടിയാൽ, അതിലൂടെ നാഡീസ്പർശമറിഞ്ഞ് രോഗം നിർണയിക്കാമോ എന്നായിരുന്നു ചോദ്യം. ചരടിൽ തൊട്ട് വൈദ്യർ പറഞ്ഞത്രേ; ജീവനില്ലാത്തതിനു മരുന്നില്ല. രോഗി മരിച്ചിരുന്നു എന്നു ചുരുക്കം. പക്ഷേ, ഈ കഥ ആരുടെയോ ഭാവനയിൽ വിരിഞ്ഞതാണെന്നാണ് അസീസ് വൈദ്യരുടെ അഭിപ്രായം.

യന്ത്രസാമഗ്രികളെ മാത്രം ആശ്രയിച്ച് രോഗനിർണയവും ചികിൽസയും നടത്തുന്ന ആധുനിക അപ്പോത്തിക്കിരിമാർക്ക് ഈ പാരമ്പര്യവൈദ്യന്മാരെ അപരിഷ്കൃതരായി തോന്നാം. പക്ഷേ, ആധുനിക വൈദ്യശാസ്ത്രം പടികയറിവരുന്നതിനു മുമ്പ് രോഗങ്ങളെയും മരണത്തെയും ചെറുത്തുനിന്നത് ഇവരൊക്കെയാണെന്ന് ഓർമവേണം.

ഇട്ടിയച്ച്യുതൻ വൈദ്യർ

ഒരുകാലത്ത് ആയുർവേദം ബ്രാഹ്മണരുടെ കുത്തകയായിരുന്നു. പിന്നീടെപ്പോഴാണ് അത് മറ്റു മതസമുദായങ്ങളിലേക്ക് വ്യാപിച്ചത്? അറിയില്ല. കീഴാളസമുദായങ്ങളിൽ പണ്ഡിതന്മാരായ വൈദ്യവിചക്ഷണരുണ്ടായിരുന്നു. പതിനേഴാം നൂറ്റാണ്ടിൽ, ബോട്ടണിയിലെ ക്ലാസിക് കൃതിയായ ഹോർത്തുസ് മലബാറിക്കസ് എന്ന ബൃഹദ്ഗ്രന്ഥം തയ്യാറാക്കാൻ കൊച്ചിയിലെ ഡച്ച് ഗവർണറായ ഹെന്റിച്ച് വാൻറീഡ് ഇരുപത്തഞ്ച് മൈലകലെ ചേർത്തലയിൽ നിന്ന് കൂട്ടിക്കൊണ്ടുവന്ന ഇട്ടിയച്ച്യുതൻ വൈദ്യർ ഈഴവനായിരുന്നു. അദ്ദേഹത്തെ സഹായിക്കാൻ കൊച്ചിയിലെ മൂന്നു കൊങ്കിണികളുണ്ടായിരുന്നുവെന്നു മാത്രം. രംഗഭട്ട്, അപ്പുഭട്ട്, വിനായക് പണ്ഡിറ്റ്. കൊല്ലാട്ടുവൈദ്യന്മാരുടെ കുടുംബത്തിൽ, ഈഴവ ചേകവർ വിഭാഗത്തിൽപ്പെട്ട ഇട്ടിയച്ച്യുതന് നൂറ്റാണ്ടുകളിലൂടെ കിട്ടിയ പൈതൃകമായിരുന്നു ആയുർവേദജ്ഞാനം. ഒരു വിദഗ്ധസംഘത്തെ നിയോഗിച്ചാണ് വാൻറീഡ് ഈ ഗവേഷണഗ്രന്ഥം തയ്യാറാക്കിയത്. അക്കൂട്ടത്തിൽ വൈദ്യന്മാർ മാത്രമല്ല, ബഹുഭാഷാ ജ്ഞാനികളും വിവർത്തകരും ചിത്രകാരന്മാരുമുണ്ടായിരുന്നു. കേരളത്തിന്റെ എല്ലാ പ്രദേശങ്ങളിലും സമൃദ്ധമായുണ്ടായിരുന്ന ഔഷധസസ്യങ്ങൾ കണ്ടെത്തി കൊണ്ടുവരാൻ പരിചയസമ്പന്നരായ ആളുകളെ അദ്ദേഹം അയച്ചു. അവർ മലയും കുന്നും കാടും കയറി പറിച്ചുകൊണ്ടുവന്ന സസ്യങ്ങളുടെ ചിത്രം ഫാദർ മാത്യൂസിനെപ്പോലുള്ള ചിത്രകാരന്മാർ വരച്ചു. ഓരോ പേരിലും സസ്യത്തിന്റെ സ്വഭാവവും ചരിത്രവും അടങ്ങിയിരുന്നു.

ഇമ്മാനുവൽ കാർനീറോ എന്ന പറങ്കി തൊപാസിയാണ് മലയാളത്തിൽ നിന്നു വിവരങ്ങൾ പോർച്ചുഗീസിലേക്കു പകർത്തിയത്. കൊച്ചിയിൽ ജനിച്ചുവളർന്ന കാർനീറോ ഇവിടെ നിന്നുതന്നെയാണു വിവാഹം ചെയ്തതും. ഹെർമൻ വാൻഡ്യൂപ് അത് ലാറ്റിനിലേക്ക് ഭാഷാന്തരം ചെയ്തു. അന്നത്തെ നമ്പൂതിരി വൈദ്യന്മാരേക്കാൾ വാൻറീഡിനു വിശ്വാസം ഇട്ടിയച്ച്യുതനിലായിരുന്നു. പന്ത്രണ്ട് വാല്യങ്ങളുള്ള ഹോർത്തുസ് മലബാറിക്കസ് പൂർത്തിയാക്കാൻ ഒന്നരപതിറ്റാണ്ടെടുത്തു. ഇട്ടിയച്ച്യുതൻ വൈദ്യർക്ക് അൽപമൊക്കെ പറങ്കിഭാഷയുമറിയാമായിരുന്നു. ഒടുവിലത്തെ വാല്യം പൂർത്തിയായപ്പോൾ അദ്ദേഹത്തെ വാൻറീഡ് ആംസ്റ്റർഡാമിലേക്ക് കൊണ്ടുപോയി എന്നു കേട്ടിട്ടുണ്ട്. സത്യമാണോ എന്നു നിശ്ചയമില്ല. മലബാറിനെ ഔഷധസസ്യങ്ങളുടെ ഒരുദ്യാനമായാണ് വാൻറീഡ് സങ്കൽപ്പിച്ചത്.

അസീസ് വൈദ്യർ

ഡോ. ഉസ്മാൻഖാൻ

ഡോ. ഉസ്മാൻഖാൻ

രോഗിയുടെ മുഖത്തേക്കുപോലും നോക്കാതെ കുറിപ്പടിയെഴുതി, മേശവലിപ്പ് തുറന്ന് പൈസ കാത്തിരിക്കുന്ന ഇന്നത്തെ സ്പെഷ്യലിസ്റ്റുകളെപ്പോലെയായിരുന്നില്ല പഴയ അപ്പോത്തിക്കിരിമാർ. ഡോ. ഉസ്മാൻഖാനെ ഓർമവരുന്നു. പാർക്കിൻസൺ രോഗം പിടിപെട്ട്, വിറയ്ക്കുന്ന വലതുകൈകൊണ്ട് സിറിഞ്ച് പിടിച്ച് അദ്ദേഹം കുത്തിവെയ്ക്കുമ്പോൾ കുട്ടികളായിരുന്നിട്ടുപോലും ഞങ്ങൾ ഭയപ്പെട്ടിരുന്നില്ല. വസൂരിയും കോളറയുമെല്ലാം കൊച്ചിയിൽ പടർന്നുപിടിച്ചപ്പോൾ അറപ്പും മുഷിപ്പുമില്ലാതെ, വൃത്തികെട്ട ചേരികളിൽ ചെന്ന് പാവപ്പെട്ട രോഗികൾക്ക് സാന്ത്വനം നൽകിയ ഡോക്ടർ ഉസ്മാൻഖാനെ പോലുള്ളവരുടെ ജീവിതം എഴുതപ്പെടേണ്ടതായിരുന്നു. എറണാകുളത്തെ മഹാധനികനായ ഒരു കച്ചീമേമൻ സേട്ടുവിന്റെ അപൂർവരോഗം ചികിൽസിച്ചു ഭേദപ്പെടുത്തിയതിന് പ്രതിഫലമായി ഡോ. ഉസ്മാൻഖാന് നിർമിച്ചുകൊടുത്ത ബംഗ്ലാവ്, മട്ടാഞ്ചേരിയിലെ ഡച്ച് പാലസിൽനിന്ന് അധികം അകലെയല്ലാതെയായി ഇന്നുമുണ്ട്.

അഫ്ഗാൻ അതിർത്തിയുടെ വടക്കുപടിഞ്ഞാറൻ പ്രവിശ്യകളിലെവിടെയോനിന്നു വന്നവരായിരുന്നു ഡോ. ഉസ്മാൻഖാന്റെ പൂർവികർ. പിതാവ് മഹർ മുഹമ്മദ് ഖാൻ ബ്രിട്ടീഷ് മെഡിക്കൽ സർവീസിലായിരുന്നു. വസൂരിക്കെതിരായ കുത്തിവെയ്പ് പ്രചരിപ്പിക്കുന്നതിൽ അദ്ദേഹം വലിയ പങ്കുവഹിച്ചിട്ടുണ്ട്. മുഹമ്മദ് ഖാൻ -ആമിനാബി ദമ്പതികൾക്ക് ഏഴു മക്കൾ. മദ്രാസിലെ സ്റ്റാൻലി മെഡിക്കൽ കോളജിൽ നിന്നാണ് ഉസ്മാൻഖാൻ മെഡിക്കൽ ബിരുദം നേടുന്നത്. കോളജ് ഫുട്ബോൾ ടീം ക്യാപ്റ്റനായിരുന്നു. അന്ന

ത്തെ ബ്രിട്ടീഷ് ഗവൺമെന്റ് ഡോ. ഉസ്മാൻഖാനിൽ പൂർണവിശ്വാസമുള്ളതുകൊണ്ടാണ് കൊച്ചി ഹെൽത്ത് അതോറിറ്റിയുടെ കീഴിലുള്ള ആശുപത്രിയുടെ ചുമതല അദ്ദേഹത്തെ ഏൽപ്പിച്ചത്. അദ്ദേഹത്തിനും ഏഴു മക്കളായിരുന്നു. മൂത്തമകൾ അമീനയെ മെഡിക്കൽ കോളജിൽ അയച്ചു പഠിപ്പിച്ചപ്പോൾ അന്നത്തെ യാഥാസ്ഥിതികസമൂഹം വളരെ എതിർത്തെങ്കിലും ഡോ. ഉസ്മാൻഖാൻ വകവച്ചില്ല. ഘോഷാഹോസ്പിറ്റലിലെ റസിഡൻഷ്യൽ മെഡിക്കൽ ഓഫീസറായിരുന്ന ഡോ.അമീന, വിഭജനത്തിനുശേഷം കിഴക്കൻ പാക്കിസ്ഥാനിലെ ചിറ്റഗോങ്ങിൽ സകുടുംബം സ്ഥിരതാമസമാക്കുകയായിരുന്നു.

ബ്രിട്ടനിൽ ഇപ്പോഴുള്ള നാലാമത്തെ മകൻ ഡോ. അബ്ദുൽ മജീദ് ഖാൻ കുടുംബചരിത്രമെഴുതുകയാണ്. ഡോ. ഉസ്മാൻഖാന്റെ വീട്ടിനടുത്തുതന്നെ ഫാർമക്കോളജിക്കൽ കമ്പനി നടത്തിയിരുന്ന അസീസ്ഖാനെ പലപ്പോഴും പിതാവിന്റെ ഡിസ്പെൻസറിയിൽ കാണാമായിരുന്നു. കമ്പൗണ്ടർ ഷാജഹാനും ഞങ്ങൾക്ക് സുപരിചിതൻ. കോർണോസോൾ പോലുള്ള ചില ഔഷധങ്ങളുണ്ടാക്കി അസീസ്ഖാൻ മാർക്കറ്റിങ്ങ് ചെയ്തു.

വൈദ്യശാല: സമഗ്രകേന്ദ്രങ്ങൾ

പഴയ ഡോക്ടർമാരുടെയും വൈദ്യന്മാരുടെയും ക്ലിനിക്കുകളും വൈദ്യശാലകളും സാമൂഹ്യസംഗമകേന്ദ്രങ്ങൾ കൂടിയായിരുന്നു. ഡോ. കെ.പി. തയ്യിലിന്റെ പാലസ് റോഡിലുള്ള ക്ലിനിക്ക് ഇതുപോലൊരു സങ്കേതമായിരുന്നു. വൈക്കം മുഹമ്മദ് ബഷീർ ഇവിടെ കമ്പൗണ്ടറായിരുന്നു. അതേക്കുറിച്ചെല്ലാം ബഷീർ എഴുതിയിട്ടുണ്ട്. കോട്ടിൽ നെഹ്റുവിനെപോലെ എപ്പോഴും പനിനീർപൂ ചൂടിയ, തുടുത്ത മുഖമുള്ള ഡോ. തയ്യിലിനെ ചെറുപ്പത്തിലെന്നോ കണ്ട ഒരു ഓർമയുണ്ട്. ജയിലിൽ കിടന്നപ്പോൾപോലും ആ പനിനീർപൂവുണ്ടായിരുന്നത്രേ. ഡോ. കെ.പി. തയ്യിൽ ഇസ്ലാമിലേക്ക് മതം മാറിയപ്പോഴും ഘർവാപസിയായി തിരിച്ച് ഹിന്ദുമതത്തിലേക്കു പോയപ്പോഴും കെ.പി. തയ്യിൽ തന്നെയായിരുന്നു. കെ. പത്മനാഭൻ തയ്യിൽ കമാൽ പാഷയായി മാറിയിരുന്നുവെങ്കിലും അറിയപ്പെട്ടത് ഇനീഷ്യലിലായിരുന്നു. ഇതുപോലെത്തന്നെയാണ് കൃഷ്ണലാൽ ഗൗബ എന്ന കെ.എൽ. ഗൗബ ഇസ്ലാംമതമാശ്ലേഷിച്ചപ്പോൾ ഖാലിദ് ലത്തീഫ് ഗൗബ എന്ന പേരാണ് അദ്ദേഹം സ്വീകരിച്ചത്; അറിയപ്പെട്ടത് പഴയ പേരിൽ തന്നെ കെ.എൽ. ഗൗബ. (ഇദ്ദേഹത്തിന്റെ പ്രവാചകചരിത്രം 'മരുഭൂമിയിലെ പ്രവാചകൻ' എന്ന പേരിൽ ഈ ലേഖകൻ വിവർത്തനം ചെയ്തിട്ടുണ്ട്).

ഫോർട്ട് കൊച്ചിയിൽ നിന്ന് ജനശക്തി വാരിക പ്രസിദ്ധീകരി

ച്ചിരുന്ന കാലത്ത്, അമരാവതിയിലെ അനന്തൻ വൈദ്യരുടെ വൈദ്യശാലയിലാണ് എഴുത്തുകാരും മറ്റും ഒത്തുകൂടുക. ജ്യൂ ടൗണിൽ ഒരു രാമൻ വൈദ്യർ ഉണ്ടായിരുന്നു. അദ്ദേഹത്തിന്റെ വൈദ്യശാലയിൽ സഹോദരൻ അയ്യപ്പൻ, ബഷീർ, കേശവദേവ് തുടങ്ങിയവർ നിത്യസന്ദർശകരായിരുന്നത്രേ. കോലോത്തുമുക്കിലെ കൊച്ചാശാൻ വൈദ്യരുടെ വീട്ടിൽ പലപ്പോഴും ശ്രീനാരായണഗുരു വന്നു താമസിച്ചിരുന്നതായും ചിലർ പറഞ്ഞറിയാം.

മട്ടാഞ്ചേരിയിൽ നഴ്സിംഗ് ഹോം നടത്തിയിരുന്ന ഡോ. എൻ.വി. ഷേണായിക്ക് എഴുത്തുകാരോടും പത്രപ്രവർത്തകരോടും താൽപര്യമുണ്ടായിരുന്നതുകൊണ്ട് ഞാനും അവിടെ പോയിട്ടുണ്ട്. ഇന്തോ-സോവിയറ്റ് സാംസ്കാരികസംഘടനയുടെ നേതാവായിരുന്ന ഷേണായിയിൽ നിന്നു പലപ്പോഴും സോവിയറ്റ് പുസ്തകങ്ങൾ വാങ്ങി വായിക്കും. ഡോ. ഷേണായി മുസ്‌ലിം കുട്ടികളുടെ ചേലാകർമം നടത്തുമായിരുന്നു. അതിന് അദ്ദേഹത്തെ സഹായിച്ചിരുന്നത് കമ്പൗണ്ടർ മുഹമ്മദാണ്. ഷേണായി മുഹമ്മദെന്നാണ് അയാൾ അറിയപ്പെട്ടിരുന്നത്.

ഞരമ്പുരോഗങ്ങൾക്ക് സ്വന്തമായ ഒരു തൈലമുണ്ടാക്കി രോഗികൾക്കു നൽകിയിരുന്ന മോസസ് എന്ന ഒരു യഹൂദ വൈദ്യൻ ജ്യൂ ടൗണിൽ താമസിച്ചിരുന്നു.

അക്കാലത്തെ സ്പെഷ്യലിസ്റ്റുകൾ

ഞങ്ങളുടെയൊക്കെ വീടുകളിൽ ആർക്കെങ്കിലും അസുഖം വന്നാൽ ആദ്യം പോയി കാണുക കാദർ വൈദ്യരെയാണ്. കുടുംബവിവരങ്ങളൊക്കെ ചോദിക്കുന്നതിനിടയിൽ അദ്ദേഹം നാഡി പിടിച്ചുനോക്കും. പിന്നെ, അടുത്ത മുറിയിലെ അന്തപ്പനെ വിളിച്ച് അവ്യക്തമായ പതിഞ്ഞ ശബ്ദത്തിൽ എന്തോ പറയും. പറയുന്നതെന്തായിരുന്നാലും കിട്ടുന്നത് ശർക്കരമധുരമുള്ള, ഒരേ സ്വാദുള്ള അരിഷ്ടമായിരിക്കും. എഴുത്തുകാരനായ എൻ.കെ.എ. ലത്തീഫിന്റെ ഭാര്യാപിതാവാണു കാദർ വൈദ്യർ. അദ്ദേഹത്തിന്റെ മകൻ മുഹമ്മദാലി വൈദ്യർ ജ്യൂ ടൗണിൽ, അതേ സ്ഥലത്ത് ഇപ്പോഴും രോഗികളെ ചികിൽസിച്ചുകഴിയുന്നു. ജ്യൂ ടൗണിൽ ഈയിടെ പോയപ്പോൾ കാണാനായ ഏക സ്ഥാപനം അതു മാത്രമാണ്.

ഏതു പാതിരാത്രിക്കും ഡോക്ടറായാലും വൈദ്യരായാലും വാതിൽക്കൽ മുട്ടിയാൽ, രോഗിയെ കാണാനിറങ്ങിവന്നിരുന്ന ആ കാലം ഇന്നാർക്കെങ്കിലും സങ്കൽപ്പിക്കാനാകുമോ? അങ്ങനെ ഇറങ്ങിപ്പോന്ന വർഗീസ് ഡോക്ടറെ ഏതോ കശ്മലന്മാർ അടിച്ചുവീഴ്ത്തി വീടു കവർന്നതിനുശേഷമാണെന്നു തോന്നുന്നു, ആ കലാപരിപാടിക്ക് തിരശ്ശീല വീഴുന്നത്.

സ്പെഷ്യലിസ്റ്റുകൾ പിറന്നുവീഴുന്നതിനു മുമ്പേ തന്നെ ചില രോഗങ്ങളുടെ ചികിത്സയിൽ വൈദഗ്ധ്യം നേടിയവർ കൊച്ചിയിലുമുണ്ടായിരുന്നു. വസൂരി പടർന്ന കാലത്ത് മാധവൻ ഡോക്ടറായിരുന്നു വിശ്വസ്തൻ. കൊച്ചിയിൽ ഹോമിയോപതിക്ക് മേൽവിലാസമുണ്ടാക്കിക്കൊടുത്ത കുടുംബമായിരുന്നു കൂവപ്പാടത്തെ ഡോക്ടർ പടിയാരുടേത്. രഹസ്യരോഗങ്ങൾ പിടിപെട്ടവർ ഡോ. പൊന്നപ്പനെ തേടിയാണു ചെല്ലുക. തുറമുഖനഗരിയിൽ കപ്പലിറങ്ങിവരുന്ന വിദേശസഞ്ചാരികളിൽ നിന്ന് വേശ്യകളിലേക്കും അവരിൽ നിന്ന് നാട്ടുകാരായ ഇടപാടുകാരിലേക്കും പകരുന്ന ലൈംഗികരോഗങ്ങൾ പറങ്കിപ്പുണ്ണെന്ന് വിളിക്കപ്പെട്ടത് അതുകൊണ്ടായിരുന്നു. ചിലപ്പോൾ 'കപ്പൽ' പിടിച്ചുവെന്നും കൊച്ചിക്കാർ സ്വകാര്യമായി പറയും. അമരാവതിയിൽ ദേവദാസികളും ജ്യൂ ടൗണിലും ചക്കാമ്മാടത്തും ക്രിസ്ത്യാനി പെണ്ണുങ്ങളും അമ്പതുകൾക്കപ്പുറം കപ്പൽപ്പുണ്ണ് വിതയ്ക്കാൻ തയ്യാറായി നിന്നിരുന്നതായി കേട്ടിട്ടുണ്ട്.

വസൂരി തുടങ്ങിയ പകർച്ചവ്യാധികൾ പടർന്നുപിടിക്കുമ്പോൾ എല്ലാ മതങ്ങളിൽപ്പെട്ടവരും രാത്രികാലങ്ങളിൽ പെട്രോമാക്സും കുന്തിരിക്കവും സാമ്പ്രാണിയുമായി ഇടവഴികൾ തോറും കൂട്ടത്തോടെ ഇറങ്ങിനടക്കും-മന്ത്രോച്ചാരണങ്ങളുമായി ചെകുത്താനെ ഓടിക്കാൻ. വസൂരി ബാധിച്ചവരെ പ്രത്യേക ആതുരാലയത്തിൽ പാർപ്പിച്ചു. അത്തരമൊരു ഐസലേഷൻ ഹോസ്പിറ്റലാണ് ഇപ്പോൾ ചുള്ളിക്കൽ പബ്ലിക് ലൈബ്രറി. അതിന്റെ ഉദ്ഘാടന വേളയിൽ ഒരു മന്ത്രി പറഞ്ഞു, ചേട്ടയിരുന്നിടത്ത് സരസ്വതിയെ വാഴിക്കുന്ന ചടങ്ങാണിത്. എത്ര ശരി.

ക്ഷയരോഗമായിരുന്നു എന്റെ ചെറുപ്പകാലത്തെ ഒരു വില്ലൻ. ഒരു വീട്ടിൽ തന്നെ പലരെയും, അന്നു മാരകമായിരുന്ന ഈ രോഗം അടിച്ചുവീഴ്ത്തി. പഴയ മലയാള നാടകങ്ങളിൽ ചുമച്ചു ചുമച്ച് തളർന്നുവീഴുന്ന ഒരു ക്ഷയരോഗിയുണ്ടാവും. പിന്നീട് ആ സ്ഥാനത്ത് ഭ്രാന്തനായി. മാനസികരോഗങ്ങൾ പെരുകുന്ന കാലമായിരുന്നു അത്. പിന്നീട് കാൻസർ തുടങ്ങിയ രോഗങ്ങൾ അവതരിപ്പിക്കപ്പെട്ടു; കേട്ടാൽ തിരിയാത്ത പേരുകളുള്ള ഉഗ്രൻ രോഗങ്ങൾ. നാടകചരിത്രത്തിലേക്കു കാതോർത്തിരുന്നാൽ സമൂഹത്തിൽ അതതു കാലത്ത് പിടിപെടുന്ന രോഗങ്ങളുടെ ചരിത്രവും അറിയാൻ കഴിഞ്ഞേക്കും.

എഴുപതു വർഷം മുമ്പാണ് ബഷീർ ഐഷുകുട്ടി എന്ന രസികൻ കഥയെഴുതുന്നത്. 'ന്റെ മുത്തുനബിയേ! ദാക്കിത്തറ കൊണ്ടുവാ' എന്ന് പേറ്റുനോവിനോടൊപ്പം നിലവിളിക്കുന്ന ഐഷുക്കുട്ടി. അവൾ പ്രസവിക്കണമെങ്കിൽ ഡോക്ടർ തന്നെ വരണം. പേറ്റിച്ചി പോരാ. ഇന്ന് ആശുപത്രിയിലല്ലാതെ എവിടെയെങ്കിലും പ്രസവം

നടക്കുന്നുണ്ടോ? ഒരു ബൈപാസ് സർജറിയുടെ പകുതിയെങ്കിലും ചെലവുവരും, പ്രസവം കഴിഞ്ഞ് അമ്മയും കുഞ്ഞും വീട്ടിൽ പോകുമ്പോൾ! പ്രസവിക്കാൻ മാത്രമുള്ള ലക്ഷ്വറി ഹോസ്പിറ്റലുകളുണ്ട്. പലർക്കും സിസേറിയൻ തന്നെ വേണമെന്നു നിർബന്ധമാണ്. ആശുപത്രിയുടെ പെരുമയനുസരിച്ച് പുതിയാപ്ലയുടെ സ്റ്റാറ്റസും കൂടും. എന്റെ ജ്യേഷ്ഠന്റെ ഭാര്യ (ഇത്ത) ഏഴു പെറ്റതാണ്. ഡോ. അന്ന വർഗീസിനെ വിളിക്കാൻ പോവുന്ന ജോലി മിക്കവാറും എനിക്കായിരിക്കും. അഞ്ചു രൂപയാണ് ഫീസ്. റിക്ഷാവണ്ടിക്ക് നാലണയും. യശോദ, വിലാസിനി തുടങ്ങിയ പേറ്റിച്ചികളുമുണ്ടാവും. അവരാണ് പേറെടുക്കുക. ഗർഭം അന്ന് രോഗമോ, പ്രസവം ചികിൽസയോ ആയിരുന്നില്ല. സ്വാഭാവിക പ്രക്രിയയായിരുന്നു. ഇന്നു നമ്മുടെയൊക്കെ ആരോഗ്യവും ജീവിതവും ജീവനും ആശുപത്രികളുടെ കൈകളിലാണ്. വരുമാനത്തിന്റെ നല്ലൊരു ഭാഗം ചികിൽസയ്ക്കായി ചെലവാകുന്നു. ധർമ്മാശുപത്രികളായിരുന്ന സർക്കാരാശുപത്രികളിലെ കമ്പൗണ്ടർമാർ നൽകുന്ന മിക്സ്ചർ എന്ന കലക്കവെള്ളം ആർക്കും വേണ്ട. എല്ലാവരും സൂപ്പർ സ്പെഷ്യാലിറ്റി ഹോസ്പിറ്റലുകളിലേക്കു കുതിക്കുന്നു.

നാഡിപിടിച്ച് മൃത്യുസഞ്ചാരമറിഞ്ഞിരുന്ന, മരണത്തോട് സല്ലപിക്കുന്ന പഴയ വൈദ്യന്മാരുടെ വംശം കുറ്റിയറ്റുപോയി. അവരെ ആർക്കും വേണ്ട. കോടിക്കണക്കിനു രൂപ വില വരുന്ന സ്കാനിംഗ് യന്ത്രങ്ങളിലാണു വിശ്വാസം. നാം പുരോഗമിക്കുകയാണല്ലോ.

●

6

നിധികാക്കുന്ന കാപ്പിരി

സ്കൂളിലേക്കു പോവുന്ന വഴിക്കാണു പോസ്റ്റോഫീസും അതു നിൽക്കുന്ന മങ്ങാട്ടുമുക്കും. മങ്ങാട്ടുമുക്കിൽ ഒരു മതിൽക്കെട്ടിനു പുറത്ത് ഒരു മാടത്തറ. ഓടുപാകിയ ചെറിയ മേൽക്കൂര. നിവേദ്യങ്ങൾ വയ്ക്കാനുള്ള ഒരു സിമന്റ്കെട്ടാണു മാടത്തറ. ഒരു പെട്ടിയോളം വലുപ്പമേയുള്ളൂ. അവിടെ ചിലപ്പോൾ മെഴുകുതിരി എരിയുന്നതു കാണാം. മറ്റു ചിലപ്പോൾ പൂക്കളും പുഴുങ്ങിയ മുട്ടയും പുട്ടും ഇളനീരും കള്ളുമൊക്കെ നിവേദ്യമായി സമർപ്പിക്കുന്നവരുണ്ട്. ഉറച്ച പുട്ടുണ്ടാവാൻ ചില പെണ്ണുങ്ങൾ തലപ്പുട്ട് കാപ്പിരിക്ക് എന്നു നേരുമായിരുന്നത്രേ. ചാത്തൻ തുടങ്ങി അനേകം ദൈവങ്ങളെ ആരാധിക്കുന്ന രാജ്യത്ത് ആരാണീ കാപ്പിരിദൈവം? മാടത്തറയിൽ വിഗ്രഹമോ, പ്രതിഷ്ഠകളോ ഇല്ല. അരൂപിയാണു കാപ്പിരി. എന്തിനു വേണ്ടിയാണ് ഈ നിവേദ്യങ്ങൾ അർപ്പിക്കുന്നത് ? ചെറുപ്പകാലത്ത്

ഉയർന്നുവന്ന ഇത്തരം ചോദ്യങ്ങൾക്ക് വളരെ കഴിഞ്ഞാണ് ഉത്തരങ്ങൾ കിട്ടിത്തുടങ്ങിയത്.

പതിനാറാം നൂറ്റാണ്ടിൽ പോർച്ചുഗീസുകാർ അടിമപ്പണിക്കുവേണ്ടി ആഫ്രിക്കൻ നാടുകളിൽനിന്ന് ബലമായി പിടിച്ചുകൊണ്ടുവന്ന ആസ്ട്രലോയ്ഡ് വംശജരുടെ പ്രതിനിധിയാണ് ഈ അരൂപിയായ കാപ്പിരി. കരിക്കട്ടപോലെ കറുത്ത നിറം, പിരിപിരിയായി ചുരുണ്ട മുടി, ബലിഷ്ഠമായ ശരീരം, തടിച്ച ചുണ്ടുകൾ, നിസ്സംഗമായ മുഖഭാവം, ആറരയടിയോളം ഉയരം, എന്തുജോലിയും അനുസരണയോടെ ചെയ്യുന്ന പ്രകൃതം. ഇത്തരം ഒരുപാട് നീഗ്രോകളെ അടിമകളാക്കി കൊച്ചിയിൽ കൊണ്ടുവന്നിരുന്നു. കൊച്ചി ഒരു കുപ്രസിദ്ധ അടിമവിൽപ്പനകേന്ദ്രവുമായിരുന്നെന്നു ചരിത്രകാരന്മാർ പറയുന്നു. നൂറ്റിയറുപതുവർഷത്തെ കോളനിഭരണത്തിനുശേഷം യുദ്ധത്തിൽ പരാജയപ്പെട്ട പറങ്കികൾ ഡച്ചുകാർക്ക് അടിയറവു പറഞ്ഞ ചരിത്രമുഹൂർത്തം.

കസ്സാഡോകൾ, അടിമകൾ

പോർച്ചുഗീസ് രാജാവായ ഇമ്മാനുവലിന്റെ പേരിൽ ഫോർട്ട് കൊച്ചിയിൽ നിർമിക്കപ്പെട്ട കോട്ടയ്ക്കുവേണ്ടി ആയിരക്കണക്കിന് കാപ്പിരികൾ വിയർപ്പൊഴുക്കിയിട്ടുണ്ട്.

കൊച്ചി കടപ്പുറത്തെ പഞ്ചാരമണലിൽ അവരുടെ ഒത്തിരി ചോര പുരണ്ടിട്ടുണ്ട്. പറങ്കികൾ സ്ഥാപിച്ചത് ഏഷ്യയിലെ ആദ്യത്തെ കോളനിയായിരുന്നു. ഇന്ത്യയിലെ ആദ്യത്തെ വിദേശ കോട്ടയായിരുന്നു ഇമ്മാനുവൽകോട്ട. പറങ്കികൾക്ക് കൊച്ചിക്കാരികളിലുണ്ടായ സന്തതികൾ കസ്സാഡോമാർ എന്നു വിളിക്കപ്പെട്ടു. 1551 ലെ ഒരു കണക്കുപ്രകാരം കൊച്ചിയിൽ അഞ്ഞൂറിലേറെ കസ്സാഡോമാരുണ്ടായിരുന്നുവത്രേ. ഇവർ പ്രതാപശാലികളും സമ്പന്നരുമായിരുന്നു. അവർക്ക് ഒരുപാട് സമ്പത്തുണ്ടായിരുന്നു. അവരുടെ അടിമകൾ കാപ്പിരികളായിരുന്നു. അവിശ്വാസികളെ പിടിച്ച് ബലാൽക്കാരമായി അടിമകളാക്കാൻ അന്നത്തെ പോപ്പിന്റെ സമ്മതവുമുണ്ട്.

പറങ്കിമാങ്ങ കേരളത്തിലേക്കു കൊണ്ടുവന്നവർ തന്നെ യാണു കൊച്ചിയിൽ പറങ്കിപ്പുണ്ണും വിതച്ചത്. അന്നത്തെ ഫോർട്ട് കൊച്ചി, സാന്താക്രൂസ് സിറ്റി എന്നാണു വിളിക്കപ്പെട്ടത്. മട്ടാഞ്ചേരി കൊച്ചിം ഡിസിമ എന്നും. ഫോർട്ട് കൊച്ചിയും മട്ടാഞ്ചേരിയും ഒരർഥത്തിൽ അന്നും ഇന്നും ഇരട്ടപട്ടണങ്ങളാണ്. അവയുടെ അതിർത്തികൾ അതിലോലമാണ്.

1663 ജനുവരി എട്ടിന്, ഘോരഘോരമായ യുദ്ധത്തിനുശേഷം പറങ്കികൾ, ലന്തക്കാർക്കു കീഴടങ്ങി. പോർച്ചുഗീസ് കമാണ്ടർ ഇഗ്നേ

ഷ്യൻ സർമാന്റെസി കർവാലോ ഒപ്പിട്ട കരാറനുസരിച്ച് കസ്റ്റോഡോകളെയെല്ലാം ഗോവയിലേക്ക് അയക്കുകയാണുണ്ടായത്. യുദ്ധത്തിൽ ഏഷ്യയിലെ മികച്ച ഗ്രന്ഥാലയങ്ങളിലൊന്നായിരുന്ന സെന്റ് പോൾ ലൈബ്രറിയും കോട്ട ആശുപത്രിയുമെല്ലാം അഗ്നിക്കിരയായി. പാതിരിമാരെപ്പോലും സ്വർണം, വെള്ളി പോലുള്ള സ്വത്തുവകകൾ കൊണ്ടുപോവാൻ അനുവദിച്ചില്ല. ഈ സ്വത്തുക്കൾ എന്തുചെയ്യും? സമ്പന്നരായ പറങ്കികളും കസ്റ്റാഡോകളും മാവിൻചുവട്ടിലും ആലിൻചുവട്ടിലും ആഴമുള്ള കുഴികുത്തി അതിൽ അവ മൂടി. ഒപ്പം ആ നിധിക്കു കാവലായി തങ്ങളുടെ വിശ്വസ്തരായ കാപ്പിരികളെയും കൊന്നുകുഴിച്ചുമൂടി. എന്നെങ്കിലും ഒരു നാൾ തിരിച്ചുവരുന്നതുവരെ ഈ കാപ്പിരികൾ നിധി കാത്തുസൂക്ഷിക്കുമെന്നവർ വിശ്വസിച്ചു.

നല്ലവനായ ഒരു അരൂപി

പണ്ട് ഈജിപ്ഷ്യൻ ഫറോവമാർ മരിച്ചാൽ, അവരെ സേവിക്കാൻ അടിമകളെയും പിരമിഡിനുള്ളിൽ അടക്കം ചെയ്തിരുന്നല്ലോ. ഇതുപോലെ മതിൽക്കെട്ടിന് ഉറപ്പുവരുത്താനും ഒത്തിരി അടിമകളുടെ രക്തം ഒഴുക്കിയതായി പറയപ്പെടുന്നു. കൊങ്കിണികേന്ദ്രമായ ചെറളായിൽ പോലും അടുത്തകാലം വരെ കാപ്പിരിമതിലുണ്ടായിരുന്നതായി കേട്ടിട്ടുണ്ട്. പറങ്കികൾക്കു ശേഷം കൊച്ചി ഭരിച്ച ഡച്ചുകാരും അടിമകളെ ചൂഷണം ചെയ്യുന്നതിൽ മോശക്കാരായിരുന്നില്ല. പതിനേഴാം നൂറ്റാണ്ടിൽ അവർ അഞ്ചരലക്ഷം കാപ്പിരികളെ അടിമച്ചന്തയിൽ വിറ്റതായി ഒരു രേഖയിൽ പറയുന്നു. ഷേക്സ്പിയറുടെ ടെമ്പസ്റ്റ് നാടകത്തിലെ ഏരിയൽ എന്ന ഭൂതത്തെപ്പോലെ എന്തുചെയ്യാനും സന്നദ്ധരായ വിശ്വസ്തഭൃത്യരായിരുന്നു ഒരുകാലത്ത് കൊച്ചിയിൽ ജീവിച്ച അടിമവർഗം. അവർ മൃഗങ്ങളെപ്പോലെ അഹോരാത്രം പണിയെടുത്തു. എല്ലാത്തരം ശാരീരിക അധ്വാനത്തിനും അവർ തയ്യാറായിരുന്നു. പാചകക്കാരായും കൽപ്പണിക്കാരായും ഏഴാംകൂലിയായുമെല്ലാം അവർ വിയർപ്പൊഴുക്കി. ആഫ്രിക്കയിൽ നിന്നും മൗറീഷ്യസിൽ നിന്നും കേപ്ടൗണിൽ നിന്നും മൊസാമ്പിക്കിൽ നിന്നുമൊക്കെ വന്നവരായിരുന്നു അവർ. അടിമച്ചന്തയിൽ കൈകാലുകളിൽ ചങ്ങലയണിയിച്ച് ബന്ധനസ്ഥരാക്കി അവരെ വിൽപ്പനയ്ക്കു വെച്ചു. 1854ൽ കൊച്ചിയിൽ ദിവാൻ നിരോധിക്കുന്നതുവരെ ഈ അടിമച്ചന്ത നിലനിന്നുവെന്നുതന്നെ വേണം പറയാൻ.

അദൃശ്യനായ കാപ്പിരിമുത്തപ്പനെ കണ്ട ആരെങ്കിലുമുണ്ടോ? മാവിൻകൊമ്പിലോ, ആലിൻചുവട്ടിലോ, മതിലിനു പുറത്തോ മദ്യവും മോന്തി, ചുരുട്ടും വലിച്ച് മൂളിപ്പാട്ടും പാടിയിരിക്കുന്ന കോട്ടും പാന്റ്സും ഹാറ്റും ധരിച്ച കാപ്പിരിയെ കണ്ടവരെക്കുറിച്ചു കേട്ടു

കേൾവിയിലൂടെ ഒരുപാട് കഥകൾ പ്രചരിച്ചിട്ടുണ്ട്. കൊച്ചിയിൽ അയാൾ തീകൊളുത്തി വലിച്ച് ഉപേക്ഷിച്ച ചുരുട്ടുകുറ്റികൾ വെളുപ്പാൻകാലത്ത് ചില മരച്ചുവടുകളിൽ കാണാമായിരുന്നുവത്രേ. ആൽമരവും തേൻമാവും കാപ്പിരിക്ക് പ്രിയപ്പെട്ട മരങ്ങൾ. കാപ്പിരിമാവും കാപ്പിരിയാലും അങ്ങനെ പ്രശസ്തമായ മരങ്ങളാണ്.

കടലിലെ കുരുതിക്കഥ

ആരാണ് കാപ്പിരികൾക്കുവേണ്ടി ഈ മാടത്തറകൾ പണിതത്? ആരാണു കാപ്പിരിയെ ആരാധിക്കുന്നതും നിവേദ്യങ്ങൾ അർപ്പിക്കുന്നതും? ഇതൊരുതരം മതവിശ്വാസമാണോ? ആണെന്ന് ആരും പറയുന്നില്ല. എങ്കിലും നല്ലവനായ കാപ്പിരി നന്മകൊണ്ടുവരുമെന്നും തിന്മ തടയുമെന്നും വിശ്വസിക്കുന്നവരുണ്ടെന്നല്ലേ പ്രചരിപ്പിക്കപ്പെടുന്ന കഥകളിൽനിന്നും അർപ്പിക്കപ്പെടുന്ന നിവേദ്യങ്ങളിൽ നിന്നും മനസ്സിലാക്കേണ്ടത്? കാഫിർ (അവിശ്വാസി) എന്ന അറബി പദത്തിന്റെ രൂപാന്തരമാണു കാപ്പിരി. കാപ്പിരികൾ കൂട്ടത്തോടെ താമസിച്ചിരുന്ന പ്രദേശമായ കാപ്പിരിത്തുരുത്ത് പിൽക്കാലത്ത് ലോപിച്ച് തുരുത്തി ആയതാവാം. കൽവത്തിയിലാണ് തുരുത്തി. കാപ്പിരിത്തുരുത്ത് എന്ന സാഹിർ അലിയുടെ സിനിമ ഈ ദേശത്തി ന്റെ കഥയാണ്.

ഏതായാലും കാപ്പിരിമുത്തപ്പൻ ക്രൂരനല്ല. കാണാതായ വസ്തുക്കൾ തിരിച്ചുകൊണ്ടുവന്നു തരുന്ന നല്ലവനായ കാപ്പിരി. സ്വർണാഭരണങ്ങളായാലും, പാസ്പോർട്ടോ, റേഷൻ കാർഡോ, വാഹനങ്ങളോ എന്തായിരുന്നാലും കാപ്പിരിക്ക് ഒരു കൂടു മെഴുകുതിരിയോ ഉപ്പില്ലാത്ത ഇറച്ചിയോ നേർന്നാൽ ഉടനെ അതു തിരികെ കിട്ടുമെന്നു വിശ്വസിക്കുന്നവരെക്കുറിച്ചുള്ള കഥകളെമ്പാടും കൊച്ചിയിൽ പ്രചരിച്ചിട്ടുണ്ട്. രാത്രിയിൽ കള്ളടിച്ചിട്ടു പൂസാകുന്നവരെ വീട്ടിൽ കൊണ്ടുചെന്നാക്കുന്ന വഴികാട്ടിയായും കാപ്പിരിമുത്തപ്പൻ ചിത്രീകരിക്കപ്പെടുന്നു. തെറ്റുചെയ്യുന്നവരെ ചൂരൽകൊണ്ട് ചന്തിക്ക് നല്ല പെടപെടയ്ക്കാനും ഈ മുത്തപ്പൻ മടിക്കാറില്ലത്രേ.

പണ്ടൊരു പോർച്ചുഗീസ് കപ്പൽ കൊച്ചിയിലേക്ക് വന്നുകൊണ്ടിരിക്കുമ്പോൾ ശക്തിയായ കടൽക്ഷോഭമുണ്ടായി. കടലമ്മയെ പ്രസാദിപ്പിക്കാൻ ഒരു കാപ്പിരിയെ തലവെട്ടി കടലിലെറിഞ്ഞു. പിറ്റേന്നു ഭക്ഷണം കഴിക്കാൻ നേരത്തു മനുഷ്യത്വരഹിതമായ ഈ കൃത്യം ചെയ്തതിൽ കപ്പിത്താന് കുറ്റബോധം തോന്നി. ഒഴിഞ്ഞ കസേരയുടെ മുമ്പിൽ തീൻമേശയിൽ കൊല്ലപ്പെട്ട കാപ്പിരിക്കുള്ള ഭക്ഷണത്തിന്റെ ഓഹരി മാറ്റിവെയ്ക്കുക അയാൾ പതിവാക്കി. അതു പിന്നീട് പോർച്ചുഗീസ്ജീവിതത്തിലെ ഒരു ശൈലിയായി മാറിയെന്നു കഥ. ഇന്നു മാടത്തറയിൽ മുടങ്ങാതെ നിവേദ്യങ്ങളെത്താൻ കാരണം ഇത്തരം കഥകളായിരിക്കാം.

ജൂതന് കിട്ടിയ സ്വർണം

കഥയിൽ കാര്യമുണ്ടോ എന്നാരും ചോദിക്കാറില്ല. കാപ്പിരിമുത്തപ്പൻ കാത്തുസൂക്ഷിച്ച നിധി ആർക്കെങ്കിലും കിട്ടിയതായി അറിയാമോ? അറിഞ്ഞാൽ തന്നെ ആരെങ്കിലും പറയുമോ? പൂർവികർ കുഴിച്ചിട്ട നിധിതേടി പറങ്കികളുടെ പുതുതലമുറക്കാരിൽ ചിലരൊക്കെ കൊച്ചിയിൽ വന്നുപോയിട്ടുണ്ടാവാം. ബലിയർപ്പിക്കപ്പെട്ട പൂർവികരുടെ കഥകൾ തേടി നീഗ്രോകളും വന്നിരിക്കാം. കൊച്ചിയിൽ വന്നുപോവുന്ന പതിനായിരക്കണക്കിനു വിദേശികളിൽ ആരൊക്കെയുണ്ടെന്ന് ആർക്കറിയാം!

ഒരു കഥ കേട്ടിട്ടുണ്ട്: കൊച്ചങ്ങാടിയിൽ കാപ്പിരികാവൽ നിൽക്കുന്ന നിധിയുണ്ടെന്നു സംശയിച്ച് ഒരു ജൂതൻ കുഴിച്ചുനോക്കി. കുഴിച്ചുകുഴിച്ച് വന്നപ്പോൾ ഒരു വലിയ ഭരണിയോ മറ്റോ തടഞ്ഞു. ഒരുപാട് ജോലിക്കാർ വലിച്ചുനോക്കിയിട്ടും കിട്ടുന്നില്ല. ഒരു ആനയെ കൊണ്ടുവന്നു വലിച്ചുനോക്കി. ആനയേക്കാൾ ശക്തിയോടെ ആരോ ഭൂഗർഭത്തിലേക്കു ഭരണിയെ പിടിച്ചുവലിച്ചുകൊണ്ടുപോകുന്നതുപോലെ തോന്നി. ഒടുവിൽ ഭരണിയുടെ പിടിയിലെ ഒരു കഷണം കിട്ടി. കട്ടി സ്വർണമായിരുന്നു അത്. സ്വർണം വിറ്റുകിട്ടിയ പണംകൊണ്ടാണ് കൊച്ചങ്ങാടി തെക്കുഭാഗം ജൂതപ്പള്ളിയും അതിന്റെ സേഫർതോറയിലെ സ്വർണക്കിരീടവും നിർമിച്ചതത്രേ. പരദേശി സിനഗോഗിനു മുമ്പുണ്ടായിരുന്ന കറുത്ത ജൂതന്മാരുടെ ആ ദേവാലയം ഇന്നില്ല.

സാവോജോസ്

ഒരുകാലത്ത് യൂറോപ്യൻമാർ നടത്തിയ അടിമക്കച്ചവടത്തെക്കുറിച്ചുള്ള കഥകൾ ഇന്നും അവസാനിക്കുന്നില്ല. ഇപ്പോഴും അതുമായി ബന്ധപ്പെട്ട വാർത്തകൾ പത്രമാധ്യമങ്ങളിൽ വന്നുകൊണ്ടിരിക്കുന്നു. 2015 ജൂണിൽ കേപ്ടൗണിൽനിന്നു കണ്ടുകിട്ടിയ സാവോജോസ് എന്ന കപ്പലിന്റെ അവശിഷ്ടങ്ങൾ നിഷ്ഠുരമായ ഈ വ്യാപാരത്തിന്റെ കഥ പറയുന്നുണ്ട്. മൊസാമ്പിക്കിൽനിന്നു നാനൂറ് ആഫ്രിക്കൻ അടിമകളെയും കൊണ്ട് ബ്രസീലിലേക്കു പുറപ്പെട്ട സാവോജോസ് 1794ൽ മുങ്ങിപ്പോവുകയായിരുന്നുവത്രേ. ഇതിലെ പകുതി നീഗ്രോകളും മുങ്ങിമരിച്ചു. മറ്റുള്ളവർ രക്ഷപ്പെട്ടെങ്കിലും അടിമച്ചന്തയിൽ വീണ്ടുമെത്തി. അടിമകളാവാൻ പിറന്ന ഒരു വർഗമായിരുന്നു അന്നവർ! ഒരു അടിമക്കപ്പലിനെകുറിച്ചുള്ള പുരാവസ്തു സംബന്ധമായ ആദ്യ തെളിവുകളാണ് സാവോജോസിൽനിന്നു കിട്ടിയത്. കർണാടകയിലും ഗുജറാത്തിലുമുള്ള സിദ്ദിമുസ്‌ലിംകൾക്ക് കൊച്ചിയിലെ കാപ്പിരികളുമായി ബന്ധമുണ്ടായിരുന്നുവെന്നു ചില ചരിത്രകാരന്മാർ രേഖപ്പെടുത്തിയിട്ടുണ്ട്. മട്ടാഞ്ചേരിയിൽ

ഇന്നും സന്ദർശകരെ ആകർഷിച്ചുകൊണ്ടിരിക്കുന്ന ഡച്ച് പാലസ്, കൊച്ചിരാജാവിനു വേണ്ടി പോർച്ചുഗീസുകാർ പണിത കൊട്ടാരമാണ്. ഡച്ചുകാർ അതു പുതുക്കിയെന്നുമാത്രം. ഈ കൊട്ടാരത്തിനു വേണ്ടിയും കാപ്പിരികൾ ഒരുപാട് രക്തമൊഴുക്കിയിട്ടുണ്ട്.

ഓ രാ പ്രാ നോബിസ്

കാപ്പിരി മിത്തിനെ ആധാരമാക്കി പോഞ്ഞിക്കര റാഫി എഴുതിയ ചെറിയ നോവലുണ്ട്, മലയാളത്തിൽ-ഓ രാ പ്രാ നോബിസ്. നൂറ്റാണ്ടുകൾക്കു മുമ്പ് കപ്പിത്താന്മാരായി പോർച്ചുഗലിൽനിന്നെത്തിയ അസ്വാരസ് കുടുംബത്തിനുവേണ്ടി ബലിയർപ്പിക്കപ്പെട്ട കുതിരവണ്ടിക്കാരനായ അംബ്രോസിന്റെ കഥ. അസ്വാരസ്മാർക്ക് സ്വന്തമായ തുരുത്തുകളും പായ്ക്കപ്പലുകളും ബംഗ്ലാവുകളുമുണ്ടായിരുന്നു. അവർ മാടമ്പിമാരായിരുന്നു. ഡച്ചുകാർക്ക് പോർച്ചുഗീസുകാർ കീഴടങ്ങേണ്ടി വന്നപ്പോൾ അസ്വാരസ് കുടുംബം അവരുടെ വിലപിടിച്ച സ്വത്തുക്കൾ ഒരിടത്ത് കുഴിച്ചിട്ടു. ആ നിധിയുടെ കാവലാളായി അംബ്രോസിനെയും കുഴിച്ചുമൂടി. ഈശോ മിശിഹായ്ക്ക് സ്തുതിയായിരിക്കട്ടെ-അംബ്രോസ് അപ്പൂപ്പൻ ഇരുകരങ്ങളും ചിറകുകൾപോലെ മേലോട്ട് വിടർത്തിക്കൊണ്ടുപാടി.

യജമാനനുവേണ്ടി സ്വജീവൻ ബലിയർപ്പിക്കാൻ സന്നദ്ധനാകുന്ന അംബ്രോസ് അപ്പൂപ്പനെ റാഫി മാസ്റ്റർ അവതരിപ്പിക്കുന്നത് അങ്ങനെയാണ്. തലമുറകൾക്കു ശേഷം അംബ്രോസിന്റെ കുടുംബത്തിൽ നിധിക്കുവേണ്ടി നടക്കുന്ന സംഘർഷങ്ങളാണ് നോവലിന്റെ പ്രമേയം. നിധിയെവിടെയെന്നറിയാവുന്ന പുതിയ കാലത്തെ അപ്പൂപ്പൻ, അതു വെളിപ്പെടുത്താൻ തയ്യാറാവുന്നില്ല. യജമാനന്മാരുടെ പിൻഗാമികളായ നിധിയുടെ യഥാർഥ അവകാശികൾ വരുന്നതും കാത്തിരിക്കുകയാണയാൾ.

ഒരു ഇംഗ്ലീഷ് നോവൽ

ജോർജ് തുണ്ടിപറമ്പിൽ-ഞങ്ങൾ ജോർജ് റോയി എന്നാണിദ്ദേഹത്തെ വിളിക്കുന്നത്-എന്ന സുഹൃത്ത് ഇംഗ്ലീഷിലെഴുതിയ മായ എന്ന നോവലിന്റെ പ്രമേയവും കാപ്പിരി മിത്തിനെ അവലംബിച്ചുള്ളതാണ്. വാസ്കോ ഡ ഗാമ, പച്ചീക്കൊ പെരേര, സെന്റ് ഫ്രാൻസിസ് സേവ്യർ, പോർച്ചുഗീസ് കവി കമിയോസ് തുടങ്ങി ഒരുപാട് ചരിത്രപുരുഷന്മാരിലൂടെയും ചരിത്രമുഹൂർത്തങ്ങളിലൂടെയും കടന്നുപോവുന്ന ഐതിഹാസികമാനമുള്ള ഇതിവൃത്തം. മുന്നൂറ്റിമുപ്പത്തിയാറു വർഷമായി മോക്ഷം തേടിനടക്കുന്ന ലാം എന്ന നീഗ്രോയുടെ ആത്മാവാണു പ്രധാന കഥാപാത്രം. ലാമിന്റെ പ്രണയവും മതവും വിശ്വസ്തതയും സത്യസന്ധതയുമൊക്കെ ചിത്രീകരിക്കപ്പെടുന്നു. വർത്തമാനകാല കൊച്ചിയിലെ മായ എന്ന

അതിസുന്ദരിയായ കഥാനായികയിൽ ലാം അനുരക്തനാവുന്നു. അവൾക്കു മാത്രമേ അയാളെ കാണാനാവുകയുള്ളൂ. തന്റെ കഥ മുഴുവൻ മായയോട് പറഞ്ഞുതീരുമ്പോൾ ലാമിന് മോക്ഷം ലഭിക്കുന്നുവെന്നാണു സങ്കൽപ്പം. ലാമിന്റെ മകൻ കണ്ണനും കഥാപാത്രമായി വരുന്നുണ്ട്. തന്റെ ജീവൻ രക്ഷിച്ചതിന് പ്രതിഫലമായി ഒരു നമ്പൂതിരി ലാമിന് പകർന്നുകൊടുക്കുന്ന ഹൈന്ദവമന്ത്രവും, താന്ത്രികവിധികളും, പുനർജന്മത്തെക്കുറിച്ചുള്ള വിശ്വാസങ്ങളുമെല്ലാം നോവലിൽ പരാമർശിക്കുന്നുണ്ട്. ഗാമ വന്നതിന്റെ അഞ്ഞൂറാം വാർഷികം കൊണ്ടാടപ്പെട്ട വർത്തമാനകാല കൊച്ചിയിൽ നിന്ന് ആരംഭിക്കുന്ന നോവൽ പാശ്ചാത്യരുടെ കൊടും ക്രൂരതകളുടെ കഥ പറയുന്നതാണ്.

വേണ്ടത്ര ചർച്ചചെയ്യപ്പെട്ടിട്ടില്ലാത്ത ഈ നോവലിന്റെ മലയാളവിവർത്തനം താമസിയാതെ പുറത്തുവരുമെന്ന് ജോർജ് പറയുന്നു. കാപ്പിരിമുത്തപ്പനെക്കുറിച്ചുള്ള മിത്ത് ഇനിയും പുതിയ എഴുത്തുകാരെ ആകർഷിച്ചേക്കാം. അതിനു വ്യത്യസ്തമായ മാനങ്ങളുണ്ടല്ലോ. ലാമുമാരുടെയും അംബ്രോസ്മാരുടെയും ആത്മാക്കൾ കൊച്ചിയുടെ തെരുവുകളിൽ ഗതികിട്ടാതെ അലഞ്ഞുതിരിയുമ്പോൾ, അവരുടെയഥാർഥ ജീവിതകഥകൾ ഖനനം ചെയ്തെടുക്കാൻ ചരിത്രകാരന്മാരും എഴുത്തുകാരും മുന്നോട്ടുവരുമായിരിക്കാം.

●

7

കാതറുത്ത ബിയ്യാത്തുവിന്റെ കിസ്സ

കാതറുത്ത വാൻഗോഗിനെ കുറിച്ചു കേൾക്കുന്നതിന് എത്രയോ മുമ്പേ ഞാൻ കാതറുത്ത ബിയ്യാത്തുവിനെ കുറിച്ചു കേട്ടിരുന്നു!

പ്രണയഭ്രാന്ത് മുഴുത്ത മുഹൂർത്തത്തിൽ തന്റെ ചെവിയറുത്ത് അഭിസാരികയായ കാമുകിക്കു സമ്മാനിച്ച വിശ്വചിത്രകാരനായ വിൻസെന്റ് വാൻഗോഗിന്റെ ആ പ്രവൃത്തി ഉദാത്ത പ്രേമത്തിന്റെ മാതൃകയായാണു നമ്മുടെ ചില കവികൾ ചിത്രീകരിച്ചത്. ഒരുകാലത്തു ഹിന്ദി സിനിമയിലെ താരസുന്ദരിയും ഗായികയുമായിരുന്ന നൂർജഹാനോടുള്ള പ്രണയഭ്രാന്ത് മൂത്ത് ചെവിയറുത്ത ലാഹോറിലെ ക്ഷുരകനെക്കുറിച്ച് ഇന്ത്യാ ഉപഭൂഖണ്ഡത്തിന്റെ മാസ്മരിക കഥാകാരനായ സാദത്ത് ഹസൻ മാൻതോ തന്റെ 'മറ്റൊരാകാശത്തുനിന്നുള്ള താരങ്ങൾ' (സ്റ്റാർസ് ഫ്രം അനദർ സ്കൈ) എന്ന പുസ്തകത്തിലെഴുതിയത് ഓർക്കുന്നു.

എന്നാൽ, വാൻഗോഗിനെയോ ലാഹോറിലെ ബാർബറെയോ പോലെ സ്വയം കാതറുക്കുകയായിരുന്നില്ല ബിയ്യാത്തു; കാതറുക്കപ്പെടുകയായിരുന്നു! കർത്തരിപ്രയോഗവും കർമണിപ്രയോഗവും തമ്മിലുള്ള അന്തരമുണ്ട് അവയ്ക്കു തമ്മിൽ. ചെറുപ്പം മുതൽക്കേ കേൾക്കുന്ന പേരായതുകൊണ്ട് ബിയ്യാത്തു ആരായിരുന്നുവെന്നും അവർക്കു യഥാർഥത്തിൽ സംഭവിച്ചതെന്തായിരുന്നുവെന്നും പലരോടും ചോദിച്ചിട്ട് വ്യക്തമായ ഉത്തരം കിട്ടിയില്ല. കുട്ടികളായ ഞങ്ങളുടെ പേടിസ്വപ്നമായിരുന്നു ബിയ്യാത്തു. കൊച്ചങ്ങാടി ചന്ദനപ്പള്ളിയിൽ നിന്ന് ഏതാനും ഫർലോങ്ങ് അകലെയുള്ള മുഹ്‌യിദ്ദീൻ പള്ളിയിലെ രാത്രി ദർസിൽ പോയിമടങ്ങുമ്പോഴാണ് ഈ സുന്ദരിയെക്കുറിച്ചോർത്തു ഞെട്ടുക. ചന്ദനപ്പള്ളിക്കടുത്തു തന്നെയായിരുന്നു അബു മുസ്ല്യാരുടെ ഓത്തുപള്ളി. ഓത്തുപള്ളിയുടെ വടക്കു ഭാഗത്ത് ഇന്നും ഒഴിഞ്ഞുകിടക്കുന്ന ഒരു പാഴ്പ്പറമ്പുണ്ട്. അവിടെ എത്തുമ്പോഴാണ് ഒരിക്കലും ഞങ്ങൾ സ്വപ്നത്തിൽപോലും കണ്ടിട്ടില്ലാത്ത ബിയ്യാത്തുവിനെക്കുറിച്ചോർത്ത് ഉൾക്കിടിലമുണ്ടാവുക. പിന്നെ ആയത്തുൽ കുർസി (ഖുർആൻ സൂക്തം) ഓതി കണ്ണുംപൂട്ടി ഒരോട്ടമാണ്! അവിടെയെവിടെയോ ബിയ്യാത്തുവിന്റെ പ്രേതം അലഞ്ഞുതിരിഞ്ഞു നടക്കുന്നുണ്ടാവുമെന്നായിരുന്നു വിശ്വാസം. എത്ര സുന്ദരിയായാലും പ്രേതമല്ലേ, പേടിക്കാതിരിക്കുന്നതെങ്ങനെ? ബാപ്പയുടെ പെങ്ങളുടെ മകളായ ഇത്ത്തയുടെ വിവരണം ഇങ്ങനെയായിരിക്കും: നമ്മളെ കണ്ടാ പ്രേതം പുറം തിരിഞ്ഞുനിക്കും. അപ്പോ ഉള്ളിലൊന്നും ഉണ്ടാവൂല.

ഹോളോമാൻ എന്ന സിനിമയ്ക്കു മുമ്പേ അത്തരമൊരു രൂപത്തെ നമ്മുടെ പെണ്ണുങ്ങൾ സങ്കൽപ്പിച്ചിരുന്നുവെന്നല്ലേ മനസ്സിലാക്കേണ്ടത്! മണ്ണുമാന്തിക്കപ്പലിന്റെ ശബ്ദം കേട്ടാലും ഇത്ത്ത പറയും: കേട്ടോ! അതു പിശാചിന്റെ ഒച്ചേണ്!

അങ്ങനെ പ്രേതത്തിന്റെ രൂപവും പിശാചിന്റെ ശബ്ദവും പേടിനിറച്ച ബാലമനസ്സ്, വളർന്നപ്പോൾ യഥാർഥ സംഭവമറിയാൻ കൗതുകം കാണിക്കുക സ്വാഭാവികം.

ഈ അടുത്തകാലത്തു മാത്രമാണു സംഭവത്തിന്റെ ഒരു ഏകദേശ ചിത്രം അറിയാൻ കഴിഞ്ഞത്. പശ്ചിമ കൊച്ചിയുടെ സമീപകാല ചരിത്രവുമായി ബന്ധപ്പെട്ട പല സംഭവങ്ങളും ഓർമയുടെ ഹാർഡ് ഡിസ്കിൽ സൂക്ഷിച്ചിരുന്ന, എൺപത്തൊമ്പതുകാരനായിരുന്ന ബസറ അവ്വോക്കർക്ക (ഇപ്പോൾ ജീവിച്ചിരിപ്പില്ല) വിചിത്രമായ ഒരു കഥയാണു പറഞ്ഞുതന്നത്. എം.എ. അബൂബക്കർ എന്ന അവ്വോക്കർക്കയ്ക്ക് ബാപ്പ അബ്ദുറഹ്മാനിൽ നിന്നു കിട്ടിയതാണു ബസറ എന്ന പേര്. അല്ലാതെ അദ്ദേഹം ബസറയിൽ പോയിട്ടൊന്നുമില്ല. തന്റെ യൗവ്വനകാലം മുഴുവൻ ബ്രിട്ടീഷ് റോയൽ

ആർമിയിൽ പട്ടാളക്കാരനായി ലോകം ചുറ്റിയ, ഒന്നാം ലോകയുദ്ധത്തിലൊക്കെ പങ്കെടുത്തിട്ടുള്ള, ഒരുപാടു ഭാഷകൾ സംസാരിച്ചിരുന്ന അബ്ദുറഹ്മാനു നാട്ടുകാർ കൽപ്പിച്ചുകൊടുത്ത പേരായിരിക്കണം ബസറ എന്നത്. പട്ടാളക്കാരൻ മാത്രമല്ല, സയ്യിദ് വംശജനുമായിരുന്നു അബ്ദുറഹ്മാൻ. ഭാര്യ മലബാറിയാണെങ്കിലും കൊച്ചി തക്യാവിൽ മറമാടിയിട്ടുള്ള സയ്യിദ് അബൂബക്കർ ബാംബിന്റെ പേരാണ് അവർ മകനിട്ടത്. പഴയ വോളിബോൾ കളിക്കാരനായ അവ്വോക്കർക്ക കേരളത്തിൽ പലയിടത്തും ടൂർണമെന്റുകളിൽ പങ്കെടുത്തിട്ടുണ്ട്. സൈക്കിളിൽ കൊച്ചി മുഴുവൻ ചുറ്റിനടക്കാറുണ്ടായിരുന്നു. വസൂരി പടർന്ന കാലത്ത് ഒരു കണ്ണും നഷ്ടപ്പെട്ടുപോയി. പക്ഷേ, മൂന്നാംകണ്ണ് എപ്പോഴും പ്രവർത്തിച്ചുകൊണ്ടിരുന്നു. മതപരവും രാഷ്ട്രീയവുമായ എല്ലാ കാര്യങ്ങളിലും സ്വന്തമായ അഭിപ്രായങ്ങളും നിലപാടുകളുമുണ്ട്. എല്ലാ വിഭാഗത്തിൽപ്പെട്ട ആളുകളുമായും സൗഹൃദം കാത്തുസൂക്ഷിച്ചിരുന്നു.

പശ്ചിമ കൊച്ചിയുടെ വാമൊഴി ചരിത്രകാരനെന്ന് അവ്വോക്കർക്കയെ വേണമെങ്കിൽ വിശേഷിപ്പിക്കാം. കൊച്ചിയുമായി ബന്ധപ്പെട്ട എന്തു സംഭവത്തെ കുറിച്ചു ചോദിച്ചാലും മൂപ്പർക്ക് എന്തെങ്കിലും പറയാനുണ്ടായിരിക്കും. കാതറുത്ത ബിയ്യാത്തുവിനെ കുറിച്ച് ചോദിച്ചപ്പോഴും ചിരിച്ചുകൊണ്ടു പറഞ്ഞു: ഇതു പ്രേമോം മണ്ണാങ്കട്ടേന്നുമല്ല. നിങ്ങൾ പത്രക്കാര് സ്ത്രീപീഡനം എന്നൊക്കെ എഴുതിവിടാറില്ലേ? സംഗതിയതാണ്.

ദേശത്തെ ഇളക്കിമറിച്ച സംഭവം

ഫോർട്ട് കൊച്ചി പുല്ലുപാലത്തോ മറ്റോ ഉള്ള ഒരുമൊഞ്ചത്തിയായിരുന്നു കഥാനായിക. ചായക്കടകളിലേക്കു പലഹാരമുണ്ടാക്കി, കഴിച്ചിലിനുള്ള വകയുണ്ടാക്കി ജീവിച്ചുപോന്ന ഒരു പാവപ്പെട്ട കുടുംബത്തിലെ അവിവാഹിതയായ പെണ്ണ്. അവളെ കണ്ട് അയൽവാസിയായ ഒരു മുസ്ലിം പ്രമാണിക്ക് അൽപ്പമൊരു ഇശ്ക് തോന്നി. ബിസിനസ്സുകാരനാണ്. ഉന്നതങ്ങളിൽ പിടിപാടുള്ളയാളാണ്. അതുകൊണ്ടുതന്നെ ദേശത്തെ ഒരു പ്രമാണിയും. തൽക്കാലം ഇയാളെ നമുക്ക് ഹസ്സൻകുട്ടി എന്നു വിളിക്കാം. ഹസ്സൻകുട്ടി ബിയ്യാത്തുവിനെ ലക്ഷ്യമാക്കി വലയെറിഞ്ഞു. അവൾക്കു പ്രശ്നമൊന്നുമുണ്ടായിരുന്നില്ല. ഒരു കണ്ടീഷൻ മാത്രം നിക്കാഹ് കഴിക്കാന്നൊണ്ടെങ്കി സമ്മതാ.

അങ്ങനെ വലിയ ബാധ്യതയൊന്നും ഏറ്റെടുക്കാൻ ഹസ്സൻകുട്ടി തയ്യാറായിരുന്നില്ല. എങ്കിലും അയാൾ സമ്മതം പ്രകടിപ്പിച്ചു. അങ്ങനെയാണ് കൊച്ചങ്ങാടി ചെമ്പിട്ടപള്ളിക്കടുത്തുള്ള ആമിനുത്താത്തയുടെ വീട്ടിലേക്കു കൊണ്ടുവന്നത്. അവിടെ മുസ്ല്യാരെ

വിളിച്ചുവരുത്തി നിക്കാഹ് നടത്താം എന്നായിരുന്നു കണ്ടീഷൻ. ആമിനുത്താത്തയ്ക്കും ഹസ്സൻകുട്ടിയുടെ മനസ്സിലിരിപ്പു മനസ്സിലായില്ല. എന്നാൽ, ബിയ്യാത്തു മൊഞ്ചത്തി മാത്രമായിരുന്നില്ല. തന്റെ തടി രക്ഷിക്കാനുള്ള ബുദ്ധിയും അവൾക്കുണ്ടായിരുന്നു. എന്തെല്ലാം പ്രലോഭനങ്ങൾ നൽകിയിട്ടും നിക്കാഹിൽ കുറഞ്ഞ ഒന്നും അവൾ സ്വീകരിക്കാൻ തയ്യാറായിരുന്നില്ല. പ്രലോഭനങ്ങൾ ഫലിക്കാതെ വരുമ്പോഴാണല്ലോ ഭീഷണിയും കൈയേറ്റവും നടത്തുക. ഹസ്സൻകുട്ടിയുടെ സിൽബന്തികൾ ബലം പ്രയോഗിച്ചപ്പോൾ-അതു ബലാൽസംഗമായിരുന്നോ എന്നൊന്നും ഉറപ്പില്ല -അനിവാര്യമായതു സംഭവിച്ചു. ബിയ്യാത്തു മരിച്ചു! പ്രഫഷനൽ കൊലപാതകികളല്ലാത്തുകൊണ്ടാവാം, ജഡം എന്തുചെയ്യണമെന്നറിയാതെ കശ്മലന്മാർ വിഷമിച്ചു.

അൺപ്രൊഫഷനൽ കൊല

ഹസ്സൻകുട്ടി പറഞ്ഞിരിക്കാം. ആ തോട്ടിൽ കൊണ്ടോയി കളഞ്ഞേക്ക്. അങ്ങനെ ഏതാനും ഫർലോങ്ങ് അകലെയുള്ള ചന്ദനപ്പള്ളിക്കടുത്തുള്ള തോട്ടിൽ ഒഴുക്കിക്കളയാൻ തീരുമാനിച്ചു. അന്നു തോട് ഇന്നത്തെപ്പോലെ ഉണങ്ങിക്കിടക്കുകയല്ല. നല്ല ഒഴുക്കുണ്ടായിരുന്നു. അവർ മൂന്നുനാലുപേർ ജഡവുമെടുത്തു നടക്കാൻ തുടങ്ങി (എന്നാപ്പിന്നെ ആ മണ്ടന്മാർക്ക് ചെമ്പിട്ടപള്ളി ഖബർസ്ഥാനിലെങ്ങാനും കളഞ്ഞാൽ പോരായിരുന്നോ- അവ്വോക്കർക്കയുടെ ആത്മഗതം). ലക്ഷ്യസ്ഥാനമെത്താറായപ്പോൾ ചന്ദനപ്പള്ളിക്കപ്പുറം കല്യാണവീട്ടിലേക്കുള്ള അതിഥികൾ വരുകയും പോവുകയും ചെയ്യുന്നു. വൈദ്യുതിയൊന്നുമില്ലാത്ത കാലമാണ്. നല്ല ഇരുട്ടുണ്ട്. എങ്കിലും കല്യാണവീട്ടിൽ നിന്നുള്ള പെട്രോമാക്സ് വിളക്കുകളുടെ വെളിച്ചത്തിൽ എളുപ്പത്തിൽ കണ്ടുപിടിക്കപ്പെട്ടേക്കാം. ഒടുവിൽ ആളൊഴിഞ്ഞപ്പോൾ ജഡം തോട്ടിലൊഴുക്കുകതന്നെ ചെയ്തു.

അത് ഒലിച്ചു കൊച്ചിക്കായലിലേക്കു പോയിക്കോളുമെന്നാണവർ കരുതിയത്. അതിനു മുമ്പ് ശവത്തിന്റെ രണ്ടു കാതുകളും അരിഞ്ഞെടുക്കാൻ മറന്നില്ല. അവയിൽ രണ്ടിലും നിറയെ പൊന്നലിക്കത്തുകളുണ്ടായിരുന്നു. പാവം ബിയ്യാത്തു, പലഹാരമുണ്ടാക്കി വിറ്റുകിട്ടിയ കാശിനു വാങ്ങിയ പണ്ടങ്ങൾ. അങ്ങനെ ജീവിച്ചിരുന്നപ്പോൾ വെറും ബിയ്യാത്തുവായിരുന്ന ബിയ്യാത്തു, മരിച്ചപ്പോൾ കാതറുത്ത ബിയ്യാത്തുവായി.

ഒലിച്ചുപോവാതെ തോട്ടിൽ തങ്ങിക്കിടന്ന ജഡം ഒന്നുരണ്ടു ദിവസം കഴിഞ്ഞപ്പോൾ ചീഞ്ഞുനാറാൻ തുടങ്ങി. ഒടുവിൽ പോലിസെത്തി. പോസ്റ്റ്മോർട്ടമൊന്നുമില്ലാത്ത കാലമാണ്. പ്രാഥമികാ

ന്വേഷണങ്ങൾക്കുശേഷം ചെമ്പിട്ടപള്ളി ഖബർസ്ഥാനിൽ കുഴിച്ചു മൂടി. ഇത്ര നിഷ്ഠുരമായ ഒരു കൊലപാതകം നടന്നിട്ട് അന്വേഷണ മൊന്നും ഉണ്ടാവാതിരിക്കുമോ? ഹരിഹരമണിഅയ്യർ (പേര് സാങ്കൽപ്പികം) എന്ന ഒരു പട്ടരാണ് അന്വേഷണത്തിനു നിയുക്തനായ പോലിസുദ്യോഗസ്ഥൻ. അയാൾ ദേശത്തെ പ്രമാണിമാരെ കണ്ടു. അന്നു നൈനമാരും പിള്ളമാരുമാണു പ്രമാണികൾ. തങ്ങൾമാരുടെ കേന്ദ്രമായ തക്യാവിൽ പോയി ആത്മീയനേതാക്കളെ കണ്ടു. അവരെല്ലാവരും ഒറ്റസ്വരത്തിൽ പറഞ്ഞു: ഈ പ്രദേശത്ത് ഇങ്ങനെ ഒരു മഹാപാതകം ചെയ്യാൻ കരളൊറപ്പൊള്ള കശ്മലന്മാരാരുമില്ല.

പ്രമാണി അറസ്റ്റിൽ

കേസന്വേഷണത്തിനു തുമ്പുണ്ടോ എന്നു തിരക്കി ഇടയ്ക്കിടെ ഹസ്സൻകുട്ടിയല്ലാതെ ആരും പോലിസ് സ്റ്റേഷനിലേക്കു ചെന്നില്ല. കൊല്ലപ്പെട്ടതു തന്റെ അയൽവാസിയാണെന്നും പാവപ്പെട്ട അവൾക്കു മറ്റു ബന്ധുക്കളില്ലാത്തതു കൊണ്ട് അന്വേഷിക്കേണ്ട ധാർമികബാധ്യത തനിക്കുണ്ടെന്നും ഹസ്സൻകുട്ടി നടിച്ചു. പോലിസ് സ്റ്റേഷനിൽ ഒരു മുസ്‌ലിം ക്ലാർക്കുണ്ടായിരുന്നു. അയാൾ ഹരിഹരമണി അയ്യരോടു പറഞ്ഞു: ആളെ കണ്ടുപിടിക്കാനൊരു വഴിയുണ്ട്. എന്തു രഹസ്യവും കണ്ടുപിടിക്കാൻ കറാമത്തുള്ള ഒരു മുസ്ല്യാരെ എനിക്കറിയാം.

മുസ്ല്യാർ എന്തോ ഓതി മന്ത്രിച്ച ഒരു വെള്ളക്കടലാസ് പട്ടർക്കു കൊടുത്തു. അതു നാലായി മടക്കി തലയണയുടെ താഴെ വെയ്ക്കുക. നാളെ കാലത്ത് എണീക്കുമ്പോൾ പ്രതിയെ പിടികിട്ടും. അതുപോലെത്തന്നെ പിറ്റേന്നു രാവിലെ ഹസ്സൻകുട്ടി വന്നപ്പോൾ പോലിസ് ഇൻസ്പെക്ടർക്കു സംശയം തോന്നി. അയാൾ തലങ്ങനെയും വിലങ്ങനെയും അയാളെ ചോദ്യം ചെയ്തു. ഒടുവിൽ അറസ്റ്റ് ചെയ്തു.

അതുദേശത്തെ പിടിച്ചുകുലുക്കിയ സംഭവമായിരുന്നു. പോലീസ് സ്റ്റേഷൻ കത്തിക്കുമെന്നൊക്കെ ആളുകൾ ബഹളം വച്ചു. മട്ടാഞ്ചേരിയിലെ സമ്പന്നനും പൊതുകാര്യപ്രസക്തനുമായിരുന്ന ഇസ്മായിൽ ഹാജി ഈസാസേട്ട് ഇടപെട്ടാണ് അവരെ ശാന്തരാക്കിയത്. എന്നിട്ട് അവസാനമെന്തുണ്ടായി എന്നു ചോദിച്ചാൽ അച്ചോക്കർക്ക പറയും. എന്തൊണ്ടാകാൻ? പണത്തിന്റെ മോളീ പരുന്തും പറക്കൂലാന്നല്ലേ, അന്നായാലും ഇന്നായാലും?

ഹസ്സൻകുട്ടി ജാമ്യത്തിൽ പുറത്തുവന്നു. കേസ് തീർച്ചയും മൂർച്ചയുമില്ലാതെ ഒടുങ്ങുകയും ചെയ്തു. അച്ചോക്കർക്കയ്ക്ക് എട്ടോ പത്തോ വയസ്സുള്ളപ്പോൾ നടന്ന സംഭവമാണ്. കാതോടു കാ

തോരം പറഞ്ഞുകേട്ട കഥകൾ. ഇതിൽ കതിരെത്ര, പതിരെത്ര എന്നു തീർത്തുപറയാനാവില്ല. വാമൊഴി ചരിത്രരചനാരീതിയനുസരിച്ച് ഒരു സോഴ്സ് മാത്രമാണ് അവ്വോക്കർക്ക. ഇതുപോലെ ഈ സംഭവത്തെ കുറിച്ച് അറിയാവുന്ന പലരുമായി സംസാരിച്ചുവേണം ശരിയായ ഒരു നിഗമനത്തിലെത്താൻ. അതിനുമുമ്പ് യുക്തിഭദ്രമായ അപഗ്രഥനമുണ്ടാവണം. വിഷയം പല കോണുകളിലൂടെ നിരീക്ഷിക്കപ്പെടണം. എഴുതപ്പെട്ട ചരിത്രം മാത്രമല്ല ചരിത്രം. പുരാരേഖയിൽ നിന്നും പുരാവസ്തുക്കളിൽനിന്നും കണ്ടെടുക്കുന്നതുപോലെ തന്നെ ഓരോ ജനസമൂഹത്തിന്റേയും ഓർമകളിൽ നിന്നും ചരിത്രം വാമൊഴിയിലുടെ സംസ്കരിച്ചെടുക്കാം. അതാണു വാമൊഴിചരിത്രം (ഓറൽ ഹിസ്റ്ററി).

വാമൊഴിചരിത്രങ്ങൾ

ചരിത്രത്തിന്റെ പിതാമഹൻ എന്നു വിശേഷിപ്പിക്കപ്പെടുന്ന ഗ്രീക്ക് പണ്ഡിതൻ ഹെറോഡോട്ടസ് വരെ വാമൊഴിയെ ആശ്രയിച്ചിട്ടുണ്ട്. പ്രവാചകൻ മുഹമ്മദ് നബിയുടെ വചനങ്ങളും ചര്യകളും സമാഹരിച്ചതിലും വാമൊഴി ചരിത്രരചനയുടെ സവിശേഷതകൾ കാണാം. ഒരേ സംഭവത്തെക്കുറിച്ചു ള്ള പലരുടെ വിവരണങ്ങളിൽ നിന്നു സ്വീകാര്യമായതു തിരഞ്ഞെടുക്കുക എന്ന രീതിയായിരുന്നു അത്. നിവേദകരുടെ വിശ്വാസ്യതയും സത്യസന്ധതയും ഉറപ്പുവരുത്തുന്നതിന് അവർക്കു മാനദണ്ഡങ്ങളുണ്ടായിരുന്നു. ഹദീസ് വിജ്ഞാനത്തിന്റെ ഭാഗമായി ഒരു നിദാനശാസ്ത്രം തന്നെ വികസിച്ചുവരുകയുണ്ടായി.

എന്നാൽ, ഇന്നത്തെ രീതിയിൽ വാമൊഴിചരിത്രരചന ശാസ്ത്രസാധുവായ ഒരു രീതിയായി രൂപം പ്രാപിച്ചതു നാൽപ്പതുകളിൽ അമേരിക്കയിൽ കൊളംബിയ സർവകലാശാലയിലെ അലൻ നെവിൻസിന്റെ ശ്രമഫലമായിട്ടാണ്.

ടേപ്പ് റെക്കോർഡറിന്റെ ആവിർഭാവം വാമൊഴിയുടെ ശബ്ദലേഖനം സാധ്യമാക്കിത്തീർത്തു. നിരക്ഷരരായവരാണെങ്കിൽ പോലും സമൂഹത്തിലെ കാരണവന്മാരുടെ ഓർമകൾ ചേറിയെടുക്കാമെന്നായി. ശരിയായാലും തെറ്റായാലും അതു രേഖപ്പെടുത്തുക തന്നെ. അങ്ങനെ പലരുടെയും ഓർമകൾ താരതമ്യപ്പെടുത്തി വിശകലനം ചെയ്തുവേണം ഒരു നിഗമനത്തിലെത്താൻ. ഇതിനു കൂട്ടായ പ്രവർത്തനം ആവശ്യമാണ്. ഇരുപതാംനൂറ്റാണ്ടിന്റെ അവസാനമായപ്പോൾ മാത്രമാണു വാമൊഴി ചരിത്രരചനയ്ക്കു മാന്യമായ സ്ഥാനം കിട്ടിത്തുടങ്ങുന്നത്. ഡോ. എൻ.എം. നമ്പൂതിരിയുടെയൊക്കെ നേതൃത്വത്തിൽ നടന്നു കൊണ്ടിരുന്നത് അത്തരം കൂട്ടായ ചരിത്രരചനാരീതിയാണ്. താഴെത്തട്ടിൽനിന്നും ചരിത്രം എന്ന

പുതിയ ചരിത്രസങ്കൽപ്പവുമായി നാഭീനാള ബന്ധമുള്ള ഒരു രീതി ശാസ്ത്രം വളർന്നുകൊണ്ടിരിക്കുന്നു. കുടുംബത്തിൽ നിന്നു ദേശത്തേക്കും ദേശങ്ങളുടെ കൂട്ടായ്മയായ പ്രദേശത്തേക്കും വികസിച്ചുവരുന്ന പഠനരീതിക്കു ജനകീയമായ അടിത്തറയുണ്ട്, ആക്ടിവിസത്തിന്റെ സ്വഭാവമുണ്ട്; തീർത്തും അക്കാദമികമായ പഴയ ചരിത്രരചനാരീതിയിൽ നിന്നുള്ള വഴിമാറിനടപ്പുണ്ട്.

●

8

കൊട്ടകകളിലെ സിനിമാക്കാലം

രാജകൊട്ടാരത്തിലെ താമരപ്പൊയ്കയിൽ രണ്ട് അരയന്നങ്ങൾ. കണ്ണഞ്ചിപ്പിക്കുന്ന പട്ടുകുപ്പായമണിഞ്ഞ ഐന്ദ്രജാലികൻ മാന്ത്രികദണ്ഡുകൊണ്ട് തലോടുമ്പോൾ, അരയന്നങ്ങൾ അപ്സര സുന്ദരികളായി മാറുന്നു.

ഞാൻ ആദ്യമായി കണ്ട സിനിമാദൃശ്യം ഇതാണെന്നാണ് ഓർമ. 'പവിഴക്കൊടി' എന്ന പഴയ തമിഴ് സിനിമയിലേതാവണം സ്വപ്നസദൃശമായ ഈ രംഗം. അന്ന് അഞ്ചോ, ആറോ വയസ്സേ ഉണ്ടാവൂ. കൃഷ്ണാ ടാക്കീസിൽ ബാപ്പയോടൊപ്പം പോയാണ് സിനിമ കണ്ടതെന്നു തോന്നുന്നു. അവ്യക്തമെങ്കിലും മനസ്സിലുറച്ചുപോയ തോന്നലോ, ഓർമയോ ആയിരിക്കാം. കരുവേലിപ്പടി ക്ഷയരോഗാശുപത്രിയിൽ നിന്ന് പടിഞ്ഞാറേക്കു പോവുന്ന റോഡിലായിരുന്നു കൃഷ്ണാ ടാക്കീസ്. ഓലമേഞ്ഞ കൊട്ടക. പിന്നീടതു പനയപ്പിള്ളിയിലെ ശാർങ്ഗധര മൈതാനത്തേക്കു മാറി. അതേ പേരിൽ തന്നെ. സ്വാതന്ത്ര്യസമരത്തിലെ രക്തസാക്ഷിയാണ് ശാർങ്ഗധരൻ. പണ്ട് രാഷ്ട്രീയയോഗങ്ങളും നാടകങ്ങളും അരങ്ങേറിയിരുന്നതിവിടെയാണ് പിന്നീടത് പറവാന ജംഗ്ഷനായി.

ജൈനന്മാരുടെ വിളക്കു കത്തിക്കാത്ത അമ്പലത്തിനടുത്ത് തകരമേൽക്കൂരയോടു കൂടിയ സിനിമാപ്രദർശനശാലയുടെ ആദ്യ പേര് ഇംപീരിയൽ എന്നോ പ്രഭാത് എന്നോ ആയിരുന്നു. പിന്നീട് ഇസ്മായിൽ ടാക്കീസായി, റീഗലായി, ബോസ്കോ ആയി.

ആദ്യകാലത്ത് നിശ്ശബ്ദ ചിത്രങ്ങളാണ് കൊട്ടകകളിൽ പ്രദർശിപ്പിച്ചിരുന്നതെന്നു പറഞ്ഞു കേട്ടിട്ടുണ്ട്. ചാർളി ചാപ്ലിൻ, ലോറൽ ഹാർഡി തുടങ്ങിയവരുടെ ഇംഗ്ലീഷ് പടങ്ങൾ. അതുതന്നെ കളിച്ചുകൊണ്ടിരിക്കുമ്പോൾ ഇടയ്ക്കു സെല്ലുലോയ്ഡ് പൊട്ടിപ്പോകും. അപ്പോൾ കൂക്കുവിളിയും ബഹളവുമുണ്ടാവും. പിന്നീടാണ് സംസാരിക്കുന്ന പടങ്ങൾ വന്നത്.

നിശ്ശബ്ദ ചിത്രങ്ങൾ

നിശ്ശബ്ദ ചിത്രങ്ങൾക്ക് സംഗീതമുണ്ടായിരുന്നില്ല. കർണാടക സംഗീതം പഠിച്ച ഭാഗവതർമാരും ഓർക്കസ്ട്രയും സിനിമ പ്രദർശിപ്പിക്കുന്ന സ്ക്രീനിനു മുമ്പിലിരുന്നു പാടുകയും സംഗീതോപകരണങ്ങൾ മീട്ടുകയും ചെയ്യും. ഇങ്ങനെ ഹാർമോണിയം വായിച്ചിരുന്ന സംഗീതജ്ഞനായിരുന്നു ഗുൽമുഹമ്മദ്. ഗ്രാമഫോണിൽ ആദ്യം ലേഖനം ചെയ്യപ്പെട്ട ശബ്ദത്തിന്റെ ഉടമ. സിനിമയ്ക്കു പിന്നണിസംഗീതം വന്നപ്പോൾ മന്നാസേട്ടു തന്റെ പ്രൊജക്ടർ ഗുൽമുഹമ്മദിന് കൊടുത്തു. അദ്ദേഹം മണത്തലപ്പള്ളി നേർച്ച നടക്കുമ്പോൾ, ആ പ്രൊജക്ടറിൽ സിനിമ കാണിച്ച് അക്കാലത്ത് ഉപജീവനം നടത്തിയതായി കേട്ടിട്ടുണ്ട്. അലങ്കരിച്ച കാളവണ്ടിയിൽ ചെണ്ടമുട്ടി മാലോകരെ അറിയിച്ചുകൊണ്ട്, നോട്ടീസുകൾ വിതരണം ചെയ്തായിരുന്നു സിനിമയുടെ പബ്ലിസിറ്റി. സിനിമയുടെ പ്രദർശനത്തിനിടയ്ക്ക് ഒരാൾ കഥ പറഞ്ഞുകൊണ്ടിരിക്കും: "ഇതാ ആ മലദ്വാരത്തിൽ കൂടി കുതിരപ്പുറത്തു വരുന്നത് നമ്മുടെ കഥാനായകനാണ്." മലയിടുക്കായിരിക്കും അവതാരകൻ ഉദ്ദേശിച്ചത്. പുസ്തകമായാലും സിനിമയായാലും സാക്ഷരതയുടെ വളർച്ച ക്രമാനുഗതമായിരിക്കും.

പൈങ്കിളിക്കഥകളിൽനിന്നു തുടങ്ങി, കുറ്റാന്വേഷണകൃതികളിലൂടെ മാസ്റ്റർപീസുകളിലേക്കും ക്ലാസിക്കുകളിലേക്കുമുള്ള വളർച്ച. ഒരു പ്രേക്ഷകനെന്ന നിലയിൽ ക്രമാനുഗതമായ ഈ മാനസിക വികാസം സിനിമയുടെ കാര്യത്തിലും എന്നെപ്പോലുള്ളവർക്കുണ്ടായിട്ടുണ്ട്.

ജോൺ കവാസും നാഡിയയും

ബോസ്കോയിൽ ആദ്യകാലത്ത് പ്രദർശിപ്പിച്ചിരുന്നത് സ്റ്റണ്ട് സിനിമകളാണ്. ജോൺ കവാസിന്റെയും നാഡിയയുടെ യും ഇടിപ്പടങ്ങൾ-ഹണ്ടർവാലി, ദ പ്രിൻസ് ആന്റ് ദ ഹണ്ടർ, ഫാൻ ടാൻസൻ, ജംഗിൾ പ്രിൻസ്, ഡയമണ്ട് ക്വീൻ, ഫിയർല സ് നാഡിയ. സിനിമാപ്പേരുപോലെത്തന്നെ നിർഭയയായ നായികയായിരുന്നു ഈ ഓസ്ട്രേലിയൻ സുന്ദരി. ഒന്നാം ലോകയുദ്ധത്തിൽ ജർമൻ പട്ടാളത്തിന്റെ കൈകളാൽ കൊല്ലപ്പെട്ട ബ്രിട്ടീഷ് സൈനികന്റെ മകൾ. യഥാർഥ പേര് ആൻമേരി ഇവാൻസ്. ഒരു ആർമീനിയൻ ജ്യോത്സ്യന്റെ നിർദേശമനുസരിച്ചാണ് നാഡിയ എന്ന സിനിമാപ്പേര് സ്വീകരിച്ചതത്രേ. 'എൻ' എന്ന ഇംഗ്ലീഷ് അക്ഷരത്തിൽ തുടങ്ങുന്ന പേര് സ്വീകരിച്ചാൽ തിളങ്ങുന്ന ഭാവിയുണ്ടെന്നായിരുന്നു പ്രവചനം. അതു പിഴച്ചില്ല. പിൽക്കാലത്ത് വാഡിയാ മൂവിടോണിന്റെ ഉടമ ഹോ

മിവാഡിയയുടെ ജീവിതസഖിയായിത്തീർന്ന നാഡിയ 1968 ൽ അമ്പതാം വയസ്സിലാണ് അവസാനമായി അഭിനയിച്ചത്; ഖിലാഡി എന്ന ചിത്രത്തിൽ.

ഈ ഇടിപ്പടങ്ങളിലെല്ലാം നാഡിയയുടെ പുരുഷനായി വേഷമിട്ട ജോൺ കവാസ് ജബൽപൂരുകാരനായ ഒരു പാഴ്സിയായിരുന്നു. ഉറച്ച മാംസപേശികളുള്ള ആജാനുബാഹുവായ നായകൻ. നാഡിയ-ജോൺ കവാസ്മാരെ വെല്ലുന്ന ഒരു സ്റ്റണ്ട് ജോടി പിന്നീടുണ്ടായിട്ടില്ല. ഇവരൊന്നിച്ച് അഭിനയിച്ച ചിത്രങ്ങൾ നിരവധിയാണ്. വ്രീളാവിവശയായ ഇന്ത്യൻ നായികാസങ്കൽപ്പങ്ങളിൽനിന്നു വ്യത്യസ്തയായ നായിക. വള്ളികളിലൂയലാടിവന്നു പ്രതിയോഗികളെ ഇടിച്ചുമലർത്തു ന്ന ശക്തയായ വീരനായിക.

സ്റ്റാർ ടാക്കീസ്

നാഡിയയുടെ ജീവിതകഥ ഡോക്യുമെന്ററിയായും ജീവചരിത്ര ഗ്രന്ഥമായും ആവിഷ്കരിക്കപ്പെട്ടിട്ടുണ്ട്. സാഹസികമായ സ്റ്റണ്ട് രംഗങ്ങൾ തന്നെയാണ് കുട്ടികളായ ഞങ്ങളെ ബോസ്കോയിലേക്ക് ആകർഷിച്ചത്. അജ്ജീന, ബാഹിയ, ബാവോ, മഹ്മു, അസീസ് തുടങ്ങിയ കൂട്ടുകാരോടൊത്ത് ബോസ്കോയിലെ സ്ക്രീനിന്റെ മുൻവശത്തെ തറയിലിരുന്ന് പരിപ്പുവറുത്തതും കൊറിച്ച് പറന്നിടിക്കുന്ന നാഡിയയുടെ സാഹസികതകൾ കണ്ട് ആർത്തുവിളിച്ച ബാല്യം. സ്പൈഡർമാനായും സൂപ്പർമാനായും സി.ഡികളിലും ടാബുകളിലും നിറയുന്ന സാഹസികരെ കണ്ട് നിർവൃതിയടയുന്ന ഇന്നത്തെ ബാല്യംപോലെത്തന്നെ.

തറടിക്കറ്റിനു പുറമേ ബെഞ്ച്, ചാരുബെഞ്ച്, കസേര ഇരിപ്പിട സൗകര്യങ്ങളുണ്ട്. ചാർജ് കൂടുമെന്നു മാത്രം. പിന്നെയുള്ളത് സ്റ്റാർ ടാക്കീസ്. മട്ടാഞ്ചേരിയിൽ കാക്കനാട് എന്നറിയപ്പെട്ടിരുന്ന സ്ഥലത്ത് ഇന്ത്യൻ ചേംബർ ഓഫ് കോമേഴ്സിനടുത്തുള്ള ഈ സിനിമാശാലയിൽ നിന്നാണു മിക്കവാറും എല്ലാ ഹിന്ദിചിത്രങ്ങളും കണ്ടത്. ഉദ്ഘാടനചിത്രം തന്നെ ആർ.കെ. ഫിലിംസിന്റെ 'ബർസാത്ത്' ആയിരുന്നു. ദിലീപ്കുമാറും രാജ്കപൂറും നർഗ്ഗീസും മൽസരിച്ചഭിനയിച്ച ചിത്രം. സംഗീതമായിരുന്നു ഈ ചിത്രങ്ങളുടെ പ്രത്യേകത. നൗഷാദിന്റെയും ശങ്കർജയ്കിഷന്മാരുടെയും സി. രാമചന്ദ്രയുടെയുമൊക്കെ പ്രതിഭകളിൽനിന്നു പിറന്നുവീണ മനോഹരമായ മെലഡികൾ. ദർദ്, ദില്ലഗി, ദീദാർ, മദർ ഇന്ത്യ, ഗംഗാജമുന, ദോ ആംഖേ ബാരാ ഹാഥ്, ആസാദ്, മധുമതി, പ്യാസ, ചൗദ്‌വി കാ ചാന്ദ്. അങ്ങനെ എത്രയെത്ര ചിത്രങ്ങൾ.

ജീവൻ, പ്രാൺ, കെ.എൻ. സിംഗ് തുടങ്ങിയ വില്ലന്മാർ. ദിലീപ്, രാജ്കപൂർ, ദേവാനന്ദ്, ഗുരുദത്ത്, ഭരത്ഭൂഷൺ എന്നിങ്ങനെ നായകന്മാർ. പാടി അഭിനയിച്ചിരുന്ന നൂർജഹാനെയും സുരയ്യയെയും പോലുള്ള നായികമാർ. മധുബാല, നർഗ്ഗീസ്, നൂതൻ, മീനാകുമാരി, മാലാസിൻഹ–ബോളിവുഡിലെ അതിസുന്ദരികളുടെ അഭിനയകാലം. സാലേ മുഹമ്മദ് സേട്ട് എം.പിയുടെ പിതാവ് പറവാനാ സേട്ടുവായിരുന്നു സ്റ്റാർ ടാക്കീസിന്റെ ഉടമ. ഇദ്ദേഹത്തിന്റെ മകളെയാണ് മുസ്ലിം ലീഗ് നേതാവ് ഇബ്രാഹിം സുലൈമാൻ സേട്ട് വിവാഹം ചെയ്തിരുന്നത്. ചെമ്മീൻ പരിപ്പ് ബർമയിലേക്കും സിലോണിലേക്കും കയറ്റിയയച്ചിരുന്ന സമ്പന്ന വ്യാപാരിയായിരുന്നു പറവാനാ സേട്ട്. അദ്ദേഹത്തിന്റെ പേരിലറിയപ്പെടുന്ന പറവാനാ ജങ്ഷനടുത്തുതന്നെയായിരുന്നു സാലേ മുഹമ്മദ് സേട്ടിന്റെ ബംഗ്ലാവ്. ഇന്ന് അത് കശ്മീരി കരകൗശലസാധനങ്ങൾ വിൽക്കുന്ന സ്ഥാപനമാണ്.

ഈ സ്റ്റാർ തിയേറ്ററിനെ കുറിച്ച് എൻ.എസ്. മാധവന്റെ 'ലന്തൻ ബത്തേരിയിലെ ലുത്തിനിയകളി'ൽ പരാമർശിക്കുന്നുണ്ട്. പിന്നീട് സ്റ്റാർ ടാക്കീസ് ഇസ്മായിലണ്ണൻ വാങ്ങി. അതേ, ഇസ്മായിൽ ടാക്കീസിന്റെ ഉടമസ്ഥൻ തന്നെ. ബസാറിലെ ഇസ്മായിൽ ആന്റ് ദേവസ്സി എന്ന പ്രമുഖ പേപ്പർമാർട്ട് നടത്തിയിരുന്നത് അണ്ണനും ദേവസ്സി എന്ന പോലിസ് കമ്മീഷണറും ചേർന്നായിരുന്നു. 1952ൽ അന്നത്തെ പ്രധാനമന്ത്രി ജവഹർലാൽ നെഹ്റു കൊച്ചിയിൽ വന്നപ്പോൾ കൂടെയാത്ര ചെയ്യണമെന്ന് ഇസ്മായിലണ്ണന് ഒരാഗ്രഹം. തന്റെ കാറിൽ ഡ്രൈവ് ചെയ്ത്, നെഹ്റുവിനെ നഗരം ചുറ്റിക്കാണിക്കാനുള്ള അവസരം പങ്കാളിയായ പോലിസുദ്യോഗസ്ഥൻ ചെയ്തുകൊടുത്തു. അന്നു നെഹ്റു തുറന്ന കാറിൽ സഞ്ചരിക്കുന്നതു കാണാൻ കല്ലു ഗുദാമിനടുത്തുള്ള പെട്രോൾ പമ്പിനരികെ, ബാരിക്കേഡിനുള്ളിൽ ആകാംക്ഷയോടെ നിന്ന കൊച്ചുകുട്ടികളുടെ കൂട്ടത്തിൽ ഞാനുമുണ്ടായിരുന്നു.

ഇസ്മായിലണ്ണന്റെ കൈയിൽനിന്നു സ്റ്റാർ ടാക്കീസ് വാങ്ങിയത് മറൈൻഡ്രൈവിലുള്ള ആദ്യത്തെ ഏറ്റവും വലിയ ബഹുനില ഹോട്ടലായ സീ ലോർഡിന്റെ ഉടമസ്ഥൻ ജോഹർ.

പട്ടേൽ ടാക്കീസ്

ഗേറ്റ്‌വേ ഓഫ് കൊച്ചിൻ എന്നു വിശേഷിപ്പിക്കാവുന്ന തോപ്പുംപടിയിലെ പട്ടേൽ ടാക്കീസ് ഇന്നും വലിയ പരിക്കൊന്നും പറ്റാതെ നിൽക്കുന്നുണ്ട്. സിനിമ കാണിക്കുന്നില്ലെന്നു മാത്രം. പകരം അത് ഇന്നൊരു ഷോപ്പിങ് സെന്ററാണ്. ടെൻ കമന്റ്മെൻസ് പോ

ലുള്ള ക്ലാസിക്കൽ സിനിമകൾ ഇവിടെ നിന്നാണു കണ്ടത്. ഇബ്രാഹിം പട്ടേൽ എന്ന ധനാഢ്യൻ, മദിരാശിയിലെ കാസിനോവിന്റെ മാതൃകയിൽ നിർമിച്ച ചലച്ചിത്ര പ്രദർശനശാല. ഒരുകാലത്ത് വാത്തുരുത്തിപ്രദേശം മുഴുവൻ അദ്ദേഹത്തിന്റേതായിരുന്നു. പട്ടേൽ ടാക്കീസിന്റെ ഉദ്ഘാടനത്തിന് ഒരു പ്രശസ്ത നടി പങ്കെടുത്തിരുന്നതായി കേട്ടിട്ടുണ്ട്. ടാക്കീസിനടുത്തുള്ള മാർക്കറ്റ് പട്ടേലിന്റെ പേരും ചുമന്നാണ് ഇന്നും നിൽക്കുന്നത്. കൊച്ചിയിലെ ലെജൻഡായിരുന്ന പട്ടേൽ സേട്ടിന്റെ അന്ത്യം എത്ര ദുരന്തപൂർണമായിരുന്നുവെന്ന് ഇന്നു കൊച്ചിക്കാർക്കുപോലും അറിയില്ല.

പരീക്കുട്ടിയുടെ സൈന

ഫോർട്ട്കൊച്ചിയിൽ ടി.കെ. പരീക്കുട്ടി അദ്ദേഹത്തിന്റെ ഭാര്യയുടെ പേരിൽ ഒരു സിനിമാശാല നിർമിച്ചു- സൈന. 'കാൻകാൻ' എന്ന ആദ്യത്തെ എഴുപത് എം.എം. പടം പ്രദർശിപ്പിച്ചുകൊണ്ടായിരുന്നു തുടക്കം. കേരളത്തിലേക്കാദ്യമായി രാഷ്ട്രപതിയുടെ വെള്ളിമെഡൽ കൊണ്ടുവന്ന സിനിമാനിർമാതാവാണ് പരീക്കുട്ടി. ട്രാൻസ്പോർട്ട് കോൺട്രാക്ടറായിരുന്ന അദ്ദേഹത്തിന്റെ തോണികളിലാണ് എഫ്.എ.സി.ടിയുടെ രാസവളം വിവിധ സ്ഥലങ്ങളിലെത്തിച്ചിരുന്നത്. പരീക്കുട്ടിയുടെ ചന്ദ്രതാരാ പ്രൊഡക്ഷൻസ് നിർമിച്ച ആദ്യചിത്രം തന്നെ മലയാള സിനിമാചരിത്രത്തിലെ വഴിത്തിരിവായി നീലക്കുയിൽ.

അതുവരെയുള്ള ഭാഷാചിത്രങ്ങളിൽ നിന്നെല്ലാം വ്യത്യസ്തമായിരുന്നു അത്. മലയാളികളുടെ സാമൂഹ്യജീവിതത്തോട് കൂടുതൽ സത്യസന്ധത പുലർത്തിയ ചിത്രം. ഉറൂബിന്റെ മനുഷ്യഗന്ധിയായ കഥ. വിഭിന്നമായ വിവിധ സന്ദർഭങ്ങളോടിണങ്ങിച്ചേർന്ന ഈണത്തിൽ രാഘവൻ മാസ്റ്ററുടെ സംഗീതം, ഭാസ്കരൻമാസ്റ്ററുടെ വാമൊഴിത്തനിമയുള്ള ഗാനങ്ങൾ. എല്ലാം പുതുമയുള്ളതായിരുന്നു. വെറുതെയല്ല പ്രാദേശികഭാഷാചിത്രത്തിനുള്ള ആദ്യത്തെ ദേശീയ പുരസ്കാരം നീലക്കുയിലിനു കിട്ടിയത്.

ഞങ്ങൾ, കൊച്ചങ്ങാടിക്കാരായ കുട്ടികൾക്ക് സൂപ്പർ സ്റ്റാറായത് ചിത്തുപറമ്പിലുള്ള വി.ഒ. അബ്ദുള്ള എന്ന നടനാ ണ്. ജിഞ്ചക്കം താരൊ. എന്ന തുടക്കത്തിലെ സംഘഗാനനൃത്തത്തിൽ ഒരാൾ മാത്രമായിരുന്നു അബ്ദുള്ള! എന്നാൽ കൊച്ചിയിലെ ചില നാടകനടന്മാർക്കും അതിൽ തല കാണിക്കാനായി. നീലക്കുയിലിൽ മിസ് കുമാരിയുടെ അച്ഛനായി അഭിനയിച്ച ജെ.എ.ആർ. ആനന്ദ് എന്ന അബ്ദുക്ക. 'കായലരികത്ത്' ഗാനത്തിന്റെ ചിത്രീകരണ സമയത്ത് ചായയടിക്കുന്ന മണവാളൻ ജോസഫ്, നൂൽപ്പാലത്തിലൂടെ ചെണ്ടയുമായി നടക്കുന്ന മാരാരായി ജോൺസൺ.

പരീക്കുട്ടിയുമായി ഞങ്ങൾക്ക് മറ്റൊരു ബന്ധം കൂടിയുണ്ടായിരുന്നു. അദ്ദേഹത്തിന്റെ അനുജന്മാരായ ടി.കെ. ചെറിയപരിയും അബുവും ഇബ്രാഹിമും ഖാലിദുമെല്ലാം അയൽവാസികളായിരുന്നു. കൊച്ചുനാളിൽ എന്നെ എടുത്തുകൊണ്ടു നടന്നവർ. പക്ഷേ, പരീക്കുട്ടിക്ക നേരത്തെ കൽവത്തിയിൽ സ്ഥിരതാമസമാക്കി.

നീലക്കുയിൽ വിജയിക്കാൻ കാരണം സംവിധായകന്റെ സർഗാത്മക സ്വാതന്ത്ര്യത്തിൽ നിർമാതാവ് ഇടപെട്ടില്ല എന്നതായിരുന്നു. ഒരുലക്ഷം രൂപയുടെ ചെക്ക് ഭാസ്കരൻ മാസ്റ്ററുടെ കൈയിൽ കൊടുത്തുകൊണ്ട് പരീക്കുട്ടി പറഞ്ഞു: നിങ്ങൾക്ക് ഇഷ്ടമുള്ളതു ചെയ്യാം. അത് അമ്പതുകളിൽ വലിയൊരു തുകയായിരുന്നു. നീലക്കുയിലോടെ ചന്ദ്രതാര അവസാനിപ്പിച്ചില്ല. രാരിച്ചൻ എന്ന പൗരൻ, മുടിയനായ പുത്രൻ, നാടോടികൾ, കുഞ്ഞാലി മരയ്ക്കാർ, ഭാർഗവീനിലയം. എല്ലാം ഒന്നിനൊന്ന് മികച്ച ചിത്രങ്ങൾ.

സൈന കോക്കേഴ്സാകുന്നു

പരീക്കുട്ടിയുടെ പേരുള്ള ഒരു റോഡ് പോലുമില്ല ഇന്ന് പശ്ചിമകൊച്ചിയിൽ. സൈനാ ടാക്കീസ് പിന്നീട് എറണാകുളം പുല്ലേപ്പടിയിലെ അബ്ദുൾ ഖാദർ വാങ്ങി. കോക്കർ എന്നാണ് അദ്ദേഹം വിളിക്കപ്പെട്ടിരുന്നത്. അതുകൊണ്ട് കോക്കേഴ്സ് ടാക്കീസായി. മൂത്ത മകൻ സിയാദ്കോക്കറാണ് കൈകാര്യം ചെയ്തിരുന്നത്. മാനേജർ അബ്ദുള്ള എന്റെ സുഹൃത്തായിരുന്നു. തുടക്കത്തിൽ ഇംഗ്ലീഷ് ചിത്രങ്ങളാണു കളിച്ചുകൊണ്ടിരുന്നത്. ഒരു വശത്ത് ഇംഗ്ലീഷിലും മറുവശത്ത് മലയാളത്തിലുമുള്ള നോട്ടീസ്. മലയാളഭാഷ്യം എന്റെ വക. അന്നെനിക്ക് ജ്യൂ ടൗണിൽ ഇംപ്രിന്റ് എന്ന ചെറിയ ഒരു ലറ്റർപ്രസ്സുണ്ടായിരുന്നു. ടിക്കറ്റും അവിടെ അടിക്കും. എൺപതുകളിൽ പ്രസ്സ് വിറ്റ് കോഴിക്കോട്ടേക്ക് ചേക്കേറുന്നതുവരെ ആ സൗഹൃദം തുടർന്നുകൊണ്ടിരുന്നു. പിന്നീട് കോക്കേഴ്സ് സിനിമാ വിതരണവും നിർമാണവും ഒക്കെ തുടങ്ങി. പുല്ലേപ്പടിയിൽ വീട്ടിനടുത്ത് മൈമൂൻ, ലുലു എന്നീ ഇരട്ട തിയേറ്ററുകൾ നിർമിച്ചു. ഭാരിച്ച കടക്കെണിയിൽപ്പെട്ട് ഒടുവിൽ അത് അടച്ചുപൂട്ടേണ്ടിവന്നു.

കൺമണി ബാബുവിന്റെ കവിത

കേരളത്തിലേക്ക് രാഷ്ട്രപതിയുടെ ആദ്യത്തെ സ്വർണ മെഡൽ കൊണ്ടുവന്ന ബാബുസേട്ട് കൊച്ചിക്കാരനായിരുന്നു. കൺമണി ഫിലിംസിന്റെ 'ചെമ്മീൻ' ഈയിടെയാണ് ഗോൾഡൻ ജൂബിലി ആഘോഷിച്ചത്. ബാബുവിന്റെ പിതാവ് ഇസ്മായിൽ ഹാജി ഈസാ സേട്ടിന്റെ ഹൈസ്കൂളിലാണ് ഞാനൊക്കെ പഠിച്ചത്. ബാ

ബുവിന്റെ അമ്മാവൻ ആലപ്പികോയക്കയുടെ മക്കൾ സലാമും ജമാലുമൊക്കെ എന്റെ സഹപാഠികളായിരുന്നു. മരക്കടവിലുള്ള അവരുടെ കുണ്ടശ്ശേരി ബംഗ്ലാവിൽ കമ്പയിൻ സ്റ്റഡിക്കായൊക്കെ ഞാൻ പോവാറുണ്ടായിരുന്നു. അതിസമ്പന്നനായ ബാബുസേട്ടിന്റെ മരണം വാടകവീട്ടിലായിരുന്നു. ചെമ്മീൻ സിനിമപോലെ മറ്റൊരു ദുരന്തകഥ. ബാബുസേട്ടു സിനിമാശാലയുണ്ടാക്കി-എറണാകുളത്താണെന്നു മാത്രം- കവിത. അതും പിന്നീട് അന്യാധീനമായി.

തോമസ് ബെർളി

കൊച്ചിയിൽ പിന്നെയും സിനിമാനിർമാതാക്കളുണ്ടായി. എച്ച്.എച്ച്. അബ്ദുള്ള സേട്ട്, ഇബ്രാഹിം സേട്ട്, തോമസ് ബെർളി. ഡോക്ടർ, ബാല്യകാലസഖി, ജലകന്യക, സുബൈദ തുടങ്ങിയവയായിരുന്നു എച്ച്.എച്ച്. ഫിലിംസിന്റെ ചിത്രങ്ങൾ. 1952ൽ റിലീസായ തിരമാല എന്ന ചിത്രത്തിൽ നായകനായി അഭിനയിച്ച തോമസ് ബെർളി ഫോർട്ട് കൊച്ചിയിലെ പ്രശസ്തമായ കുരിശുങ്കൽ ഹൗസിലെ അംഗമാണ്. കെ.ജെ. ബെർളിയെയും കെ.ജെ. ഹർഷലിനെയും ഏണസ്റ്റിനെയും പോലുള്ള നഗരനേതാക്കളെ സംഭാവന ചെയ്ത കുടുംബത്തിൽ പിറന്ന കലാകാരൻ. പതിറ്റാണ്ടുകൾക്കുമുമ്പ് സിനിമാട്ടോഗ്രഫി പഠിക്കാൻ ഹോളിവുഡിൽ പോയ ആൾ. എൺപത് കഴിഞ്ഞ അദ്ദേഹം ഈ അടുത്തകാലത്തുപോലും ഒരു മലയാളപടത്തിൽ വേഷമിട്ടു: ഡബിൾ ബാരൽ. ബെർളിയുടെ അഭിനയം ശ്രദ്ധേയമായിരുന്നുവെങ്കിലും പടം പൊട്ടിപ്പാളീസായിപ്പോയി. ബെർളി നിർമിച്ച ചിത്രങ്ങളാണ് ഇതോ മനുഷ്യൻ, വെള്ളരിക്കാപട്ടണം എന്നിവ. സൂയി, ഗാലക്സി തുടങ്ങിയ തിയേറ്ററുകൾ പിന്നീടാണു വന്നത്. അവയിലൊന്നും ഇപ്പോൾ പടം ഓടുന്നില്ല.

മുഗളേ അസം റിലീസ് ചെയ്തപ്പോൾ എറണാകുളം ലക്ഷ്മൺ ടാക്കീസിലേക്ക് സെക്കന്റ്ഷോ കാണാൻ വെണ്ടുരുത്തിപ്പാലം വഴി നടന്നുപോയ സിനിമാഭ്രാന്തിന്റെ കാലം. പിന്നീട് മാസ്റ്റർപീസുകളും ക്ലാസിക്കുകളുമൊക്കെ കാണാൻ തുടങ്ങിയത് ഫിലിം സൊസൈറ്റികളിലൂടെയാണ്. ചിത്രകാർത്തിക വാരികയുടെ എഡിറ്ററായി വൈക്കം ചന്ദ്രശേഖരൻ നായർ കൊച്ചിയിൽ താമസിച്ചത് എഴുപതുകളിൽ. അദ്ദേഹത്തിന്റെ നേതൃത്വത്തിൽ സുചിത്രാ ഫിലിം സൊസൈറ്റി സജീവമായി. സുഹൃത്ത് കുത്ബുദ്ദീനായിരുന്നു സെക്രട്ടറി. സൂയിയിൽ പ്രദർശിപ്പിച്ച ആദ്യചിത്രം-വെയ്ജസ് ഓഫ് ഫിയർ. ബെർഗ്മാന്റെയും കുറസോവയുടെയും സത്യജിത്ത് റേയുടെയുമെല്ലാം ചിത്രങ്ങൾ സുചിത്ര ഞങ്ങൾക്കു കാണിച്ചുതന്നു. ചലച്ചിത്രാസ്വാദനത്തിന്റെ ഒരു സംസ്കാരം അങ്ങനെയാണ് ഞങ്ങളിലൊക്കെ വികാസം പ്രാപിച്ചത്.

പിന്നീട് സിനിമാനിർമാണത്തിന്റെ വിവിധ ഘട്ടങ്ങൾ അടുത്ത റിയാനും ബന്ധപ്പെടാനും അതെല്ലാം സഹായകമായി. ആസ്വാദ നത്തിന്റെ ആർജിതസംസ്കാരം അടിത്തറയാവുകയായിരുന്നു. കൊട്ടകകൾ ടാക്കീസുകളായി. ടാക്കീസുകൾ തിയേറ്ററുകളായി. ഇപ്പോൾ അവയെല്ലാം കൺവെൻഷൻ സെന്ററുകളോ ഷോപ്പിങ് മാളുകളോ കല്യാണമണ്ഡപങ്ങളോ വെറും ഗുദാമുകളോ ഒക്കെ യായി മാറിക്കഴിഞ്ഞു. എങ്കിലും അവ സിനിമാസ്വാദനത്തിന്റെ ബാലപാഠമോതിത്തന്ന നഴ്സറികളായിരുന്നു. സമൂഹത്തിലെ എ ല്ലാ വിഭാഗങ്ങളും ഒന്നിച്ചിരുന്നാണ് അന്നു സിനിമ കണ്ടിരുന്നത്. ഇന്നു ന്യൂനപക്ഷങ്ങളിൽ ന്യൂനപക്ഷത്തിനു മാത്രമിരുന്നു കാണാ വുന്ന അത്യാധുനിക സംവിധാനങ്ങളുള്ള തിയേറ്ററുകൾ, മാളു കൾതോറുമുണ്ട്.

ഫിലിംസിറ്റി എന്ന ഓമനപ്പേരിൽ ഇന്നറിയപ്പെടുന്ന ഈ സിനി മാശാലകളിൽ ദിവസം മൊത്തം മൂന്നുനാലു ഷോകൾ. വ്യത്യസ് ത പടങ്ങൾ. മുന്നൂറും നാനൂറും രൂപ മുടക്കണം ഒരു സിനിമ കാ ണാൻ. അതുകൊണ്ടാവാം ഇന്നുവരെ ഇജ്ജാതി തിയേറ്ററിലിരു ന്നു സിനിമ കാണാനുള്ള യോഗം എനിക്കുണ്ടായിട്ടില്ല. തന്റെ പു തിയ സിനിമ റിലീസായപ്പോൾ യുവതിരക്കഥാകൃത്ത് വിളിച്ചു പറഞ്ഞു: 'ഫിലിംസിറ്റിയിൽ പോയി കാണണേ.' ഞാൻ എങ്ങും പോയില്ല.

കാശുള്ളവന് എങ്ങും പോവാതെ വീട്ടിലിരുന്നു ഹോം തിയേ റ്ററിൽ സിനിമ കാണാനുള്ള സംവിധാനമുണ്ട്. വിരലൊന്നു തൊ ട്ടാൽ മൊബൈലിലും ടാബിലും ലാപ്ടോപ്പിലുമെല്ലാം ആഗ്രഹി ക്കുന്ന സിനിമ കാണാം. ടെക്നോളജിയുടെ ഈ യുഗത്തിൽ സി നിമയുടെ ഭാഷയും ശൈലിയും മാറി. സിനിമ തന്നെ ഒരു ഭാഷയാ യി. പണ്ടത്തെപ്പോലെ നാടകീയമായ രംഗങ്ങളും തീപ്പൊരി ഡയ ലോഗുകളും അതിവൈകാരികമായ അഭിനയപ്രകടനങ്ങളുമില്ലാ തായി. ഇപ്പോൾ മാത്രമാണു സിനിമ തനിച്ചുനിൽക്കാവുന്ന ഒരു മാധ്യമമാവുന്നത്. കൂടക്കൂടെ സംഭവിക്കുന്ന ചലച്ചിത്രമേളകൾ ലോകതലത്തിൽ തന്നെ ഈ മാധ്യമത്തിനു സംഭവിച്ചുകൊണ്ടിരി ക്കുന്ന മാറ്റങ്ങളെയും പ്രവണതകളെയുംകുറിച്ച് പുതിയ പാഠ ങ്ങൾ നൽകുന്ന പരീക്ഷാഹാളുകളായി മാറിക്കൊണ്ടിരിക്കുന്നു. ഇനി എന്തെല്ലാം മാറ്റങ്ങളാണു കാണാനിരിക്കുന്നത്!

●

9

ചാപ്പയുടെ അവകാശികൾ

അമ്പത്-അറുപതുകളിൽ പശ്ചിമ കൊച്ചിയിലെ രാഷ്ട്രീയം തൊഴിലാളിപ്രവർത്തനരംഗത്തെ സംഘട്ടനങ്ങൾകൊണ്ടു കലുഷിതമായിരുന്നു. കോമ്പാറമുക്കിൽ സി.ടി.ടി.യുക്കാരും 'ഇണ്ടക്കും' തമ്മിലേറ്റുമുട്ടി ഒരാൾ കൊല്ലപ്പെട്ടു. ഇരുമ്പിച്ചിയിൽ കമ്മ്യൂണിസ്റ്റുകാരുടെ പോർട്ട് കാർഗോ യൂണിയന്റെയും കോൺഗ്രസ്സിന്റെ ഐ.എൻ.ടി.യു.സിയുടെയും ആളുകൾ തമ്മിൽ അടിയും കത്തിക്കുത്തും. രണ്ടുപേരെ കുത്തിമലർത്തി -ഇങ്ങനെയുള്ള വാർത്തകൾ എപ്പോൾ വേണമെങ്കിലും പ്രതീക്ഷിക്കാം. തുരുത്തിയിലോ വാത്തുരുത്തിയിലോ ഒരു സംഘട്ടനമുണ്ടായാൽ ഇരുകൂട്ടരുടെയും ജാഥ തെരുവിലൂടെ ശക്തിപ്രകടനം നടത്തി ചുറ്റിത്തിരിയും. അതിന് ഒരു പ്രത്യേക താളമുണ്ട്. അതു കേട്ടാൽ ഉടനെ എന്തെങ്കിലും അത്യാഹിതം സംഭവിക്കുമെന്നു കരുതി മര്യാദക്കാർ വീടുകളിൽ ചുരുണ്ടുകൂടും. മട്ടാഞ്ചേരി-ഫോർട്ട് കൊച്ചി പ്രദേശത്തെ അസ്വസ്ഥമാക്കി കടന്നുപോവുന്ന ഈ പ്രകടനക്കാർ എന്റെ ബാല്യകാലത്തെ പതിവുകാഴ്ചകളായിരുന്നു.

ചാവേർപ്പടകൾ

എല്ലാ സംഘടനകൾക്കും ചാവാനും കൊല്ലാനും ചാവേർപ്പടയാളികളുണ്ടാവും. എന്തിനാണ് ഇവർ തമ്മിൽത്തല്ലി ചാവുന്നതെന്ന് അന്നൊക്കെ ആലോചിച്ചിട്ടുണ്ട്. തുറമുഖ തൊഴിലാളികൾ ഒരുകാലത്ത് മനുഷ്യത്വരഹിതമായ ഒരുപാട് പീഡനങ്ങൾക്കും ക്രൂരതകൾക്കും വിധേയരായിരുന്നു. ആധുനിക തുറമുഖം സജീവമാവുന്നതിനു മുമ്പു കപ്പലുകൾ നങ്കൂരമിട്ടിരുന്നതു പുറംകടലിലായിരുന്നു. തൊഴിലാളികൾ കൂറ്റൻ തിരമാലകൾക്കിടയിൽ ആടിയുലയുന്ന തോണികളിൽ പോയാണ് ചരക്കുകൾ കയറ്റുകയും ഇറക്കുകയുമൊക്കെ ചെയ്തിരുന്നത്. ഇതിനിടയിൽ പലപ്പോഴും അപകടങ്ങളുണ്ടാവാം. പിന്നീടു ജോലിയെടുത്തു ജീവിക്കാനാവാത്തവിധം അവർക്ക് അംഗഭംഗം സംഭവിച്ചുവെന്നുവരാം. മരണങ്ങൾ സംഭവിക്കാം.

ഇങ്ങനെയുള്ള തൊഴിലാളികൾക്കു യാതൊരു നഷ്ടപരിഹാരവും ലഭിക്കില്ല. തിളയ്ക്കുന്ന വെയിലിൽ നിന്നു രക്ഷനേടാൻ ഒരു സംവിധാനവുമില്ല. ഉച്ചയ്ക്ക് ചോറും വേവാത്ത അൽപ്പം പരിപ്പുക

റിയും. അതും ഉടുത്ത മുണ്ടിൽ വാങ്ങി കഴിക്കേണ്ടിവന്നിട്ടുണ്ട് പലർക്കും. നിസ്സാരമായ കൂലി. അതിനുതന്നെ ശരിയായ കണക്കൊന്നും ഉണ്ടായിരുന്നില്ല. ഇനി ഈ ജോലി കിട്ടണമെങ്കിലോ? കൊച്ചുവെളുപ്പാൻകാലത്ത് സ്റ്റിവഡോറിന്റെ പടിപ്പുരയ്ക്കൽ ചെന്നു കാത്തുകെട്ടിക്കിടക്കണം. സ്രാങ്ക് അഥവാ മൂപ്പൻ എറിഞ്ഞു കൊടുക്കുന്ന ചാപ്പയ്ക്കു വേണ്ടി ആ പാവങ്ങൾ കടിപിടികൂടും; അപ്പക്കഷണങ്ങൾക്കു ചുറ്റും കാക്കകൾ പൊതിയുംപോലെ. ആ അവസ്ഥയെ പശ്ചാത്തലമാക്കി ഞാനെഴുതിയ ചെറുകഥയെ ആസ്പദമാക്കി പി.എ. ബക്കർ സംവിധാനം ചെയ്ത സിനിമയാണ് ചാപ്പ. 1980ൽ മികച്ച പ്രാദേശിക ചിത്രത്തിനുള്ള ദേശീയ പുരസ്കാരം ചാപ്പയ്ക്കായിരുന്നു.

മൂന്ന് യൂണിയനുകൾ

തുറമുഖ തൊഴിലാളികളെ ഈ നിസ്സഹായാവസ്ഥയിൽനിന്നും ചൂഷണത്തിൽനിന്നും മോചിപ്പിക്കുന്നതിനാണ് തുറമുഖത്തൊഴിലാളി സംഘടനകൾ ആവിർഭവിച്ചത്. അവർ തമ്മിൽ കടിപിടികൂടുന്നത് എന്തിനെന്ന് എനിക്കു മനസ്സിലായില്ല.

പി.കെ.ഡീവർ, ജോർജ് ചടയംമുറി, ടി.എം. അബു തുടങ്ങിയ കമ്മ്യൂണിസ്റ്റുകാർ ചേർന്നു രൂപം നൽകിയ കൊച്ചിൻ പോർട്ട് കാർഗോ ലേബർ യൂണിയനാണ് ആദ്യ സംഘടന. 1945ൽ സഖാവ് ഇ.കെ. ഇമ്പിച്ചിബാവയാണ് കരിപ്പാലം മൈതാനിയിൽ ഇത് ഉദ്ഘാടനം ചെയ്തത്. അലഞ്ഞുതിരിയുന്ന നായ്ക്കൾ ചത്താൽ കുഴിച്ചിട്ടിരുന്ന ഒരു സ്ഥലമായിരുന്ന കരിപ്പാലം രാഷ്ട്രീയസമ്മേളനങ്ങളുടെ വേദിയായി മാറുകയായിരുന്നു.

പിന്നെയും മൂന്നുവർഷം കഴിഞ്ഞാണ് 'പന്തീരായിരം പട' എന്നു കൊച്ചിക്കാർ വിളിക്കുന്ന കൊച്ചി തുറമുഖ തൊഴിലാളി യൂണിയൻ (സി.ടി.ടി.യു) പിറവിയെടുക്കുന്നത്. കമ്മ്യൂണിസ്റ്റ് വിരുദ്ധ പ്രസംഗങ്ങളുമായി നാടുചുറ്റിയിരുന്ന അഡ്വ. കെ.എം. സെയ്തു മുഹമ്മദായിരുന്നു ആദ്യത്തെ പ്രസിഡന്റ്. (വർഷങ്ങൾക്കുശേഷം ഒരു വൃദ്ധമന്ദിരത്തിൽ നിരാലംബനായിട്ടായിരുന്നു അദ്ദേഹത്തിന്റെ അന്ത്യമെന്നു കേട്ടിട്ടുണ്ട്).ആദ്യകാല പിന്നണി ഗായകനായ ഹാജി അബ്ദുൽ ഖാദർ ജനറൽ സെക്രട്ടറി. (സിനിമയിൽ പി. ഭാസ്കരന്റെ ഗാനം ആദ്യമായി പാടിയ ഹാജിയെക്കൊണ്ട് 'കായലരികത്ത്' പാടിക്കാനായിരുന്നു കെ. രാഘവൻ മാസ്റ്റർ ഉദ്ദേശിച്ചിരുന്നതെങ്കിലും നീലക്കുയിലിന്റെ നിർമാതാവായ ടി.കെ. പരീക്കുട്ടി നിർബന്ധിച്ചതുകൊണ്ട് സംഗീതസംവിധായകൻ തന്നെ ആ സൂപ്പർഹിറ്റ് ഗാനം പാടുകയായിരുന്നു). തുടക്കത്തിൽ സി.ടി.ടി.യുവിന്റെ ഉപദേഷ്

ടാക്കളായിരുന്ന കെ.എച്ച്. സുലൈമാൻ മാസ്റ്റർ, എം.കെ. രാഘവൻ, എ.എ. കൊച്ചുണ്ണി എന്നീ ത്രിമൂർത്തികൾ പിൽക്കാലത്ത് സംഘടനയുടെ അമരക്കാരായി മാറുകയായിരുന്നു. ഇവരെല്ലാം കോൺഗ്രസ്സുകാരായിരുന്നെങ്കിലും ഒരു സ്വതന്ത്ര തൊഴിലാളി സംഘടന എന്ന നിലയിലാണ് സി.ടി.ടി.യു. വിഭാവനം ചെയ്യപ്പെട്ടത്.

തുറമുഖപ്രദേശത്തെ തോണിത്തൊഴിലാളികളെ സംഘടിപ്പിച്ചുകൊണ്ട് ആരംഭിച്ച പോർട്ട് കാർഗോ ലേബർ യൂണിയൻ, കമ്മ്യൂണിസ്റ്റ് പാർട്ടി നിരോധിക്കപ്പെട്ടതോടെ കുറേക്കാലം പ്രവർത്തനരഹിതമാവേണ്ടിവന്നു.

തൊഴിലാളികളുടെ നിരന്തരമായ ആവശ്യത്തെത്തുടർന്നാണ് കിരാതമായ ചാപ്പസമ്പ്രദായം അവസാനിപ്പിച്ച്, രജിസ്റ്റർ ചെയ്ത തൊഴിലാളികൾക്കു സ്ഥിരം ജോലിയും വ്യക്തമായ സേവനവ്യവസ്ഥകളുമുള്ള സംവിധാനം നടപ്പാക്കാനുള്ള നീക്കമുണ്ടായത്. മാസങ്ങളോളം നീണ്ടുപോയി രജിസ്ട്രേഷൻ പ്രവർത്തനങ്ങൾ. ഒടുവിൽ ഏറ്റവും കൂടുതൽ അംഗബലമുള്ള സി.ടി.ടി.യു. നേതൃത്വം നിർദേശിക്കുന്നവർക്ക് ജോലി നൽകാമെന്നായി. അന്നു കൊച്ചിൻ പോർട്ട് ട്രസ്റ്റോ ഡോക്ക് ലേബർ ബോർഡോ രൂപം കൊണ്ടിട്ടില്ല. തുറമുഖത്തു കപ്പൽ അടുത്താൽ ഇത്ര തൊഴിലാളികളെ വേണമെന്ന് പോർട്ട് അഡ്മിനിസ്ട്രേറ്റീവ് ഓഫിസർ ആവശ്യപ്പെടും. യൂണിയൻ നേതൃത്വം അത്രയും തൊഴിലാളികളെ ജോലിക്കയക്കും.

തുറമുഖത്തെ ജോലി ഒരു യൂണിയൻ മാത്രം കുത്തകയാക്കിവയ്ക്കുന്നതിനെ ചോദ്യംചെയ്തുകൊണ്ടാണ് ഐ.എൻ.ടി.യു.സിയുടെ കൊച്ചിൻപോർട്ട്കാർഗോ തൊഴിലാളി യൂണിയൻ (സി.പി.ടി.യു) ഉടലെടുക്കുന്നത്. അന്നു കേന്ദ്രത്തിൽ കോൺഗ്രസ് ഭരണമാണ്. കോൺഗ്രസ്സിന്റെ സ്വന്തം തൊഴിലാളി സംഘടനയാണ് ‘ഇണ്ടക്ക്’ എന്ന ഐ.എൻ.ടി.യു.സി. കാക്കോ ചേട്ടൻ എന്നു കൊച്ചിക്കാർ വിളിക്കുന്ന പി.ടി. ജേക്കബ് പ്രസിഡന്റും സാഹിത്യകാരനായ ഒറ്റമാളിക എസ്. മാഹിൻ സെക്രട്ടറിയുമായി രൂപംകൊണ്ട ഈ സംഘടനയുടെ കടിഞ്ഞാൺ പക്ഷേ, ജി.എസ്. ധാരാസിങ്ങിന്റെ കൈകളിലായിരുന്നു. ‘ഇണ്ടക്കി’ന്റെ ദേശീയനേതാവായ ആബിദാലി ജാഫർഭായിയെ കൊണ്ടുവന്ന് ആനവാതിലിനടുത്തുള്ള ലാലൻ ഗ്രൗണ്ടിൽ വലിയൊരു ഉദ്ഘാടനവും നടത്തി.

അതോടൊപ്പം ഐ.എൻ.ടി.യു.സി. തൊഴിലാളികൾക്കു തുറമുഖത്തെ കയറ്റിറക്കുജോലി ലഭ്യമാക്കാൻ അവർ അണിയറനീക്കങ്ങളും നടത്തി. അതിന്റെ ഓഫിസ് സെക്രട്ടറിയായിരുന്ന മുതിർന്ന പത്രപ്രവർത്തകൻ കെ.എ. ഭാനുപ്രകാശ് അന്നത്തെ സംഭവങ്ങൾ

എൺപത്തിനാലാം വയസ്സിലും കൃത്യമായി ഓർമിച്ചുപറഞ്ഞതിങ്ങനെ:

വെടിവെയ്പിലേക്ക്

സാഗർവീണ എന്ന കപ്പൽ തുറമുഖത്ത് അടുത്തപ്പോൾ ഐ.എൻ. ടി.യു.സിയുടെ ഒരു ഗ്യാങ് തൊഴിലാളികളെ ജോലിക്കു കയറ്റാൻ സ്റ്റിവഡോർമാരായ ബി.ജെ. ഖോന ആന്റ് കമ്പനി തയ്യാറായി. തണ്ടേലൻ ഉൾപ്പെടെ 14 തൊഴിലാളിക ളാണ് ഒരു ഗ്യാങിൽ. അത്രയും പേർക്കുള്ള ടോക്കൺ പൊതിഞ്ഞ ഉറുമാലുമായി കമ്പനിയുടെ മൂപ്പൻ എത്തുന്ന വിവരം ധാരാസിങ് എന്നെ വിളിച്ചുപറഞ്ഞു. ഉറുമാലെത്തി. പക്ഷേ, ഈ തൊഴിലാളികളെ കപ്പലിൽ കയറ്റില്ലെന്നു പറഞ്ഞ് സി.ടി.ടി.യുവിന്റെയും പോർട്ട് കാർഗോ ലേബർ യൂണിയന്റെയും പ്രവർത്തകർ തടഞ്ഞു. എങ്കിലും അവർ കപ്പലിൽ കയറി ജോലി ചെയ്യുകതന്നെ ചെയ്തു.

ഇതേസമയം ഈ കമ്പനിയുടെ പടിക്കൽ പോർട്ട് കാർഗോ ലേബർ യൂണിയൻ തങ്ങളുടെ തൊഴിലാളികൾക്കു ജോലി നൽകണമെന്നാവശ്യപ്പെട്ടുകൊണ്ട് സത്യഗ്രഹസമരം നടത്തിവരുകയായിരുന്നു. അതിന്റെ 74-ാം ദിവസം ആരോരുമറിയാതെ ഗവൺമെന്റ്പക്ഷക്കാരായ രണ്ടു തൊഴിലാളിസംഘടനകളെ മുതലാളിമാർ കൈയിലെടുത്ത് ഒരു രഹസ്യകരാർ ഒപ്പിട്ടുവെന്നാണ് ഈ സംഭവത്തെക്കുറിച്ച് ടി.എം. അബു എഴുതിയത്. ചാപ്പസമ്പ്രദായം രണ്ടു സംഘടനകൾക്കു മാത്രമായി കമ്മ്യൂണിസ്റ്റ് യൂനിയനെ ഒറ്റപ്പെടുത്തുകയായിരുന്നു എന്ന് അദ്ദേഹം ആരോപിച്ചു.

ഐ.എൻ.ടി.യു.സി. തൊഴിലാളികൾക്ക് ജോലി നൽകിയതിനെ സി.ടി.ടി.യു. കൂടി എതിർത്തപ്പോൾ സമരം പതിന്മടങ്ങു ശക്തമായി. മട്ടാഞ്ചരി ബസാറൊക്കെ പ്രക്ഷുബ്ധമായി. പോലിസെത്തി. ലാത്തിച്ചാർജും വെടിവെയ്പും നടന്നു. സെയ്തു, സെയ്താലി, ആന്റണി എന്നീ മൂന്നുപേർ മരിച്ചുവീണു. ബസാറിനടുത്തുള്ള ചക്കരയിടുക്കിൽ അവരുടെ ഓർമയുണർത്തി ഇന്നും രക്തസാക്ഷി മണ്ഡപം ഉയർന്നുനിൽക്കുന്നുണ്ട്. പോലിസിന്റെ വെടിയുണ്ടകളെ കല്ലും കഴുക്കോലും ഉപയോഗിച്ചാണ് അവർ നേരിട്ടത്.

മട്ടാഞ്ചേരി മറക്കാമോ?

മട്ടാഞ്ചേരിയുടെ ചരിത്രത്തിൽ മറക്കാനാവാത്ത ആ വെടിവയ്പുണ്ടായത് 1953 സപ്തംബർ 15നായിരുന്നു. തൊഴിലാളിപ്രവർത്തകനും നാടകകലാകാരനുമായ പി.എം. അബു ആ ദിവസം ഓർമിക്കുന്നതിങ്ങനെ: 'ഞാനന്ന് മൂന്നിലോ നാലിലോ പഠിക്കുകയാണ്. സ്കൂൾ വിട്ടു വന്നപ്പോൾ ആകക്കൂടി ബഹളം. എവിടെ

യും പോലിസ്. മുറിവേറ്റ ആളുകളെ കൈവണ്ടികളിൽ കയറ്റി ആശുപത്രിയിലേക്കു കൊണ്ടുപോവുന്നു. അന്ന് ആംബുലൻസൊന്നുമില്ല. നിരത്തിൽ പലയിടത്തും ചോര തളം കെട്ടിക്കിടക്കുന്നു. നിലവിളികൾ, ആക്രോശങ്ങൾ. രാഘവൻ വക്കീൽ, കൊച്ചുണ്ണി മാസ്റ്റർ, ടി.എം. അബു, ജോർജ് ചടയംമുറി, പി. ഗംഗാധരൻ എന്നിവർ ജയിലിലായി. വക്കീലും മാസ്റ്ററും മാപ്പുസാക്ഷികളായി പുറത്തിറങ്ങി. മറ്റു മൂന്നുപേരെയും പോലിസ് തല്ലിച്ചതച്ചു.

തുടർന്നുള്ള ദിവസങ്ങളിൽ പ്രതിഷേധമിരമ്പി. കരിപ്പാലത്ത് മഹാസമ്മേളനം. സമ്മേളനത്തിലേക്കു ശ്രോതാക്കളെ ക്ഷണിച്ചുകൊണ്ട് പ്രശസ്ത നടൻ പി.ജെ. ആന്റണിയുടെ നേതൃത്വത്തിൽ കലാകാരന്മാർ ഒരു ലോറിയിൽ ഹാർമോണിയവും തബലയുമായി യാത്ര ചെയ്തു. അന്ന് ആന്റണി എഴുതി പാടിയ പാട്ടാണ്:

“കാട്ടാളന്മാർ നാടുഭരിച്ചു
നാട്ടിൽ തീമഴ പെയ്തപ്പോൾ
പട്ടാളത്തെ പുല്ലായ് കരുതിയ
മട്ടാഞ്ചേരി മറക്കാമോ?”

ഇൻക്വിലാബ് സിന്ദാബാദ് എന്ന് ആവേശമിരമ്പുന്ന മുദ്രാവാക്യങ്ങൾ മറ്റുള്ളവർ ഏറ്റുവിളിച്ചു.

“ഖദറിനുള്ളിൽ കാത്തുകിടന്നൊരു
അണലിപ്പാമ്പിനു കലികയറി”

കോൺഗ്രസ്സുകാരോടും അവരുടെ ഭരണത്തോടുമുള്ള എതിർപ്പുകൾ ഓരോ വരിയിലും എഴുന്നുനിന്നു. സമരത്തോട് ലോക തൊഴിലാളി ഫെഡറേഷൻ ഐക്യദാർഢ്യം പ്രഖ്യാപിച്ചു.

ചോരപുരണ്ട ചോറിൻവറ്റുകൾ

മട്ടാഞ്ചേരി വെടിവെയ്പിലെ രക്തസാക്ഷികളെക്കുറിച്ച് എഴുതിയ ഒരു ആമുഖത്തിൽ (പോർട്ട് കാർഗോ ലേബർ യൂണിയന്റെ രജതജൂബിലി സുവനീറിലായിരുന്നു ഇതെന്ന് ഓർമ) ടി.എം. അബു എഴുതിയ വരികൾ ഇതെഴുതുമ്പോൾ ഓർമ വരുന്നു: ഊണുകഴിക്കുന്നതിനിടെ ബഹളം കേട്ട് ബസാറിലേക്ക് ഓടിച്ചെന്ന സെയ്താലി പോലീസിന്റെ വെടിയേറ്റു മരിച്ചു വീണു. മരിച്ചുകിടന്ന ആ മനുഷ്യന്റെ ചുരുട്ടിപ്പിടിച്ച കൈവിരലുകളിൽ അപ്പോഴും ചോരപുരണ്ട ചോറിൻവറ്റുകൾ പറ്റിപ്പിടിച്ചിരുന്നു

അതു വായിച്ച് ഞാൻ അബൂക്കയോട് പറഞ്ഞു: ഒരു നോവലിസ്റ്റാകേണ്ടയാളായിരുന്നു നിങ്ങൾ. അദ്ദേഹം ചിരിച്ചതേയുള്ളൂ. അതു നിങ്ങളൊക്കെ തന്നെ ചെയ്താൽ മതി.

സംസാരത്തിലായാലും പ്രസംഗത്തിലായാലും എഴുത്തിലായാലും നർമരസം സ്ഫുരിക്കുന്ന അദ്ദേഹത്തിന്റെ ശൈലി ഹൃദ്യമായിരുന്നു. ആ സുവനീർ എഡിറ്റ് ചെയ്യാനുള്ള യോഗം എനിക്കാണ് ഉണ്ടായത്. അതിനു മുമ്പ് സി.ടി.ടി.യുവിന്റെ രജതജൂബിലി സുവനീറിന്റെ ചുമതലയും എന്നിലാണ് ഏൽപ്പിക്കപ്പെട്ടത്. അന്നു ഞാൻ സാഹിത്യ പരിഷത്തിന്റെ ഓഫിസ് സെക്രട്ടറിയാണ്. പരിഷത്ത് പ്രസ്സിലാണ് സുവനീറുകൾ അച്ചടിച്ചത്. എല്ലാവരുമായും കക്ഷിഭേദമെന്യേ വലിയൊരു സൗഹൃദ വലയമുണ്ടായിരുന്ന പി.എ. സെയ്തു മുഹമ്മദുമായുള്ള ബന്ധമാണ് ഈ സൗഭാഗ്യം എനിക്കു നൽകിയത്. സി.ടി.ടി.യു. ജൂബിലിയുടെ അഭിവാദനഗാനമെഴുതിയതും ഞാനാണ്.

"അശാന്തമസ്വസ്ഥമഗാധവിക്ഷുബ്ധം
അറബിക്കടലേ, നിന്നന്തഃരംഗം"

എം.കെ. അർജുനൻ മാസ്റ്ററാണ് അതിന് ഈണം നൽകിയത്. തുറമുഖ തൊഴിലാളികളുടെ ജീവിതത്തെക്കുറിച്ചുള്ള ഡോക്യുമെന്ററിയുടെ തിരക്കഥയും ഞാനെഴുതി. ഹമീദ് കാക്കശ്ശേരിയായിരുന്നു സംവിധായകൻ. പക്ഷേ, അതു പൂർത്തിയാക്കാനായില്ല.

രാഷ്ട്രീയക്കാരിൽ നിന്നൊക്കെ അകലം സൂക്ഷിക്കുന്ന പ്രകൃതമായിരുന്നു എന്റേത്. ചില നേതാക്കളെ അടുത്തറിയാൻ ഇത്തരം അവസരങ്ങൾ സഹായിച്ചു.

ഇന്നു തുറമുഖത്തൊഴിലാളികൾ ഏറെക്കുറേ സുരക്ഷിതരാണ്. കൊച്ചിൻ ഡോക്ക് ലേബർ ബോർഡിൽ ഗവൺമെന്റിന്റെയും ഷിപ്പിങ്ങ് ഏജൻസിയുടെയും തൊഴിലാളി യൂണിയനുകളുടെയും പ്രതിനിധികൾക്ക് അംഗത്വമുണ്ട്. തൊഴിലാളികൾക്കു മാന്യമായ വേതന-സേവന വ്യവസ്ഥകളുമുണ്ട്. അപകടത്തിൽ മരിക്കുന്ന തൊഴിലാളികളുടെ ആശ്രിതർക്ക് ജോലി നൽകുന്നു. പല തൊഴിലാളികളും മക്കളെ പഠിപ്പിച്ച് ഉന്നതനിലയിലാക്കാൻ ശ്രമിക്കുന്നു. ഇതൊക്കെ സംഘടിത തൊഴിലാളിവർഗം നിരന്തരമായ സമരങ്ങളിലൂടെ കൈവരിച്ച നേട്ടങ്ങളാണ്.

●

10

നാടകജന്മങ്ങൾ

നാടകത്തോടുള്ള കമ്പം കൊച്ചുന്നാളിലേയുണ്ട്. പെങ്ങളുടെ കാച്ചിയും തട്ടവും കർട്ടനാക്കി വീട്ടുമുറ്റത്ത് നാടകം കളിച്ചിരുന്ന ബാല്യകാലം. സ്കൂളിൽ ചെന്നപ്പോഴും ആ കമ്പം കൂടെയുണ്ടായിരുന്നു. സ്വന്തമായി നാടകമെഴുതുകയും അൽപസ്വൽപമൊക്കെ അഭിനയിക്കാൻ ശ്രമിക്കുകയും ചെയ്തു. നാടകത്തെപ്പറ്റി വായിച്ചുപഠിച്ചിട്ടൊന്നുമല്ല. സ്കൂൾ നാടകങ്ങളുടെ പേരുകളൊക്കെ ഉഗ്രനായിരുന്നു. 'ഭാരതത്തിന്റെ അന്തരാത്മാവ്' (ഡോ. എസ്. രാധാകൃഷ്ണന്റെ ഒരു ദാർശനികഗ്രന്ഥത്തിന്റെ പേരാണ്. ജവാൻമാരുടെ പ്രമേയമായതുകൊണ്ട് ആ പേര് സ്വീകരിച്ചു). മറ്റൊന്ന്-'വിശക്കുന്ന വയലുകൾ' (പെരുമഴയത്ത് സ്കൂൾ കെട്ടിടം ഇടിഞ്ഞുവീണതായിരുന്നു കഥാബീജം).

രണ്ടാമത്തെ നാടകത്തിൽ ശക്തമായ കാറ്റും മഴയും അവതരിപ്പിക്കേണ്ടതെങ്ങനെയെന്നറിഞ്ഞുകൂടാ. ക്ലാസിൽ സി.പി. ജോൺ എന്നൊരു സഹപാഠിയുണ്ടായിരുന്നു. അവന്റെ ചേട്ടനാണ് കൊച്ചിയിലെ അറിയപ്പെടുന്ന നടനും നാടകകൃത്തുമൊക്കെയായ സി.പി. ആന്റണി. അങ്ങനെയാണ് കരിപ്പാലത്തുള്ള അയാളുടെ വീട്ടിലെത്തുന്നത്. സി.പി. പറഞ്ഞു: ധൈര്യമായി പൊയ്ക്കോ, ശരിയാക്കിത്തരാം. കുറച്ചു സിൽവർപേപ്പർ വാങ്ങിവെച്ചേക്കണം. സി.പി. ആന്റണിയും ദേവസിക്കുട്ടിയെന്ന മറ്റൊരു നടനും കൂടി സ്കൂളിൽ വന്നു പേമാരിയും കൊടുങ്കാറ്റും ഉണ്ടാക്കിത്തന്നു.

സ്കൂൾ വിട്ടപ്പോൾ ചങ്ങാതിമാരോടു ചേർന്ന് ഒരു കലാസമിതിയുണ്ടാക്കി-ഡാഗ് ആർട്സ് ക്ലബ്ബ്. ആയിടെ വിമാനാപകടത്തിൽ മരിച്ച യു.എൻ. സെക്രട്ടറി ഡാഗ് ഹാമ്മർ ഷോളിന്റെ ഓർമയ്ക്കാണ്. കലാസമിതിയാവുമ്പോൾ വലിയ ആളുടെ സ്മരണയുണ്ടായിരിക്കണം എന്നായിരുന്നു ധാരണ. മൂലങ്കുഴിയിൽ ഒരു നാടകമൽസരം നടന്നപ്പോൾ ക്ലബ്ബ് അവതരിപ്പിച്ചത് എന്റെ 'വേഴാമ്പൽ' എന്ന ഏകാങ്കം. എഡ്ഡി മാസ്റ്റർ, മുഹമ്മദ് മാനി, നെൽസൺ ഫെർണാണ്ടസ് എന്നീ പ്രഗല്ഭരായിരുന്നു വിധികർത്താക്കൾ. അവർക്ക് നാടകം വളരെ ഇഷ്ടപ്പെട്ടു. എന്തോ സമ്മാനവും കിട്ടി.

നാടകങ്ങളുടെ വസന്തകാലം

1960-70 കാലം പശ്ചിമ കൊച്ചിയിൽ നാടകങ്ങളുടെ പെരുമഴക്കാലമായിരുന്നു. കരിപ്പാലത്ത് പുരോഗമന സാഹിത്യ കലാസമിതി (പി.എസ്. കെ.എസ്), ഫോർട്ട് കൊച്ചി പട്ടാളത്ത് പീപ്പിൾസ് തി

യേറ്റേഴ്സ്, മൂലങ്കുഴിയിൽ കലാകൈരളി. എവിടെയും വർഷംതോറും ഏകാങ്കനാടക മൽസരങ്ങളുണ്ടാവും. പിന്നെ പ്രശസ്തമായ പ്രൊഫഷനൽ സമിതികളുടെ, കെ. പി .എ. സിയുടെയും കാളിദാസ കലാകേന്ദ്രത്തിന്റെയും പീപ്പിൾസ് തിയേറ്റേഴ്സിന്റെയുമൊക്കെ നാടകങ്ങൾ ഇടയ്ക്കിടെ പള്ളുരുത്തി വെളിയിലും ഫോർട്ട് കൊച്ചി വെളിയിലും പരേഡ് ഗ്രൗണ്ടിലും കരിപ്പാലം മൈതാനത്തുമൊക്കെ അവതരിപ്പിക്കും. എത്ര രാത്രിയായാലും അവിടെയൊക്കെ ഞാനുമെത്തും. മട്ടാഞ്ചേരി ഫയർസ്റ്റേഷന്റെ വാർഷികാഘോഷങ്ങളിൽ സംഗീതപരിപാടികൾക്കും നാടകങ്ങൾക്കും നല്ല സ്ഥാനമുണ്ടായിരിക്കും. ഒരിക്കൽ ഒരേ നാടകം അടുത്തടുത്ത ദിവസങ്ങളിലായി രണ്ട് ടീമുകൾ അവതരിപ്പിച്ചത് പുതുമയുള്ള അനുഭവമായിരുന്നു. എൻ. ഗോവിന്ദൻകുട്ടിയുടെ 'ഒരു വിവാഹത്തിന്റെ കഥ'. ഒരു അറബിക്കല്യാണത്തിന്റെ ദുരന്തപൂർണമായ കഥ പറയുന്ന നാടകം. അതിലെ പാവപ്പെട്ട മുസ്‌ലിം പിതാവിന്റെ വേഷത്തിൽ ഒരു രാത്രിയിൽ ജെ.എ.ആർ. ആനന്ദും അടുത്ത രാവിൽ പി.സി. സേവ്യറുമാണ് അഭിനയിച്ചത്. ആര് ആരെക്കാൾ മികച്ച രീതിയിൽ അഭിനയിച്ചു എന്ന് തീർപ്പുകൽപ്പിക്കാനാവാത്ത പ്രകടനം.

നീലക്കുയിലിലൂടെ സിനിമാരംഗത്തേക്കു കടന്ന ജെ. എ. ആർ. ആനന്ദ് എന്ന അബ്ദുക്ക പിന്നീട് ചെന്നൈയിൽ സ്ഥിരതാമസമാക്കി. വല്ലപ്പോഴും കിട്ടുന്ന അപ്രധാന വേഷങ്ങളിൽ തൃപ്തിപ്പെട്ടു കഴിഞ്ഞുകൂടി. അവിടെ വിവാഹവും കഴിച്ചു. ആ ബന്ധത്തിലുള്ള മകളാണ് ചലച്ചിത്രനടിയായ സബിതാ ആനന്ദ്.

പനയപ്പിള്ളിയിലെ തോട്ടിക്കോളനിയിൽനിന്ന് ഉയർന്നുവന്ന കലാകാരനാണ് സേവിയെന്നു ഞങ്ങൾ വിളിച്ചിരുന്ന പി.സി. സേവ്യർ. ആകാരഭംഗിയും ശബ്ദഗാംഭീര്യവും പ്രൗഢമായ അംഗചലനങ്ങളുംകൊണ്ട് ശ്രദ്ധേയനായിത്തീർന്ന കരുത്തനായ നടൻ. മാന്വൽ സ്കാവഞ്ചിംഗ് ഉണ്ടായിരുന്ന കാലമായിരുന്നു. തോട്ടികുടുംബത്തിൽനിന്നു വന്നയാളെന്നു കരുതി കലാകാരന്മാർ സേവിയെ മാറ്റിനിർത്തിയില്ല. അത്തരം അപകർഷതാബോധം സേവിക്കുമുണ്ടായിരുന്നില്ലെന്നു തോന്നുന്നു. പ്രൊഫഷനൽ നാടകനടൻ എന്ന നിലയിൽ ശ്രദ്ധിക്കപ്പെട്ട സേവ്യറുടെ അന്ത്യം നാടകവേദിയിൽ തന്നെയായിരുന്നു.

പണ്ടുപണ്ടെങ്ങോ ഞങ്ങളുടെ തറവാടിനടുത്തുള്ള ഒരു ബന്ധുവീട്ടിൽ ഭരത് പി.ജെ. ആന്റണിയുടെ 'തെറ്റിദ്ധാരണ' എന്ന നാടകത്തിന്റെ റിഹേഴ്സൽ നടന്നതായി പറഞ്ഞുകേട്ടിട്ടുണ്ട്. ആന്റണിയുടെയും ഗോവിന്ദൻകുട്ടിയുടെയുമൊക്കെ ആദ്യകാല തട്ടകം കൊച്ചിതന്നെയായിരുന്നു. പി.ജെ. ആന്റണി മാത്രമല്ല, ഒരുപാട്

ആന്റണിമാരുണ്ടായിരുന്നു നാടകരംഗത്ത്. സി.പി. ആന്റണി, പി.ജി. ആന്റണി, പി.ബി. ആന്റണി, കെ.ജെ. ആന്റണി, കൊച്ചിൻ ആന്റണി, കെ.എൽ. ആന്റണി ഇവരിൽ നടന്മാരും നാടകകൃത്തുക്കളും പാട്ടെഴുത്തുകാരുമുണ്ട്. ഓരോ ആന്റണിയെക്കുറിച്ചും പറയാൻ ഒത്തിരി കാര്യങ്ങളുണ്ട്.

നല്ല നർമബോധമുള്ള നാടകകൃത്തായിരുന്നു സി.പി. ആന്റണി. 'ചൊറിയൻപുഴുക്കൾ' ആണ് ഞാൻ കാണുന്ന അദ്ദേഹത്തിന്റെ ആദ്യ നാടകം. സി.പിയുടെ നാടകങ്ങൾ എത്രയെന്നു പറയാനാവില്ല. ഏറ്റവും ശ്രദ്ധേയമായ രചന 'നന്മനിറഞ്ഞ ഭൂമി'യാണ്. 'കറുത്ത പൗർണമി' തുടങ്ങി കുറേ സിനിമകൾക്ക് തിരക്കഥകളെഴുതിയിട്ടുമുണ്ട്. നാടകമോ തിരക്കഥയോ എഴുതാൻ ഏറെ സമയം വേണ്ട. പക്ഷേ, പ്രതിഫലം ചോദിച്ചുവാങ്ങാനറിയില്ല. നിർമാതാക്കളായാലും നാടകസമിതിക്കാരായാലും കുറേ ലാർജിലൊതുക്കും. ഒടുവിൽ ജീവിതത്തിൽ നിന്ന് അരങ്ങൊഴിഞ്ഞപ്പോൾ നിരാധാരമായത് ഭാര്യയും കുട്ടികളുമടങ്ങുന്ന കുടുംബമാണ്.

വിശ്വരൂപം എഴുതിയതാര്?

മൽസരനാടകങ്ങളിൽ സ്ഥിരസാന്നിധ്യമായിരുന്ന പി.ബി. ആന്റണിയുടേത് പെരുമാൾ മുരുകന്റേതിനു സമാനമായ ദുരന്തമാണ്. വർഗീയവാദികളുടെ ഭീഷണിയെത്തുടർന്നാണ് പെരുമാൾ മുരുകൻ എഴുത്തു നിർത്തിയതെങ്കിൽ, താനെഴുതിയ നാടകത്തിന്റെ പേരിൽ മറ്റൊരാൾ പുരസ്കാരം വാങ്ങിയെന്ന ദുഃഖമാണ് ആന്റണിക്ക് എഴുത്തിനോട് വിരക്തിയുണ്ടാക്കിയത്.

കോഴിക്കോട് കേന്ദ്ര കലാസമിതിയുടെ മൽസരത്തിൽ സമ്മാനം നേടിയ 'വിശ്വരൂപം' ആയിരുന്നു നാടകം. അതേ, പ്രശസ്ത നാടകകൃത്തും നടനുമായ സുരാസുവിന്റേതായി അറിയപ്പെടുന്ന 'വിശ്വരൂപം' തന്നെ. വാസ്തവത്തിൽ സുരാസുവുമായി ചർച്ചചെയ്തിട്ടാണെങ്കിലും അതെഴുതിയത് താനാണെന്നായിരുന്നു ആന്റണിയുടെ വാദം. കൊച്ചിൻ ആന്റണി തുടങ്ങിയ കലാകാരന്മാർ കോഴിക്കോട്ടെത്തി എം.ടി. വാസുദേവൻ നായർ ഉൾപ്പെടെയുള്ള ജൂറിമാരെ കണ്ട് പരാതിപ്പെട്ടെങ്കിലും ഫലമുണ്ടായില്ല. അക്കാലത്ത് കൊച്ചിയിലെ നാടകവൃത്തങ്ങളിൽ ഈ സംഭവം സംസാരവിഷയമായിരുന്നു. കോഴിക്കോട് സാഹിത്യ പരിഷത്ത് സമ്മേളനത്തിൽ വെച്ച് പരിചയപ്പെട്ട സുരാസുവിനോട് ഞാൻ ഇതേക്കുറിച്ച് ചോദിച്ചു. അന്നേരം ശക്തമായി അദ്ദേഹം നിഷേധിക്കുകയായിരുന്നു. ദോസ്തോയെവ്സ്കി ഉൾപ്പെടെയുള്ള പല പ്രതിഭകളെയും ഉദ്ധരിച്ചിട്ടുണ്ട്, ഈ നാടകത്തിൽ. അതിലൊരു ഡയലോഗെങ്കിലും ആരുടേതാണെന്ന് നാടകകൃത്തെന്നവകാശപ്പെടുന്നയാൾ പറയട്ടെ എന്നായി സുരാസു. സത്യം എന്തുമാവട്ടെ, ഒരുപാട് മൽസരനാട

കങ്ങളെഴുതിയ പി.ബി. ആന്റണി തന്റെ പേനയുടെ നിബ്ബ് മേശപ്പുറത്തെ കടലാസ്സിൽ കുത്തിനിറുത്തി പറഞ്ഞത്രേ: ഇനി ഞാൻ നാടകമെഴുതില്ല, മരിക്കുന്നതുവരെ.

അയാൾ പിന്നീട് നാടകമെഴുതുകയുണ്ടായില്ലെന്നതു സത്യം. സുരാസു പിന്നീട് എഴുതിയത് 'താളവട്ടം' എന്ന നാടകം മാത്രം; അതാവട്ടെ ശരാശരിയെക്കാൾ വളരെ താഴെനിൽക്കുന്ന രചനയും! രണ്ടു പേരും അണിയറക്കുള്ളിലേക്കു മടങ്ങി. ഇനി പറഞ്ഞിട്ടെന്ത്! സത്യമാരറിഞ്ഞു? (ഈ സംഭവത്തെക്കുറിച്ച വിശദാംശങ്ങൾ നെൽസൺ ഫെർണാണ്ടസിന്റെ 'നാടകരാവുകൾ' എന്ന ഓർമപ്പുസ്തകത്തിൽ വായിക്കാം).

ഉഴിഞ്ഞുവെച്ച നാടകജന്മങ്ങൾ

നാടകനടിയായ തന്റെ ഭാര്യക്കെതിരേ അപവാദം പറഞ്ഞ കലാകാരനെ കുത്തിക്കൊന്ന് സ്വയം ജീവനൊടുക്കിയ മറ്റൊരു കലാകാരൻ. ഏകാകിനിയായ ആ കലാകാരിയെ ജീവിതത്തോട് ചേർത്തുപിടിക്കാൻ വേറൊരു കലാകാരൻ മുന്നോട്ടുവരുന്നു. അത് മറ്റൊരു ആന്റണി. ഫോർട്ട് കൊച്ചി സ്വദേശിയായ കെ.എൽ. ആന്റണി. സ്വന്തം നാടകങ്ങൾ അച്ചടിച്ച് സ്വയം വിതരണം ചെയ്തും നാടകങ്ങളവതരിപ്പിച്ചും ഇന്നും മുന്നോട്ടുനീങ്ങുന്ന ആദർശധീരനായ ഈ കമ്മ്യൂണിസ്റ്റുകാരനെ ചെറുപ്പംതൊട്ടേ അറിയാം.

നാടകത്തിനുവേണ്ടി ഉഴിഞ്ഞുവെച്ച നാടകീയജന്മങ്ങൾ. നാടകത്തിലേതിനെക്കാളെത്രയോ നാടകീയമാണ് പലപ്പോഴും ജീവിതയാഥാർഥ്യങ്ങൾ. വൈകി സിനിമയിലെത്തിയ ആന്റണി 'മഹേഷിന്റെ പ്രതികാര'ത്തോടെ ശ്രദ്ധേയനായി. അടുത്തകാലത്താണ് അദ്ദേഹം വിടപറഞ്ഞത്.

വേറൊരു നാടകകൃത്തിനെ ഓർമവരുന്നു. മാത്യു ഇടമറ്റം. ഒരുകാലത്ത് കൊച്ചിയിലെവിടെയെങ്കിലും ഒരു നാടകമോ കലാസമിതി ഉദ്ഘാടനമോ ഉണ്ടെങ്കിൽ സ്ഥിരം പ്രാസംഗികനായിരുന്നു മാത്യു ഇടമറ്റം. 'നോറ വാതിലടച്ചു പുറത്തേക്കു പോയപ്പോൾ അതിന്റെ ശബ്ദം യൂറോപ്പാകമാനം മുഴങ്ങി' ഇബ്സന്റെ 'പാവക്കൂടി'ലെ കഥാപാത്രത്തെക്കുറിച്ചുള്ള ഈ വാക്യം എത്ര തവണ ഇടമറ്റം പറഞ്ഞുകേട്ടിട്ടുണ്ടെന്നു പറയാനാവില്ല. ഫാദർ വടക്കനെ കേന്ദ്രകഥാപാത്രമാക്കിയുള്ള ഒരു പ്രശസ്ത നാടകമെഴുതിയിട്ടുണ്ട് ഇടമറ്റം: പേരോർമയില്ല. ഒരു ബാങ്കിന്റെ ബ്രാഞ്ച് മാനേജരായിരുന്ന മാത്യു ഏതോ ചങ്ങാതിമാർക്ക് സ്വർണപ്പണ്ടത്തിൽ വായ്പ കൊടുത്തു. അത് മുക്കുപണ്ടമായിരുന്നുവെന്ന് കണ്ടുപിടിച്ചപ്പോൾ ജോലി പോയി. പിന്നെ നിരന്തരമായ മദ്യപാനത്തിലായി ജീവിതം! ഒടുക്കം വരെ.

ഞങ്ങൾ, മൂന്നു കൂട്ടുകാർ

ഒരു മൽസരവേദിയിൽ വെച്ചാണ് സി.വി. അഗസ്റ്റിനെ പരിചയപ്പെടുന്നത്. അഗസ്റ്റിന്റെ 'ക്രൂശിക്കപ്പെട്ട ആത്മാവ്' എന്ന ഏകാങ്കം മൽസരത്തിനുണ്ടായിരുന്നു. അവശക്രിസ്ത്യാനികളുടെ ദരിദ്രവും പീഡിതവുമായ ജീവിതം ചിത്രീകരിക്കുന്ന ഈ നാടകം ഒരുപാട് സമ്മാനങ്ങൾ വാരിക്കൂട്ടി. പിന്നെ, 'നിർഭാഗ്യവാന്മാർ' എന്ന മറ്റൊരു നാടകമെഴുതി, അഗസ്റ്റിൻ. അതും യഥാതഥമായ ചിത്രീകരണം. അതോടെ ഞങ്ങളുടേത് സുദൃഢമായ സ്നേഹബന്ധമായി മാറി. ആർട്ടിസ്റ്റായ അഗസ്റ്റിന്റെ വർണശാലയിലെ നിത്യസന്ദർശകനായി ഞാൻ.

പിന്നെ മറ്റൊരാൾ കൂടി ഞങ്ങളുടെ കൂട്ടത്തിലേക്കു വന്നു. കണ്ണൂർ പഴയങ്ങാടിക്കാരനായ ഇബ്രാഹിംകുട്ടി. 'ക്രൂശിക്കപ്പെട്ട ആത്മാവിൽ' യാദൃച്ഛികമായഭിനയിപ്പിച്ച് ഇബ്രാഹിംകുട്ടിയെ അഗസ്റ്റിൻ ഇബ്രാഹിം വെങ്ങരയായി മാമോദിസ മുക്കി. പിന്നെ ഞങ്ങളുടെ സംഘത്തിലേക്ക് സി.കെ. രവീന്ദ്രൻ, കെ. ഗോപിനാഥ് തുടങ്ങിയവർ വന്നു. ഗോപി കലാകാരനൊന്നുമല്ല. കലാകാരന്മാരെ വലിയ ഇഷ്ടമാണ്. ഒരു റേഷൻ ഷോപ്പിൽ ജോലിയായിരുന്നു. കലാകാരന്മാരായ ചങ്ങാതിമാർക്ക് കടമായും സൗജന്യമായും സാധനങ്ങൾ കൊടുത്ത് ഗോപിയുടെ ജോലി പോയി. രവിക്ക് ഞങ്ങളെക്കാളൊക്കെ പ്രായമുണ്ട്. എന്റെ ജ്യേഷ്ഠന്റെ സഹപാഠിയായിരുന്നു. തന്റെ 'ആറടി മണ്ണ്' എന്ന നാടകത്തിൽ എന്നെക്കൊണ്ട് പാട്ടെഴുതിച്ചു. എന്റെ ആദ്യത്തെ നാടകഗാനം:

"എത്തമില്ലാത്ത കയങ്ങളിലേ
മുത്തുകൾ വാരാൻ പോണവരേ...
വഞ്ചിയിറക്കീലോ
നമ്മടെ മഞ്ചലതാണല്ലോ
വലയെറിഞ്ഞല്ലോ
നമ്മടെ കലയതാണല്ലോ..."

ചെമ്മീൻ സിനിമയൊക്കെ വരുന്നതിനു മുമ്പാണ്. മനോഹരമായി ഈണം നൽകിയത് ഇന്നത്തെ അർജുനൻ മാസ്റ്ററായ എം.കെ. അർജുനൻ. രവിയുടെ 'യന്ത്രങ്ങൾ' എന്ന നാടകത്തിലും ഞാനും അർജുനൻ മാസ്റ്ററും ഒന്നിച്ചിട്ടുണ്ട്.

ഞാൻ പരിചയപ്പെടുന്ന കാലത്ത് ഇബ്രാഹിംകുട്ടി ബീഡിതെറുപ്പുകാരനായിരുന്നു. പിന്നീട് ഇന്തോ-മറൈൻ ഫിഷറീസ് കമ്പനിയിൽ ലോറി ഡ്രൈവറായി. സർക്കസ് കമ്പനിയുൾപ്പെടെ പലപല ജോലികൾ ചെയ്തിട്ടുണ്ട്. കഠിനാധ്വാനവും അനുഭവങ്ങളും അറിവിനോടുള്ള ആർത്തിയുമാണ് ഇബ്രാഹിമിനെ അറിയപ്പെടുന്ന നാടക

കൃത്തും സംവിധായകനുമൊക്കെയാക്കിയത്. ഇന്നും ആ സാധന തുടരുന്നു. 'ഗ്രീൻറൂം' എന്ന ആത്മകഥയിൽ അതെല്ലാം വിവരിച്ചിട്ടുണ്ട്. വീട്ടിൽനിന്ന് എന്നോ പുറപ്പെട്ടുപോയ ജ്യേഷ്ഠനെ തേടിയുള്ള യാത്രയാണ് ഇബ്രാഹിമിനെ കൊച്ചിയിലെത്തിച്ചത്. ആ ജ്യേഷ്ഠന്റെ ജീവിതത്തിലെ കയറ്റിറക്കങ്ങൾ, ആത്മകഥയെ ഒരു നോവൽ പോലെ പാരായണീയമാക്കുന്നു. പുനലൂരിൽ ഒരു നാടകത്തിലഭിനയിച്ചുകൊണ്ടിരിക്കുമ്പോഴാണ് ഇബ്രാഹിം സഹോദരന്റെ മരണവാർത്ത അറിയുന്നത്.

അഗസ്റ്റിനും ഇബ്രാഹിമും ഞാനും പിരിയാത്ത കൂട്ടുകാരായിരുന്നു ഒരുകാലത്ത്. അന്തിയോളം നീളുന്ന സാഹിത്യകലാചർച്ചകൾ. ഫോർട്ട് കൊച്ചി കടപ്പുറത്തേക്കുള്ള യാത്ര. അഗസ്റ്റിന്റെ മരണവാർത്ത ആകസ്മികമായിരുന്നു. കോഴിക്കോട്ടുനിന്ന് വിവരമറിഞ്ഞ ഉടനെ കൊച്ചിയിലെത്തിയെങ്കിലും അപ്പോഴേക്കും ശവസംസ്കാരം കഴിഞ്ഞിരുന്നു.

കൊച്ചിയുടെ ചിരി

മറക്കാനാവാത്ത മറ്റൊരു സംഭവം ടിപ്ടോപ് അസീസിന്റെ വിയോഗമാണ്. കൊച്ചിയുടെ ചിരിയായിരുന്ന കെ.എ.അസീസ്. 'എനിക്ക് ഗുസ്തി പഠിക്കണ്ട', 'നിങ്ങൾക്കൊക്കെ ശാകുന്തളം മതി' തുടങ്ങിയ ഹാസ്യനാടകങ്ങളിലൂടെ അഞ്ചു പതിറ്റാണ്ടിലേറെ കാലം കൊച്ചിയെ പൊട്ടിച്ചിരിപ്പിച്ചു, അസീസ്ക്കയുടെ നാടകങ്ങൾ. എല്ലാവിഭാഗം പ്രേക്ഷകരെയും അവ ആകർഷിച്ചു. ഒടുവിൽ പക്ഷാഘാതം വന്നു, ചലിക്കാനാവാതെ എത്രയോനാൾ കട്ടിലിൽ കിടന്നായിരുന്നു മരണം! ഒന്നും മിണ്ടാതെ എന്റെ മുഖത്തേക്കു നോക്കിക്കൊണ്ടു കിടന്ന അസീസ്ക്കയുടെ കവിളിലൂടെ ഒലിച്ചിറങ്ങിയ കണ്ണീർപ്പാടുകൾ; ആ ചാലുകളിൽ ഒരുപാട് ഓർമകളുണ്ടായിരുന്നു.

ഒരുപാട് പ്രൊഫഷനൽ നാടകങ്ങളുടെ സംവിധായകനായ, ബൈബിൾ നാടകങ്ങളുടെ രചയിതാവായ നെൽസൺ ഫെർണാണ്ടസ് കൊച്ചിയിലെ നാടകവേദിയിൽ പതിറ്റാണ്ടുകളായി നിറഞ്ഞുനിൽക്കുന്ന വ്യക്തിയാണ്. ഗാനരചയിതാവ് എന്ന നിലയിൽ അദ്ദേഹത്തോടെനിക്ക് പ്രത്യേകമായ ആദരവുണ്ട്. കൊച്ചിയുടെ ആത്മാവുമായി ബന്ധപ്പെട്ട പാട്ടുകൾ അദ്ദേഹത്തിന്റേതായിട്ടുണ്ട്. നെൽസന്റെ 'നാടകരാവുകൾ' എന്ന പുസ്തകം അരങ്ങിന് അർപ്പിക്കപ്പെട്ട ജീവിതങ്ങളുടെ, തുറന്ന ആഖ്യാനമാണ്.

ആംഗ്ലോ-ഇന്ത്യൻ സമൂഹത്തിന്റെ നിയമസഭാപ്രതിനിധിയായ ജോൺ ഫെർണാണ്ടസും അംഗീകരിക്കപ്പെടുന്ന നാടകകൃത്താണ്.

ഇതിനിടെ വല്ലപ്പോഴുമൊക്കെ ഞാനും ചില നാടകങ്ങൾ എഴു

തിക്കൊണ്ടിരുന്നു. 'മരീചിക', 'ദുഃഖം', 'സിറാത്തുൽ മുസ്തഖീം'. കപ്പലണ്ടിമുക്ക് മുജാഹിദ് പള്ളിയിലെ ഇമാമായിരുന്ന കെ. ഉമർ മൗലവിയുടെ വെള്ളിയാഴ്ച പ്രസംഗങ്ങളാണ് മൂന്നാമതു പറഞ്ഞ നാടകമെഴുതാൻ പ്രചോദനമായത്. നിർഭയമായിരുന്നു ആ ഖുതുബകൾ. പള്ളി അധികാരികളെ വിമർശിച്ചു സംസാരിക്കാൻ അത്തരമൊരു പ്രഭാഷകന് എത്രത്തോളം സാധിക്കും എന്ന ചിന്തയാണ് രചനയിലേക്കു നയിച്ചത്. രണ്ടു വെള്ളിയാഴ്ച ഖുതുബകൾക്കിടയിൽ ഒരു ഇമാം അനുഭവിക്കുന്ന ആത്മസംഘർഷങ്ങൾ. വിമർശനപ്രസംഗം തിരുത്താൻ തയ്യാറാകാത്തതുകൊണ്ട് അനുഭവിക്കേണ്ടി വരുന്ന ദുരന്തങ്ങൾ. പക്ഷേ, ആ പേര് (സിറാത്തുൽ മുസ്തഖീം) വിനയായി. എം.ഇ.എസിന്റെ വാർഷികത്തിൽ അവതരിപ്പിക്കാനിരിക്കെ ആരോ ടൗൺഹാളിലെ സ്വിച്ച് ഓഫാക്കി. നാടകം പിന്നെ ഒരിടത്തും അവതരിപ്പിച്ചില്ല.

പ്രൊഫഷനൽ നാടകത്തിൽ

പിന്നീട് ഒരു നാടകമെഴുതുന്നത് കോഴിക്കോട്ടെത്തിയ കാലത്താണ്. സംഗമം തിയേറ്റേഴ്സ് അവതരിപ്പിച്ച 'ഇനിയും ഉണരാത്തവർ.' കെ.ടി. മുഹമ്മദ് സംഗമത്തിൽ നിന്ന് പിരിഞ്ഞ് കലിംഗാ തിയേറ്റേഴ്സ് ഉണ്ടാക്കിയ സമയം. എം.ടി യുടെ 'ഗോപുര നടയിൽ', തിക്കോടിയന്റെ 'മഹാഭാരതം' എന്നീ നാടകങ്ങൾക്കുശേഷം ഒരു പുതിയ നാടകം തിരഞ്ഞുകൊണ്ടിരിക്കുന്ന കാലം. വിക്രമൻ നായരുടെയും ഇബ്രാഹിം വെങ്ങരയുടെയും പ്രേരണ. വിശുദ്ധ ഖുർ ആനിലെ ഗുഹാവാസികൾ (സൂറത്തുൽ കഹ്ഫ്) എന്ന അധ്യായത്തെ കുറിച്ചുള്ള മനനം, മറ്റൊരു വഴിയിലൂടെ നാടകമായി വികസിച്ചു. സ്വാതന്ത്ര്യസമരകാലത്ത് ഒരു ഗുഹയിൽ കിടന്നുറങ്ങിപ്പോയ ചില പോരാളികൾ. അവർ ഉണർന്നെഴുന്നേറ്റപ്പോൾ സ്വതന്ത്രഭാരതം പതിറ്റാണ്ടുകൾ പിന്നിട്ടിരിക്കുന്നു. തങ്ങൾ സ്വപ്നംകണ്ട ഇന്ത്യയെ തേടിയുള്ള അവരുടെ യാത്ര. ഈ കഥാബീജത്തെ കാലിക രാഷ്ട്രീയസംഭവങ്ങളിലൂടെ വികസിപ്പിച്ച് ഒരു നാടകമാക്കുകയായിരുന്നു.

അമേരിക്ക ഉൾപ്പെടെ ഒരുപാട് സ്ഥലങ്ങളിൽ അവതരിപ്പിച്ചപ്പോൾ 'ഇനിയും ഉണരാത്തവർ' നേടിയ കൈയടി പ്രേക്ഷകർ അത് ഹൃദയപൂർവം സ്വീകരിച്ചുവെന്നതിന്റെ തെളിവായിരുന്നു. വിക്രമൻ നായരുടെ ഭാവനാപൂർണമായ സംവിധാനവും വിൽസൻ സാമുവലിന്റെ സംഗീതവും ബാബു പാറശ്ശേരി, വിജയലക്ഷ്മി തുടങ്ങിയവരുടെ അഭിനയവുമെല്ലാം അതിന്റെ വിജയഘടകങ്ങളായി. വിക്രമൻ നായർ സംഗമത്തോട് യാത്ര പറഞ്ഞ് സ്റ്റേജ് ഇന്ത്യാ എന്റർടൈൻമെന്റിനു രൂപം നൽകിയപ്പോൾ ആവശ്യപ്പെട്ടതനുസ

രിച്ച് മറ്റൊരു പ്രൊഫഷനൽ നാടകംകൂടി എഴുതി:'ക്ഷുഭിതരുടെ ആശംസകൾ'. പക്ഷേ, ഉദ്ദേശിച്ചപോലെ പ്രേക്ഷകരിൽ നിന്ന്അതിനു വലിയ സ്വീകരണം ലഭിച്ചില്ല. തീർന്നു എന്റെ നാടകപർവ്വം.

●

11

കൊച്ചിയുടെ സംഗീതപ്പെരുമ

കൊച്ചിയിലെ തോണിപ്പണിക്കാരും തുറമുഖ തൊഴിലാളികളും മീൻപിടിത്തക്കാരും ഓട്ടോറിക്ഷാ ഡ്രൈവർമാരും മെഹ്ദി ഹസ്സന്റെയും ഗുലാം അലിയുടെയും ജഗ്ജിത് സിങിന്റെയും റഫിയുടെയും തലത്തിന്റെയും പാട്ടുകളുമായി ദൃശ്യമാധ്യമങ്ങളിൽ നിറയുമ്പോൾ ആളുകൾ അമ്പരപ്പോടെ ചോദിക്കുന്നു: എന്താണീ തുറമുഖനഗരിയുടെ സംഗീതമാന്ത്രികതയ്ക്കു പിന്നിൽ? ലോകത്തൊരിടത്തുമില്ലാത്തവിധം വ്യത്യസ്തമായ സംസ്കാരങ്ങൾ നൂറ്റാണ്ടുകളായി യാതൊരു അലമ്പുമില്ലാതെ, സമാധാനത്തോടെ ഒന്നിച്ചുകഴിയുന്ന, ചരിത്രമുറങ്ങാത്ത ഒരു ചെറുപട്ടണമാണു പശ്ചിമ കൊച്ചി; ഫോർട്ട് കൊച്ചിയും മട്ടാഞ്ചേരിയും ചേർന്ന ഇരട്ടപ്പട്ടണം.

ഏതാനും കിലോമീറ്ററുകൾ മാത്രം ചുറ്റളവു വരുന്ന ഈ പ്രദേശത്തുകൂടി ഒന്നു ചുറ്റിയടിച്ചാൽ പറങ്കിയും ഇംഗ്ലീഷും ഹിബ്രുവും അറബിയും ഗുജറാത്തിയും തമിഴും ഉർദുവുമെല്ലാം വ്യത്യസ്തമായ ടോണുകളിൽ കാതിൽ വന്നു പതിക്കുമ്പോൾ തന്നെയുണ്ട് അതിലൊരു സംഗീതം. എല്ലാ സംസ്കാരങ്ങൾക്കും അവയുടേതായ ഭാഷകളും സംഗീതങ്ങളുമുണ്ട്. യഹൂദചരിത്രത്തിലെ ഒന്നാംതരം ഗാനങ്ങൾ ഹിബ്രുമലയാളത്തിലുണ്ട്. ഇതുപോലെ സുറിയാനികൾക്കും മുസ്ലിംകൾക്കുമെല്ലാം സ്വന്തമായ സംഗീതവഴികളുണ്ടായിരുന്നു. വരുംകാലങ്ങളിൽ ഗവേഷകരും അന്വേഷകരും ആ വഴിയിലൂടെ സഞ്ചരിച്ചേക്കാം. ഇവിടെ അത്രയും ആഴത്തിൽ പോവാൻ ഉദ്ദേശിക്കുന്നില്ല; ഇടവുമില്ല.

പാരമ്പര്യത്തിന്റെ വഴികൾ

പടിഞ്ഞാറെ കൊച്ചിയുടെ പടിഞ്ഞാറെയറ്റത്തെ ചെല്ലാനത്തും വൈപ്പിനപ്പുറമുള്ള ഗോതുരുത്തിയിലും ഒരുകാലത്ത് സജീവമായിരുന്ന ചവിട്ടുനാടകങ്ങളും സംഗീതനാടകങ്ങളും തമ്മിലുള്ള കൊടുക്കൽ-വാങ്ങലുകളിൽ ഈ സാംസ്കാരികപകർച്ചയുടെ ഈണപ്പൊരുത്തങ്ങളും പദഗരിമയും ഇന്നും മുഴങ്ങിക്കേൾ

ക്കാം. മട്ടാഞ്ചേരി പാലസ് റോഡിലെ മടപ്പള്ളി മഠത്തിൽ രാമനവമി കൾതോറും ചെമ്പൈ, ശെമ്മാങ്കുടി, മധുരമണിഅയ്യർ തുടങ്ങി കർണാടക സംഗീതത്തിലെ കുലപതികൾ കച്ചേരികളവതരിപ്പിച്ചിരുന്ന ഒരു കാലമുണ്ട്. ഹിന്ദുസ്ഥാനി ക്ലാസിക്കൽ സംഗീതത്തിലെ അതികായരായ ഭീംസെൻ ജോഷിയെയും കുമാർ ഗന്ധർവ്വയെയും പോലുള്ളവർ വിഠോഭാക്ഷേത്രത്തിൽ സംഗീതാർച്ചനയ്ക്കെത്തിയിരുന്നു.

പാപ്പുക്കുട്ടി ഭാഗവതർ

വണക്കമാസക്കാലത്ത് ലത്തീൻ കത്തോലിക്കരുടെ സമ്പന്ന ഗൃഹങ്ങളിൽ അഗസ്റ്റിൻ ജോസഫിന്റെയും പാപ്പുക്കുട്ടി ഭാഗവതരുടെയും കച്ചേരികൾ അനിവാര്യമായിരുന്നു. കച്ചിമേമന്മാർക്കും ദഖ്നികൾക്കും സാധാരണ മുസ്ലിംകൾക്കും കല്യാണാവസരത്തിൽ വേറിട്ട സംഗീതരീതികളുണ്ടായിരുന്നു. 105-ാം വയസ്സിലും മനസ്സിൽ സംഗീതം കൊണ്ടുനടന്ന പാപ്പുക്കുട്ടി ഭാഗവതർ കൊറോണക്കാലത്താണ് നമ്മെ വിട്ടുപിരിഞ്ഞത്.

അധികകാലം മുമ്പല്ല, മട്ടാഞ്ചേരി ടൗൺഹാളിൽ അദ്ദേഹം 'ദുനിയാ കേ രഖ്വാലെ' പാടുന്നതു കേട്ട് തരിച്ചിരുന്നുപോയി. 'ഭഗവാൻ' എന്ന ആരോഹണപദം അഞ്ചരക്കട്ടയ്ക്കപ്പുറം ഉയർന്നുപോയി, പിന്നെ താണിറങ്ങിവരുന്നതിന്റെ ശ്രവണസഞ്ചാരപഥം അതിശയപ്പെടുത്തുന്നതായിരുന്നു. ശതാബ്ദിയോടടുത്തു കൊണ്ടിരിക്കുന്ന ഒരു വയോവൃദ്ധന്, ഇത്തരത്തിൽ ശബ്ദംകൊണ്ടൊരു റോപ് മാജിക് കാണിക്കാനുള്ള സ്റ്റാമിന എവിടെ നിന്നു കിട്ടി? അച്ചടക്കമുള്ള ജീവിതശൈലി തന്നെയെന്നു ഭാഗവതർ പറയുമ്പോൾ അതെങ്ങനെ സമ്മതിക്കാതിരിക്കും! ഏതാനും വർഷം മുമ്പുവരെ പള്ളുരുത്തിയിൽ നിന്ന് ബസ്സിൽ കയറി, ഫോർട്ട്കൊച്ചിയിലിറങ്ങി, ബോട്ടിൽ വൈപ്പിനിലും പുതുവയ്പിനിലും ഞാറയ്ക്കലും പോയി സംഗീതം പഠിപ്പിച്ചിരുന്നു പാപ്പുക്കുട്ടി ഭാഗവതർ. ത്യാഗരാജകീർത്തനം പാടി ശ്വാസമെടുക്കും മുമ്പേ, സൈഗാളിന്റെ 'സോജാ രാജകുമാരി'പാടുമായിരുന്ന അദ്ദേഹത്തെ കേരള സൈഗാൾ എന്നു നാട്ടുകാർ വിളിച്ചതിൽ അത്ഭുതമില്ല.

ഒത്തിരി നാടകങ്ങളിലും ചില സിനിമകളിലും പാടിയും പാടാതെയും അഭിനയിച്ചിട്ടുണ്ട് പാപ്പുക്കുട്ടിയാശാൻ. 2010ൽ, തൊണ്ണൂറ്റിയെട്ടാം വയസ്സിൽ സിനിമയ്ക്കു വേണ്ടി അദ്ദേഹം ഒരു രസികൻ പാട്ടു പാടി ഹിറ്റാക്കി. 'എന്റടുക്ക വന്നടുക്കും പെൺപിറന്നോളെ സമ്മതമോ കന്മദമോ നിൻ കടക്കണ്ണിൽ' -മേരിക്കുണ്ടൊരു കുഞ്ഞാട് എന്ന ചിത്രത്തിലേതായിരുന്നു ആ ഗാനം. തന്റെ ആത്മസുഹൃത്തായിരുന്ന അഗസ്റ്റിൻ ജോസഫിന്റെ മകൻ യേശുദാസിനൊ

പ്പവും സിനിമയിൽ പാടി: 'കള്ളനെ വഴിയിൽ മുട്ടും കണ്ടാലുടനെ തട്ടും നമുക്കയ്യായിരവും കിട്ടും' (കറുത്ത കൈ-1964).

നൂറു വയസ്സ് തികഞ്ഞ വർഷം ചെന്നൈയിൽ പോയി കച്ചേരി നടത്തി സുഖമായി തിരിച്ചുവന്ന പാപ്പുക്കുട്ടിയാശാന്റെ പിന്നണി ഗായികയായ മകൾ സൽമയുടെ ഭർത്താവ് ആരാണെന്നറിയാമോ? പ്രശസ്ത ചലച്ചിത്രസംവിധായകൻ കെ.ജി. ജോർജ്.

അഗസ്റ്റിൻ ജോസഫിന്റെ മകൻ

ഫോർട്ട് കൊച്ചിയിലെ പ്രിൻസസ് സ്ട്രീറ്റിൽ, കേരളത്തിലെ അറിയപ്പെടുന്ന ഒരു കലാകാരൻ കുടുംബസമേതം പൊറുതിയുണ്ടായിരുന്നു. അക്കാലത്തെ പ്രമുഖ ഗായകനടൻ അഗസ്റ്റിൻ ജോസഫ്. ഇന്നു നാം ഗാനഗന്ധർവനെന്നു വിശേഷിപ്പിക്കുന്ന സാക്ഷാൽ കെ.ജെ. യേശുദാസിന്റെ അപ്പൻ. പുലർകാലവേളയിൽ അപ്പൻ സാധകം ചെയ്യുന്നതു കേട്ടുവളർന്ന ബാല്യമായിരുന്നു തന്റേതെന്ന് യേശുദാസ് പിൽക്കാലത്തു പറഞ്ഞിട്ടുണ്ട്. ജന്മനാ കലാകാരനായിരുന്ന അഗസ്റ്റിന് സംഗീതം ശാസ്ത്രീയമായി പഠിക്കാനായില്ല. ദക്ഷിണേന്ത്യയിലെ മഹാഗായകനായിരുന്ന കിട്ടപ്പഭാഗവതരെ, മാനസഗുരുവായി, ഏകലവ്യനെപ്പോലെ അംഗീകരിച്ച് അനുധ്യാനം ചെയ്താണ് അദ്ദേഹം സംഗീതജ്ഞനായത്. പത്രോസായും അന്തിപ്പാസായും സോളമനായും ഉപഗുപ്തനായും സംഗീതനാടകങ്ങളിൽ അരങ്ങു തകർത്ത അദ്ദേഹത്തിലെ ഗായകനോ നടനോ ആരാണു കൂടുതൽ മികച്ചുനിന്നതെന്ന് പറയാൻ വിഷമം. സംഗീതനാടകത്തിൽ നിന്നു സാമൂഹ്യനാടകത്തിലേക്കുള്ള ചുവടുമാറ്റത്തിലും അഗസ്റ്റിൻ ജോസഫുണ്ടായിരുന്നു. എന്നാൽ, മൂന്നു പതിറ്റാണ്ടിലേറെ നീണ്ടുനിന്ന നാടകജീവിതം പ്രശസ്തിയല്ലാതെ മറ്റൊന്നും നൽകിയില്ല. വാടകവീടുകളിൽ രണ്ടറ്റം കൂട്ടിമുട്ടിക്കാൻ തത്രപ്പെട്ടതായിരുന്നു, കലാജീവിതത്തിലെ സുവർണനാളുകൾ പോലും.

അഗസ്റ്റിൻ ജോസഫ് അമ്പതുകളിൽ സിനിമാനടനുമായി. 'വേലക്കാരൻ' എന്ന ചിത്രത്തിൽ ദക്ഷിണാമൂർത്തി ഈണം നൽകിയ ഗാനം പാടുകയും ചെയ്തു-മലയാളസിനിമയിലെ ആദ്യത്തെ അയ്യപ്പഭക്തിഗാനം. അതോടെ അയ്യപ്പഭക്തനായി തീർന്ന അദ്ദേഹം ഇരുമുടിക്കെട്ടുമായി ശബരിമല ദർശനം നടത്തുകയുമുണ്ടായി. പിൽക്കാലത്ത് അപ്പന്റെ ജീവിതത്തിലെ ഈ സംഭവം അറിയാതെയാണെങ്കിലും യേശുദാസും അയ്യപ്പഭക്തനായിത്തീർന്നു. കാരണം വ്യത്യസ്തമായിരുന്നുവെന്നുമാത്രം. അഗസ്റ്റിൻ ജോസഫിന് സിനിമയിൽ പാടാൻ അവസരം നൽകിയ ദക്ഷിണാമൂർത്തി

യുടെ ഒട്ടേറെ സുമധുരഗാനങ്ങൾ യേശുദാസിലൂടെ നാം കേട്ടതാണ്; നിത്യവും കേട്ടുകൊണ്ടിരിക്കുന്നു. വിജയ് യേശുദാസിന്റെയും ആദ്യത്തെ സിനിമാപാട്ടിന് സ്വാമി തന്നെയാണ് ഈണം നൽകിയത്. കൊച്ചിയിലെ പൊതുപരിപാടികളിൽ പാടിത്തന്നെയാണ് യേശുദാസ് വളർന്നുവന്നത്.

ഹാഫ് ട്രൗസറിട്ട ദാസപ്പൻ

മട്ടാഞ്ചേരിയിലെ അഗ്നിശമനവാരാഘോഷങ്ങളിൽ ദാസപ്പന്റെ പാട്ടുണ്ടെടാ എന്നു കുട്ടികൾ പറയും. ഹാഫ് ട്രൗസറി ട്ട് മൈക്കിനു മുന്നിൽ നിൽക്കുന്ന യുവഗായകനെ കേൾക്കുകയും ചെയ്യും. മുഹമ്മദ് റഫിയുടെ പാട്ടുകളാണു കൂടുതലും പാടുക. 'ദുനിയാ കെ രഖ്വാലെ', 'സുഹാനിരാത്ത് ഢൽചു കി' തുടങ്ങിയ ഹിറ്റുകൾ. സിനിമയിലേക്കു വരുന്നതിനു മുമ്പുതന്നെ കൊച്ചിക്കാർ ആ കുട്ടിയിൽ വലിയൊരു ഭാവി ദർശിച്ചിരുന്നു. മകന്റെ ഹിന്ദി, ഉർദു ഉച്ചാരണം ശക്തിപ്പെടുത്താൻ എച്ച്. മെഹബൂബിനെ അഗസ്റ്റിൻ ജോസഫ് ചട്ടംകെട്ടിയിരുന്നു. വളരെയധികം കഷ്ടപ്പാടുകൾ സഹിച്ചാണ് അദ്ദേഹം യേശുദാസിനെ വളർത്തിയത്.

തൃപ്പൂണിത്തുറയിൽ നിന്ന് ഗാനഭൂഷണം റാങ്കോടെ പാസായ ദാസ് തിരുവനന്തപുരം സ്വാതിതിരുനാൾ അക്കാദമിയിൽ ചേർന്നപ്പോൾ വാടക കൊടുക്കാനില്ലാത്തതുകൊണ്ട് പ്രിൻസിപ്പാൾ ശെമ്മാങ്കുടിയുടെ കാർഷെഡിലാണ് തങ്ങിയത്. രണ്ടേരണ്ടു വസ്ത്രങ്ങൾ മാത്രമേ മാറ്റിയുടുക്കാനുണ്ടായിരുന്നുള്ളൂ. അങ്ങനെ വെള്ളവസ്ത്രം ഇന്നും തുടരുന്നു. ആദ്യചിത്രത്തിൽ പാട്ട് റെക്കോർഡ് ചെയ്യാൻ മദിരാശിയിലേക്കു പോവാനുള്ള യാത്രാക്കൂലി നൽകിയത് മത്തായി എന്ന ഒരു ടാക്സി ഡ്രൈവറായിരുന്നു. അപ്പൻ മദിരാശിയി ലെ ഒരു സ്വകാര്യ ആശുപത്രിയിൽ വെച്ചു മരിച്ചപ്പോൾ ബില്ലടക്കാൻ ഗാനരചയിതാവ് പി. ഭാസ്കരൻ മാസ്റ്റർ നൽകിയ എണ്ണൂറ് രൂപയ്ക്ക് എട്ടുകോടിയുടെ മൂല്യമായിരുന്നു എന്നു പറയുന്ന യേശുദാസ്, പലരെയും പോലെ കടന്നുവന്ന വഴികൾ മറന്ന കലാകാരനല്ല. വണക്കമാസത്തിന്റെ അവസാനദിവസമായ മാർച്ച് 31ന് ഫോർട്ട്കൊച്ചി അധികാരിവളപ്പിലെ കപ്പേളയിൽ അപ്പൻ നടത്തിയ സംഗീതാർച്ചന അദ്ദേഹത്തിന്റെ മരണശേഷവും യേശുദാസ് മുടങ്ങാതെ തുടരുന്നു. അന്നു ലോകത്തിന്റെ എവിടെ നിന്നായാലും കൊച്ചിയിലെ പരിപാടിക്കെത്തുമെന്നു തീർച്ച.

കൊച്ചിയുടെ സ്വന്തം ഭായി

കൊച്ചിയുടെ ഉണർത്തുപാട്ടുകാരനായിരുന്നു മൂന്നര പതിറ്റാണ്ട് മുമ്പ്, പാതിയും പാടി പറന്നുപോയ എച്ച്. മെഹബൂബ്. എണ്ണം

നോക്കിയാൽ മൂന്നോ നാലോ ദശകത്തിലെ കലാജീവിതത്തിൽ വളരെ കുറച്ച് പടങ്ങൾ, പാട്ടുകൾ മാത്രം.പക്ഷേ, ആദ്യചിത്രമായ 'ജീവിതനൗക'യിൽ എട്ടു പാട്ടുകളുണ്ടായിരുന്നു. മെഹബൂബ് 'സുഹാനി രാത്ത് ഢൽ ചുകി'യുടെ ഈണത്തിൽ പാടിയ 'അകാലേ ആരും കൈവിടും' എന്ന അഭയദേവ് ഗാനം അറംപറ്റിയതുപോലെയായി. ഏതുതരത്തിലുള്ള ഗാനവും അനായാസം പാടാനും അതിവേഗം ഈണം നൽകാനും കഴിവുള്ള സംഗീതപ്രതിഭ, പിന്നെ സിനിമാക്കാരെ കാണുമ്പോൾ ഓടിയൊളിക്കാൻ തുടങ്ങി. ഒടുവിൽ ഹാസ്യഗായകനായി അദ്ദേഹം മാർജിനലൈസ് ചെയ്യപ്പെട്ടു. കൊച്ചിക്കാരുടെ പ്രിയപ്പെട്ട ഭായി പാടിയ എല്ലാ ഗാനങ്ങളും കേരളത്തിലെവിടെയുമുള്ള മലയാളികൾ ഹൃദയപൂർവം ഏറ്റുവാങ്ങി. ആ ചലച്ചിത്രഗാനങ്ങളൊന്നും എണ്ണിയെണ്ണി പറയേണ്ട കാര്യമില്ല -'കാത്തുസൂക്ഷിച്ച കസ്തൂരി മാമ്പഴം.', 'മാനെന്നും വിളിക്കില്ല.', 'അന്നത്തിനും പഞ്ഞമില്ല.', 'വണ്ടീ വണ്ടീ നിന്നെപ്പോലെ വയറിലെനിക്കും തീയാണ്.'

എന്നാൽ, കൊച്ചി ദേശവാസികൾ അദ്ദേഹത്തെ ഓർമിക്കുന്നത് ചലച്ചിത്രേതര ഗാനങ്ങളുടെ ഈണങ്ങളിലൂടെയാണ്. പ്രത്യേകിച്ച് കൊച്ചിയുടെ രാഷ്ട്രീയവും വർത്തമാനവും ചരിത്രവും പറയുന്ന ഗാനങ്ങൾ. ചാപ്പസമ്പ്രദായത്തെ ആവിഷ്കരിക്കുന്ന കെ.എച്ച്. സുലൈമാൻ മാസ്റ്ററെഴുതിയ 'നത്തും കോഴിയും കൂകണനേരം' എന്ന പാട്ടിൽ തുറമുഖ തൊഴിലാളികളുടെ നീറുന്ന വേദനയുണ്ട്. പാതിരാനേരത്ത് ഞെട്ടിയുണർന്നിട്ട്, പട്ടിക പട്ടിയെ തല്ലാനെടുത്തിട്ട്, പാതി വലിച്ചിട്ട ബീഡി കത്തിച്ചിട്ട് ചാപ്പയ്ക്കോടുന്നവന്റെ ദാരുണചിത്രം അതിൽ വരച്ചുകാട്ടുന്നു.

വെല്ലിങ്ടൺ ഐലൻഡിൽ ഒരു സ്വകാര്യ ഷിപ്പിംഗ് കമ്പനിയുടെ ഉദ്ഘാടന സമ്മേളനത്തിൽ മേപ്പള്ളി ബാലൻ രചിച്ച് ഭായി ആലപിച്ച ഗാനമാണിത്:

'കായലിനരികെ കൊടികൾ പറത്തി
കനത്തു നിൽക്കും കമ്പനികൾ
കച്ചവടത്തിനു കച്ചമുറുക്കി
കനത്തു നിൽക്കും കമ്പനികൾ.
ചരക്ക് കേറ്റണ്. ചരക്കിറക്കണ്.'

നോ വേക്കൻസി എന്നു പറയുന്നിടത്താണ് മെഹ്ബൂബിന്റെ ആലാപനം ഒരു രാഷ്ട്രീയപ്രസ്താവനയായി മാറുന്നത്. തൊഴിലില്ലായ്മയുടെ മാനിഫെസ്റ്റോ. അതുപോലെ കൊച്ചിയിലെ അധിനിവേശത്തിന്റെയും ചോരചൊരിയലിന്റെയും ചരിത്രം പറയുന്ന നെൽസൺ ഫെർണാണ്ടസിന്റെ ഗാനം, മെഹബൂബ് ഭായി പരേഡ്

ഗ്രൗണ്ടിലെ സ്റ്റേജിൽ അവതരിപ്പിച്ചപ്പോൾ ശ്രോതാക്കളിരമ്പിമറിയുകയായിരുന്നു:

'കടൽകാക്കകൾ കരയും മുമ്പേ
കടലിൽ വെട്ടം വീഴും മുമ്പേ
പണ്ടുപണ്ടൊരു വെള്ളിക്കപ്പൽ
തുള്ളിത്തുള്ളിയടുത്തു.'

ലോറിയും കണ്ടെയ്നറും ഒക്കെ വരുംമുമ്പേ കൊച്ചിയിലെ നിത്യസാന്നിധ്യമായിരുന്ന തോണിത്തൊഴിലാളികളെ കുറിച്ചും മെഹബൂബ് പാടി:

'തുഴവലിക്കണെ കൂട്ടരേ
നീട്ടിനീട്ടി തുഴയുവിൻ
പടിഞ്ഞാറൻ കാറ്റടിക്കണത്
കാത്തിരിക്കാതെ.'

ഇങ്ങനെയുള്ള പാട്ടുകളിലൂടെയാണ് അദ്ദേഹം കൊച്ചിയുടെ പാട്ടുകാരനായത്. തന്നെ സ്നേഹിക്കുന്ന തൊഴിലാളികൾക്കും സാധാരണക്കാർക്കും വേണ്ടി പാടാനായിരുന്നു അദ്ദേഹത്തിനിഷ്ടം. വഞ്ചികൾക്കകത്തിരുന്നും കള്ളുഷാപ്പിനകത്തിരുന്നും ഭായി പാടി. മെഹബൂബിനെ കടുത്ത മദ്യാസക്തനാക്കിയത് അദ്ദേഹത്തിന്റെ ആരാധകർ തന്നെയാണ്. അറുപതുകളിൽ ഞാനെഴുതിയ 'ആരാധകർ' എന്ന ചെറുകഥയിൽ അതു പറയുന്നുണ്ട്. ഭായി തന്നെ രസികനായൊരു കഥപറച്ചിലുകാരനായിരുന്നു. അദ്ദേഹം പറഞ്ഞുതന്ന കഥയാണ് 'ഗർഭിണിയായ തിരുതയും രണ്ടായിരത്തൊന്ന് കൊഞ്ച് പടയും' എന്ന പേരിൽ ഞാൻ എഴുതിയത്. (ചാപ്പ എന്ന കഥാസമാഹാരം നോക്കുക).

ചൊറിയും ചിരങ്ങും പിടിച്ച് ഉണങ്ങി മെലിഞ്ഞ് ചുള്ളിക്കമ്പുപോലെയായ മെഹബൂബിന്റെ അവസാന നാളുകൾ ഞാനോർമിക്കുന്നു. അദ്ദേഹത്തിന്റെ കുടിശീലം നിർത്താൻ അബ്ദുൽ ഖാദർ വക്കീൽ, സിൽവസ്റ്റർ, 'ആരിഫ' ഹസ്സൻ എന്നിവരെല്ലാം ശ്രമിച്ചുനോക്കിയെങ്കിലും അതൊന്നും ഫലംകണ്ടില്ല. ഏതാനും ദിവസങ്ങൾ മാത്രം നീണ്ടുനിന്നതായിരുന്നു ഭായിയുടെ ദാമ്പത്യജീവിതം. ഒടുവിൽ ഒരു അകന്ന സഹോദരിയുടെ കാക്കനാട്ടിലുള്ള വാടകവീട്ടിൽ കിടന്നായിരുന്നു അന്ത്യം. ഒരു ഇൻസുലേറ്റഡ് വണ്ടിയിലാണ് കൊച്ചിയുടെ പ്രിയഗായകന്റെ മൃതദേഹം കൊണ്ടുവന്നത്. കൊച്ചങ്ങാടി ചെമ്പിട്ടപള്ളിയിൽ അദ്ദേഹത്തെ മരണം താരാട്ടുപാടിയുറക്കി. തങ്ങളുടെ പ്രിയഗായകനെ കൊച്ചിക്കാർ മറന്നില്ല. അദ്ദേഹത്തിന്റെ ഓർമയ്ക്ക് ഫോർട്ട്കൊച്ചി തുരുത്തിൽ ഒരു ചെറിയ പാർക്കെങ്കിലുമുണ്ട്.

ജൂനിയർ മെഹബൂബിനെയും മജീദിനെയും കിഷോർ അബുവിനെയും പോലുള്ള ഗായകർ മെഹബൂബ്ഗാനങ്ങൾ തുരുമ്പുപിടിക്കാതെ എണ്ണയിട്ട് ഇന്നും മിനുക്കിക്കൊണ്ടിരുന്നു. ന്യൂജെൻ സിനിമാസംവിധായകർ അദ്ദേഹത്തിന്റെ വിസ്മൃതമായ ചലച്ചിത്രേതരഗാനങ്ങൾ പൊടിതട്ടിയെടുത്ത് ദൃശ്യാവിഷ്കാരം നൽകുന്നു. ഇബ്രാഹിം തിരുത്തിയിൽ, ഖാലിദ് തുടങ്ങിയ ഗായകർ മെഹ്ബൂബ് സംഗീതം സ്പെഷ്യലൈസ് ചെയ്ത് പാടിക്കൊണ്ടിരിക്കുന്നു. പോരെ, പാതിയും പാടിനിർത്തി പറന്നുപോയ ഒരു ഗായകാത്മാവിന് ചാരിതാർത്ഥ്യമനുഭവിക്കാൻ!

ഗുൽമുഹമ്മദ് എന്ന ജീനിയസ്

വാസ്തവത്തിൽ ആധുനിക മലയാളസംഗീതത്തിന്റെ ചരിത്രം കൊച്ചിക്കാരനായ ഗുൽമുഹമ്മദിൽ നിന്നാണ് ആരംഭിക്കുന്നത്. കച്ചിമേമൻ പള്ളിയിലെ ഇമാംസ്ഥാനമൊഴിഞ്ഞ് സംഗീതത്തിനു വേണ്ടി ജീവിതമുഴിഞ്ഞുവെച്ച ഗുൽമുഹമ്മദ് കൊച്ചിയുടെ ലെജൻഡാണ്. മതപണ്ഡിതൻ, സംഗീതജ്ഞൻ, കലിഗ്രാഫിസ്റ്റ്, ചിത്രകാരൻ, ഹാർമോണിസ്റ്റ്, യൂനാനിവൈദ്യൻ, ഫോട്ടോഗ്രാഫർ, സാമൂഹ്യപരിഷ്കർത്താവ്, സ്വാതന്ത്ര്യസമര പോരാളി... നൂറ്റിരണ്ടാം വയസ്സിൽ മരിക്കുന്നതുവരെ കർമനിരതനായ ബഹുമുഖപ്രതിഭ.

കച്ചിമേമൻ സേട്ടുമാരുടെ മതപരമായ ജീവിതത്തിന് മാർഗനിർദേശം നൽകാൻ കച്ചിയിലെ ബാട്വയിൽ നിന്നു വന്നവരായിരുന്നു പൂർവികർ. കച്ചീക്കാരും കൊച്ചീക്കാരും അവരെ ആദരപൂർവം ബാവ എന്നു വിളിച്ചു. പതിനെട്ടാം വയസ്സിൽ ഗുൽമുഹമ്മദ് ബാവ ഖാദിയായി. ഖുർആൻ മുഴുവൻ ഹൃദിസ്ഥമാക്കിയ അദ്ദേഹത്തിന്റെ ഖിറാഅത്ത് (ഖുർആൻ പാരായണം) സംഗീതാത്മകമായിരുന്നു. എന്നാൽ അദ്ദേഹത്തിന്റെ സംഗീതാഭിനിവേശം അതിലൊതുങ്ങിയില്ല. ഹാർമോണിയ വും വിലായത്തു ഖാനിൽ നിന്ന് സിത്താറും പഠിച്ച ഗുൽമുഹമ്മദ് ഒരേസമയം മൂന്ന് ഹാർമോണിയങ്ങൾ വായിച്ച് ആളുകളെ വിസ്മയിപ്പിച്ചു. രണ്ടു കൈകൾകൊണ്ടും, മൂക്കും നാവും കൊണ്ട് മൂന്നാമതും ഹാർമോണിയം മീട്ടുമായിരുന്നു. കേരളത്തിൽ ബുൾബുൾ തരംഗ് എന്ന ഉപകരണം കൊണ്ടുവന്നതും അദ്ദേഹമാണത്രേ. പള്ളിഭാരവാഹികൾക്ക് ഖാദിയുടെ ഈ സംഗീതക്കമ്പം പൊറുപ്പിക്കാനായില്ല. അങ്ങനെ പള്ളിയിലെ ജോലി ഉപേക്ഷിക്കേണ്ടിവന്നു.

ബോൾഗാട്ടി പാലസ്

നിശ്ശബ്ദസിനിമയുടെ കാലത്ത് ഇരുമ്പിച്ചിയിലെ മന്നാസേട്ടിന്റെ സിനിമാശാലയിൽ വെള്ളിത്തിരയ്ക്ക് മുമ്പിലിരുന്നു ഗുൽമുഹമ്മദ് ഹാർമോണിയം വായിച്ചു, പാടി, കഥാസാരം പറഞ്ഞു. തമിഴ്നാടകങ്ങളിലും വാദ്യസംഘത്തോടൊപ്പം സഹകരിച്ചു. സിനിമ സംസാരിച്ചുതുടങ്ങിയപ്പോൾ മുന്നാസേട്ട് വെറുതെ നൽകിയ ഫിലിം പ്രൊജക്ടർ ഉപയോഗിച്ച് കുറച്ചുകാലം ചാവക്കാടും പരിസരത്തും ഉത്സവപ്പറമ്പുകളിൽ ഷോകൾ നടത്തിനോക്കി. മനോഹരമായി കലിഗ്രഫി ചെയ്തിരുന്ന അദ്ദേഹം സിനിമാബാനറുകളും പോസ്റ്ററുകളും വരയ്ക്കാനും തുടങ്ങി. പള്ളിപ്പുറത്തെ എ.കെ. റോക്കി എന്നയാളിൽ നിന്നാണ് പെയിന്റിംഗ് പഠിച്ചത്. ഡോ. ശ്രീനിവാസ റാവുവിൽ നിന്ന് ഫോട്ടോഗ്രാഫിയും മനസ്സിലാക്കി. ഗുരുവായൂരിലെ ഒരു പാരമ്പര്യവൈദ്യരിൽ നിന്ന് യൂനാനി പഠിച്ച അദ്ദേഹം പുതിയ റോഡിൽ ഒരു ഫാർമസി തുറന്നു. മകൻ ബാബുസേ

ട്ടിന് മതവിജ്ഞാനം നൽകാൻ ഹാജി ഇസ്മായിൽ സേട്ട് വിട്ടുകൊടുത്ത വാടകമുറിയിലായിരുന്നു ഈ പരീക്ഷണങ്ങളെല്ലാം.

ആദ്യഗാനാലേഖനം

എന്നാൽ അവിടെയൊന്നും ഒതുങ്ങുന്നതായിരുന്നില്ല ഗുൽമുഹമ്മദിന്റെ നിയോഗം. 1925 ഒക്ടോബർ 7നു തിരുച്ചിറപ്പള്ളിയിൽ പിയേഴ്സ് കമ്പനിയുടെ താൽക്കാലിക സ്റ്റുഡിയോ വിൽ ഗുൽമുഹമ്മദിന്റെ 'ഒള്ളാഹി ഞാൻ പൊള്ള് ചൊന്നാനെ' എന്ന മാപ്പിളപ്പാട്ട് റെക്കോർഡ് ചെയ്യുമ്പോൾ മലയാള സംഗീതചരിത്രത്തിൽ പുതിയൊരധ്യായം ആരംഭിക്കുകയായിരുന്നു. റെക്കോർഡ് ചെയ്യപ്പെട്ട ആദ്യത്തെ മലയാളഗാനമായിരുന്നു അത്. കേരളത്തിലുടനീളം ആ ഗാനം അലയടിച്ചു. ആദ്യമായി കിട്ടിയ പ്രതിഫലം 250 ക! അടുത്ത വർഷം 25 പാട്ടുകളാണ് റെക്കോർഡ് ചെയ്യപ്പെട്ടത്. അവയിൽ ആറും ഹിന്ദിയിൽ. മലയാളം, ഹിന്ദി, ഉർദു ഭാഷകളിൽ സുന്ദരമായി പാടാൻ കഴിയുമായിരുന്ന ഗുൽമുഹമ്മദിനെ തേടി പിയേഴ്സ്, എച്ച്.എം.വി, കൊളംബിയ ഗ്രാമഫോൺ കമ്പനികളെത്തി.

1930 ആയപ്പോൾ പ്രതിഫലം 2,300 ക.യായി ഉയർന്നു. കൊച്ചിയിലെ കെ.വി. നായിഡുവാണ് തബല വായിച്ചിരുന്നത്. ദഫ്, അറബന, കോൽക്കളി, മുട്ടുംവിളി, മംഗലപാട്ട്, ഒപ്പന എന്നീ മാപ്പിളകലകൾ ആദ്യമായി ശബ്ദലേഖനം ചെയ്തത് ഗുൽമുഹമ്മദാണ്. റേഷൻ ബഹളം, ഇലക്ഷൻ ഗലാട്ടാ, സാബിറ, മാപ്പിളകല്യാണം, ആഭരണഭ്രമം, ഏറോപ്ലേൻ വരവ്, മണത്തല നേർച്ച, ചക്കളെത്തിപ്പോര്, ലുബ്ധന്റെ ഭാര്യ തുടങ്ങി ഇരുനൂറിലേറെ ഗ്രാമഫോൺ റെക്കോർഡുകൾ. അവയിൽ പലതും ഗാനങ്ങൾ മാത്രമായിരുന്നില്ല. പാട്ടും കമന്ററിയും നാടകീയാവതരണവും ചേർന്ന ശബ്ദചിത്രീകരണങ്ങളായിരുന്നു. സിനിമയില്ലാകാലത്ത് കേൾവിയിലൂടെ ദൃശ്യാനുഭൂതി പകർന്ന ആ ശബ്ദരേഖകളിൽ മോണോ ആക്ടിന്റെയും മിമിക്രിയുടെയും അടിവേരുകൾ കണ്ടെത്താം. ഇന്നത്തെ ആധുനിക സാങ്കേതികവിദ്യകളൊന്നുമില്ലാത്ത അക്കാലത്ത് എഡിറ്റിംഗിന് നിവൃത്തിയില്ലായിരുന്നു. തമാശയും ലളിതസംഗീതവും സാമൂഹ്യവിമർശനവും സമുദായസൗഹൃദസന്ദേശവും ഉൾക്കൊള്ളുന്ന സൃഷ്ടികളായിരുന്നു അവ.

ബഹുമുഖ പ്രതിഭ

ഷെർവാണിയും ജൂബ്ബയും തുർക്കിതൊപ്പിയുമണിഞ്ഞ ഗായകനെ കാണുന്നതുതന്നെ സാധാരണക്കാർക്ക് കൗതുകമായി. കൊച്ചി, തിരുവിതാംകൂർ, അറയ്ക്കൽ രാജാക്കന്മാരുടെ സദസ്സുകളിൽ ഗുൽമുഹമ്മദിന് ആദരപൂർവം വരവേൽപ്പു നൽകപ്പെട്ടു. ഗുൽമുഹമ്മദിന്റെ പ്രശസ്തി പെരുകിക്കൊണ്ടിരിക്കുമ്പോഴാണു

സാറ എന്ന പെൺകുട്ടി അദ്ദേഹത്തിന്റെ ജീവിതത്തിലേക്കു കടന്നുവരുന്നത്. ഒരു സ്കൂൾ പരിപാടിയിൽ സാറ പാടുന്നതുകേട്ട്, സംഗീതം പഠിപ്പിക്കാൻ കൂടെ കൂട്ടുകയായിരുന്നു പതിനാലുകാരിയായ സാറ പിന്നീട്, രണ്ടോ മൂന്നോ ഭാര്യമാരുള്ള ഗുൽമുഹമ്മദിന്റെ ജീവിതപങ്കാളിയുമായി. അവർ ഇരുവരും കൂടി ഇന്ത്യയുടെ വിവിധ ഭാഗങ്ങളിൽ മാത്രമല്ല, സിലോണിലും ബർമയിലും മലയയിലുമെല്ലാം സംഗീതപര്യടനങ്ങൾ നടത്തി. സാറയും എം.എസ്. സുബ്ബലക്ഷ്മിയും ഒരേസമയം ഗ്രാമഫോണിലൂടെ ബാലപ്രതിഭകളായി വന്നവരാണ്. കളിക്കൂട്ടുകാരുമായിരുന്നു അവർ. എന്നാൽ, ആദ്യമായി ഗ്രാമഫോണിലൂടെ പാടാൻ അവസരം ലഭിച്ചത് സാറയ്ക്കാണ്. 'വാരും പോലാമെൻ കണ്ണേ' എന്ന സാറയുടെ ഗാനമാണ് ആദ്യമായി മലയാളി കേൾക്കുന്ന ഗ്രാമഫോണിലെ സ്ത്രൈണശബ്ദം.

കാനൻ ദേവിയുടെയും ഗൗഹർജാന്റെയും പട്ടാംബാളിന്റെയും ഗാനങ്ങൾ സാറ പാടുമായിരുന്നു. ആബിദാവിജയവും ലക്കി ആമിനയും സാറയുടെ ജനപ്രിയഗാനങ്ങളായി; ഗുൽമുഹമ്മദും സാറയും മഹാത്മാഗാന്ധിയുടെയും അലി സഹോദരന്മാരുടെയും സ്വാതന്ത്ര്യസമരവേദികളിൽ പാടിയിട്ടുണ്ട്. 'കയറാട്ടണമ്മാ... കയറാട്ടണമ്മാ ഗാന്ധി മഹാൻ ചൊന്ന കയറാട്ടണമ്മാ...' അതിന്റെ പേരിൽ അവരിരുവരെയും ബ്രിട്ടീഷ് പോലിസ് അറസ്റ്റ് ചെയ്ത് തെങ്കാശി ജയിലിലടച്ചു. ജനങ്ങളുടെ പ്രതിഷേധങ്ങളെ തുടർന്നാണവർ മോചിപ്പിക്കപ്പെട്ടത്. വർഗീയതയുടെ പേരിൽ ഇന്ത്യയുടെ തെരുവീഥികളിൽ മനുഷ്യരക്തം വീണപ്പോൾ ആ ഗായകമിഥുനങ്ങൾ പാടി: 'ആരും അന്യരല്ല സഹോദരാ ആരും അന്യരല്ല.'

ചാവക്കാട്ടും മട്ടാഞ്ചേരിയിലും ഗുൽമുഹമ്മദ് സംഗീതവിദ്യാലയങ്ങളും നടത്തിയിരുന്നു. ഒരു സന്ദിഗ്ധഘട്ടത്തിൽ എന്തുകൊണ്ടെന്നറിയില്ല ആ സംഗീതദമ്പതികൾ വേർപിരി ഞ്ഞു. വയസ്സുകാലത്ത് സൂഫി ചിന്തയിലേക്കു തിരിഞ്ഞ ഗുൽമുഹമ്മദ് ഖാജാ മുഈനുദ്ദീൻ ചിശ്ത്തിയെയും ഖാജാ നിസാമുദ്ദീൻ ഔലിയയെയും പ്രകീർത്തിക്കുന്ന ഖവാലികളിൽ മുഴുകി. അജ്മീറിലും നിസാമുദ്ദീനിലും കച്ചേരികൾ നടത്തി. 1970 മെയ് 3നു ചാവക്കാട്ടുള്ള മൂത്ത മകൻ കെ.ജി. സത്താറിന്റെ വീട്ടിൽ വെച്ചു മരിക്കുമ്പോൾ അദ്ദേഹത്തിന് 102 വയസ്സ്.

സി.കെ. പട്ടാംബാൾ, എം.എസ്. സുബ്ബലക്ഷ്മി, ത്യാഗരാജ ഭാഗവതർ, കാദർബാഷാ ഭാഗവതർ–ഇവരെല്ലാം ഒരുകാലത്ത് ഗുൽമുഹമ്മദിന്റെ സംഗീതസുഹൃത്തുക്കളായിരുന്നു. ഏകാന്തതയുടെ ശൂന്യതയിലേക്കു പിൻവലിഞ്ഞ സാറയുടെ നാദം 1998 ഫെബ്രുവരി 23നു നിലച്ചപ്പോൾ ഒരു സംഗീതയുഗം അവസാനിക്കുകയായി

രുന്നു. പിതാവ് മരിക്കുന്നതിനു മുമ്പ്, അകന്നുപോയ മാതാപിതാക്കളെ ഒന്നിപ്പിക്കാൻ താൻ നടത്തിയ ശ്രമം വിഫലമായതിനെ കുറിച്ചു പറയുമ്പോൾ ഇളയമകനായ അസീസ് ബാവയുടെ സ്വരം ഇടറുന്നുണ്ടായിരുന്നു. എന്റെ സഹപാഠിയും ചിരകാലസുഹൃത്തുമായിരുന്നു അറിയപ്പെടുന്ന സീരിയൽ സംഗീതസംവിധായകനായ അസീസ് ബാവ. ഈയിടെ അദ്ദേഹം ഓർമ്മയായി.

അർജുനൻമാഷ്

കൊച്ചിയിൽനിന്ന് ഉയർന്നുവന്ന ഏറ്റവും ശക്തനായ സംഗീതശിൽപി അർജുനൻ മാഷ് എന്ന എം.കെ. അർജുനൻ തന്നെ. കേരള ചലച്ചിത്രചരിത്രത്തിലെ രണ്ടാംതലമുറയിൽപ്പെട്ട സംഗീതസ്രഷ്ടാക്കളിൽ ഒന്നാംസ്ഥാനത്തുതന്നെയാണ് അദ്ദേഹത്തിന്റെ ഇടം. ആ കലാജീവിതത്തിലെ വളർച്ചയുടെ ഘട്ടം വളരെ അകലെനിന്നല്ലാതെ നോക്കിക്കാണാൻ കഴിഞ്ഞിട്ടുണ്ട്. എന്റെ ബാല്യകാലത്തുതന്നെ അദ്ദേഹം കൊച്ചിയിലെ നാടകരംഗത്ത് അറിയപ്പെടുന്ന സംഗീതസംവിധായകനായി കഴിഞ്ഞിരുന്നു. സിനിമയിൽ ശ്രീകുമാരൻ തമ്പിയുമായുള്ള കോമ്പിനേഷൻ രൂപംകൊള്ളുന്നതിനു മുമ്പുതന്നെ നാടകത്തിൽ അർജുനൻ മാസ്റ്ററും നെൽസൺ ഫെർണാണ്ടസും തമ്മിലുള്ള കൂട്ടുകെട്ട് കൊച്ചിയിൽ ശ്രദ്ധേയമായിരുന്നു. മാനി മുഹമ്മദിന്റെ 'ആവനാഴി', 'ജലധാര' തുടങ്ങിയ നാടകങ്ങൾക്കുവേണ്ടി ഇരുവരും ചേർന്ന് ചിട്ടപ്പെടുത്തിയ പാട്ടുകളെല്ലാം കൊച്ചിക്കാരുടെ ചുണ്ടുകളിലിന്നുമുണ്ട്. അതിലൊന്ന് ഈയിടെ കൊച്ചിയിലെ അർധനഗ്നനായ, ആഫ്രിക്കക്കാരനെപ്പോലെ കറുത്ത ഒരു വൃദ്ധൻ പാടി യൂട്യൂബിലൂടെ ഒഴുകി എന്റെ മൊബൈലിലെത്തി: 'പട്ടാപ്പകല് ചൂട്ടും കത്തിച്ച് മനിസനെത്തേടി നടന്നു നമ്മൾ മനിസനെ കണ്ടില്ലാ- നമ്മൾ മനിസനെ കണ്ടില്ലാ.' ആവനാഴിയിലെ അഭിവാദനഗാനം-'പക്ഷിതൻ ശോകത്തെ ശ്ലോകമായി തിരുത്തിയ ചേതോവികാരമേ'-എന്റെ മനസ്സിലുണ്ട്. ജലധാരയിലെ മറ്റൊരു ഈരടിയിങ്ങനെ: 'മനസ്സിനൊരിത്തിര വെട്ടം തരാമോ കത്തും തിരിയുമായിനിയും വരാമോ? നിന്നിലുണർന്ന കണ്ണുനീരിൻ കഥ വായിച്ചു കൈയിലിരുന്ന വേദപുസ്തകം താഴെവെച്ചു ഞാൻ.'

ദുഃഖമേ പുലർകാലവന്ദനം

സിനിമാഗാനങ്ങളൊക്കെ മിക്കവർക്കും അറിയാമെന്നതുകൊണ്ടാണ് നാടകഗാനങ്ങൾ കുറിച്ചിട്ടത്. തെക്കൻ പ്രൊഫഷനൽ നാടകങ്ങളിൽ ഹാർമോണിസ്റ്റായി പോവുമ്പോഴും അർജുനൻ ഞങ്ങളുടെ പ്രധാന സംഗീതസ്രഷ്ടാവായിരുന്നു. ഞാൻ നാടകങ്ങൾക്ക് പാട്ടെഴുതിത്തുടങ്ങുന്ന കാലത്തുതന്നെ എന്റെ വരികൾക്ക് അദ്ദേഹത്തിന്റെ ഹാർമോണിയത്തിൽ നൃത്തം ചെയ്യാനു

ള്ള ഭാഗ്യമുണ്ടായി. അന്നൊക്കെ അമച്വർ നാടകങ്ങളിൽ എത്ര മധുരോദാരമായ പാട്ടുണ്ടാക്കിയാലും അർജുനന് പ്രതിഫലമൊന്നും കിട്ടുമായിരുന്നില്ല. കാരണം, കൂട്ടുകാരുടെ നാടകങ്ങൾ തന്നെയായിരിക്കും. എന്നാലും മൃദുഭാഷിയും അന്തർമുഖനുമായ അദ്ദേഹം രോഷം കൊള്ളുകയില്ല. ഒരിക്കൽ അത്തരമൊരു ഘട്ടത്തിൽ പറയുന്നതുകേട്ടതോർക്കുന്നു. വല്ല പലചരക്കുകടേലും സാധനം പൊതിയുന്ന ഒരു ജോലി കിട്ടിയിരുന്നേൽ ഇതെല്ലാം ഇട്ടെറിഞ്ഞു പോവാമായിരുന്നു.

പക്ഷേ, അങ്ങനെ സംഗീതത്തെ കൈവിടാൻ അർജുനനു കഴിയുമായിരുന്നില്ല. ഏഴാംവയസ്സിൽ പഴനിയിലെ ഒരു അനാഥാശ്രമത്തിൽ കുമരയ്യപ്പിള്ള എന്ന സംഗീതജ്ഞനിൽനിന്നു കിട്ടിയ സംഗീതപാഠങ്ങളും മൃദംഗവാദകനായ അച്ഛനിൽനിന്നും കൈകൊട്ടുകളിപ്പാട്ടുകാരിയായ അമ്മയിൽനിന്നും ചോരയിലൂടെ കിട്ടിയ സർഗാത്മകതയും അത്രമാത്രം പ്രബലമായിരുന്നിരിക്കണം. ചിരട്ടപ്പാലത്തെ പരമദരിദ്രമായ കുടുംബത്തിൽ പിറന്ന്, ദുഃഖത്തിന് പുലർകാലവന്ദനമോതി വളർന്ന സഹനബാല്യം നൽകിയ കരുത്ത് അത്രവേഗം തളർത്തുന്നതായിരുന്നില്ല. ഫോർട്ട്കൊച്ചിയിലെ സായിപ്പിന്റെ ബംഗ്ലാവിൽ ബട്‌ലറുടെ ചൊക്രയായും ചുമട്ടുകാരനായും വൈറ്റുവാഷുകാരനായുമൊക്കെ പിന്നിട്ട യാതനയുടെ നാളുകൾ -കൊച്ചിയിലെ അമച്വർ നാടകവേദി ആ സഹനപർവത്തിന്റെ ഒരു ഭാഗം മാത്രം. പ്രൊഫഷനൽ തിയേറ്ററിൽ ഒരു സംഗീതസംവിധായകനായി അംഗീകരിക്കപ്പെടുന്നതുവരെ അദ്ദേഹത്തിന് ഒട്ടേറെ അവഗണനകളെയും അവഹേളനങ്ങളെയും നേരിടേണ്ടിവന്നിട്ടുണ്ട്.

അതെല്ലാം അഭിമുഖീകരിച്ചുതന്നെയാണ് അർജുനൻ അറിയപ്പെടുന്ന സംഗീതജ്ഞനായി വളർന്നത്. അപ്പോഴൊക്കെ പഴനിയിലെ സംഗീതാധ്യാപകനായ കുമരയ്യപ്പിള്ള തന്റെയും ചേട്ടൻ പ്രഭാകരന്റെയും തലയിൽ തലോടി നടത്തിയ പ്രവച നം അർജുനൻ ഓർത്ത് പറയാറുണ്ട്: നിങ്ങളിലൊരാൾ സംഗീതജ്ഞനാകും.

കൊച്ചിയുടെ സ്വന്തം നാടകകൃത്തായ സി.പി. ആന്റണി തിരക്കഥയെഴുതിയ 'കറുത്ത പൗർണമി'യിലൂടെയാണ് അർജുനൻ സിനിമയിലേക്കു കടന്നുവരുന്നത്. അതിൽ ഭാസ്കരൻ മാഷ് എഴുതിയ മിക്ക ഗാനങ്ങളും ഹിറ്റാക്കുവാൻ അദ്ദേഹത്തിനു കഴിഞ്ഞു. 'മാനത്തിൻ മുറ്റത്ത് മഴവില്ലാലഴകെട്ടും മധുമാസസന്ധ്യകളേ.', 'ഹൃദയമുരുകി നീ കരയില്ലെങ്കിൽ കദനം നിറയുമൊരു കഥ പറയാം.'

സിനിമയിൽ ഏറ്റവും ഹൃദയഹാരിയായ ഗാനങ്ങൾ പിറന്നുവീണത് ശ്രീകുമാരൻ തമ്പിയുമായുള്ള ചേർച്ചയിൽതന്നെ: 'സുഖമൊരു ബിന്ദു, ദുഃഖമൊരു ബിന്ദു ബിന്ദുവിൽനിന്ന് ബിന്ദുവിലേ

ക്കൊരു പെൻഡുലമാടുന്നൂ.', 'യദുകുലരതിദേവനെവിടെ?', 'നീല പ്പീലി തിരുമുടിയെവിടെ?' മലയാളത്തിലെ പ്രമുഖ ഗാനരചയിതാക്കളുടെയെല്ലാം പാട്ടുകൾ ചിട്ടപ്പെടുത്തിയിട്ടുണ്ട് അർജുനൻ മാഷ്.

ആദ്യകാലത്ത് ആർ.കെ. ശേഖർ (എ.ആർ. റഹ്മാന്റെ പിതാവ്) നൽകിയ സാങ്കേതികമായ പിന്തുണയ്ക്ക് അദ്ദേഹത്തിന്റെ വിയോഗാനന്തരം ആ കുടുംബത്തിന്റെ സംരക്ഷ ണം സ്വയം ഏറ്റെടുത്തു കൊണ്ടാണ് അർജുനൻ നന്ദി കാണിച്ചത്. അന്ന് എ.ആർ. റഹ്മാൻ ചെറിയൊരു കുട്ടി മാത്രം. സംസ്ഥാനതലത്തിലുള്ള നിരവധി നാടക-സിനിമാ പുരസ്കാരങ്ങൾ ഏറ്റുവാങ്ങിയ അർജുനൻ മാഷിനെ കോവിഡ് കാലം കൊണ്ടുപോയി. അന്നും ഇന്നും വിനയാന്വിതനായ അദ്ദേഹത്തെ പ്രശസ്തിയും അംഗീകാരവും ഒരിക്കലും അഹങ്കാരിയാക്കിയിട്ടില്ല. കൊച്ചിക്കാർ ഈ സംഗീതജ്ഞനെ എത്രമാത്രം സ്നേഹിക്കുന്നുവെന്നതിന്റെ അടയാളമാണു ജീവിച്ചിരിക്കെ തന്നെ അദ്ദേഹത്തിന്റെ നാമകരണം ചെയ്യപ്പെട്ട പള്ളുരുത്തിയിലെ ഓപ്പൺ തിയേറ്റർ.

ഫ്രാൻസിസ് വലപ്പാട്

ഫ്രാൻസിസ് വലപ്പാട് അർജുനനെപ്പോലെതന്നെ നല്ലൊരു സംഗീതജ്ഞനായി ഉയർന്നുവരുമെന്നു ഞാൻ പ്രതീക്ഷിച്ച ചെറുപ്പക്കാരനായിരുന്നു. ഞങ്ങളുടെ തറവാടിനടുത്തുള്ള നൈനാ മാസ്റ്ററുടെ വീട്ടിൽ ഗുരുകുലസമ്പ്രദായത്തിൽ താമസിച്ച് കർണാടക സംഗീതം പഠിക്കാൻ വന്ന കൗമാരപ്രായത്തിലെത്തിച്ചേർന്ന ഫ്രാൻസിസിന് ഹിന്ദുസ്ഥാനിയും ലളിതസംഗീതവുമൊക്കെ വേഗം വഴങ്ങുമായിരുന്നു. ബാൻഡ്സെറ്റിന്റെ കൂടെയൊക്കെ പോയിരുന്ന നൈന അബ്ദുൽ ഖാദർ വക്കീലിന്റെ സഹോദരനായിരുന്നു. 'ഗായകൻ' എന്ന നാടകത്തിനുവേണ്ടി പാട്ടെഴുതേണ്ടിവന്നപ്പോൾ സംഗീതസംവിധാനം ഞാൻ ഫ്രാൻസിസിനെ ഏൽപിച്ചു. ഫ്രാൻസിസ് ഈണം നൽകിയ ആദ്യഗാനം പാടിയത് സഹപാഠിയായ മമ്മുവായിരുന്നു. അഭിവാദനഗാനംതൊട്ട് അയാൾ ചിട്ടപ്പെടുത്തിയ പാട്ടുകളെല്ലാം ഒന്നാംതരമായിരുന്നു. എന്റെ 'ദുഃഖം' എന്ന നാടകത്തിനും സംഗീതം പകർന്നത് ഫ്രാൻസിസ് തന്നെ. അന്നു പിന്നണി പാടാൻ വന്ന രാജമ്മ പിന്നീട് ഫ്രാൻസിസിന്റെ ജീവിതസഖിയായി. നല്ലൊരു ഹാർമോണിസ്റ്റ് കൂടിയായിരുന്ന ഫ്രാൻസിസ് കാളിദാസ കലാകേന്ദ്രം തുടങ്ങിയ പ്രശസ്ത പ്രൊഫഷനൽ നാടകസമിതികളിലുമെത്തി. പിൽക്കാലത്ത് അകന്നുപോയെങ്കിലും ഒരിക്കൽ നല്ലൊരു സംഗീതസംവിധായകനായി അറിയപ്പെടുമെന്നു വിചാരിച്ച ആ കലാകാരന്റെ അകാലനിര്യാണവാർത്തയാണു പിന്നീടു കേട്ടത്.

എം.ജി. ബേബി, അസീസ് ബാവ, എഡിപുരം ഭാസി, എം.ബി.

ബാഷ, ബെർളി, മൈക്കിൾ എന്നിവരൊക്കെയായിരുന്നു അന്ന് കൊച്ചിയിൽ നാടകരംഗത്തെ സംഗീതശിൽപികൾ.

പ്രൊഫഷനൽ നാടകനടൻ എം.ജി. മാത്യുവിന്റെ സഹോദരനായ ബേബി അക്കാലത്ത് കൊച്ചിയിലെ അറിയപ്പെടുന്ന ഗായകനായിരുന്നു. 1956ൽ ഐക്യകേരള ദിനത്തോടനുബന്ധിച്ചു നടന്ന മഹാസമ്മേളനത്തിൽ ബേബി 'ഓ ദുനിയാകെ രഖ് വാലേ' പാടിയപ്പോൾ വൺസ്മോർ വിളികൾ എല്ലാ ഭാഗത്തുനിന്നും ഉയരുകയായിരുന്നു. മാത്യു ഇടമറ്റത്തിന്റെ 'ഭ്രാന്താലയ'ത്തിനുവേണ്ടി ഞാനെഴുതിയ വരികൾക്ക് ഈണം നൽകിയത് ബേബിയായിരുന്നു: 'അനുരാഗകാവ്യത്തിനെന്തിനു കാലമേ അതിശോക സംഗീതമേകുന്നു നീ ആ ദുഃഖരാഗം കേട്ടലിയുന്ന കരളുകളവനിയിലെള്ളോളമുള്ളുവല്ലോ.'

കൊച്ചിയിലെ പഴയകാല ഗായകരെയും സംഗീതജ്ഞരെയും കുറിച്ച് പഴമക്കാർ പറഞ്ഞുകേട്ടിട്ടുണ്ട്: ഭൈരവ് ഉസ്താദ് എന്നറിയപ്പെട്ടിരുന്ന ഖാദർ ഖാൻ ഭായി, ഗുജറാത്തികളുടെ കച്ചേരികൾക്കു വന്ന സദാശിവൻ വാമൻ ഗോരെ, ഗോവയിൽനിന്നാദ്യം കോഴിക്കോട്ടേക്കും അവിടെനിന്ന് കൊച്ചിയിലേക്കും വന്ന മങ്കേഷ്കർ റാവു ഗോൽവേക്കർ, ദേശീയ പ്രശസ്തനായ തബലിസ്റ്റ് അമീർഖാൻ തൃക്കവയുടെ ശിഷ്യനായ ബിച്ചാമു ഉസ്താദ്, സംഗീതത്തിനുവേണ്ടി വമ്പിച്ച സ്വത്തുക്കൾ നഷ്ടപ്പെടുത്തിയ യൂസഫ് സേട്ട്, സാരംഗി അബ്ദുൽ ഖാദർ, മമ്മൂഞ്ഞി ഉസ്താദ്, യൂസഫ് സേട്ടിന്റെ ശിഷ്യൻ അബ്ദുല്ലാ ഭായി, എ.എസ്. മനോഹരൻ, ഇക്ബാൽ ക്ലബ്ബിന് തുടക്കം കുറിച്ച അമ്മോട്ടി ഉസ്താദ്, കെ.സി. ഡേയുടെ പാട്ടുകൾ പാടിയിരുന്ന കെ.കെ. ബീരാൻ, തലത്തിന്റെ പാട്ടുകൾ മാത്രം പാടിയിരുന്ന തലത്ത് അബ്ദുള്ളയും ഹുസൻ ഷായും, ഖവാലി ഗായകനായ ബച്ചുഭായി, തബലിസ്റ്റ് മൊയ്തീൻ പിച്ചെ, പങ്കജ് മല്ലിക്കിനോടും റഫി സാബിനോടുമൊപ്പം പാടിയ സ്റ്റെല്ലാ റോക്കി അങ്ങനെ എത്രയോ കലാകാരന്മാർ!

അബ്ദുൾഖാദർ വക്കീൽ

കൊച്ചിയിൽ ഹിന്ദുസ്ഥാനി സംഗീതത്തിന്റെ ഒരു ആന്ദോളനമുണ്ടാക്കിയത് അബ്ദുൽ ഖാദർ വക്കീലാണ്. എന്റെ ജ്യേഷ്ഠന്റെ ആത്മസുഹൃത്ത്. ആ സംഘത്തിൽ കൊച്ചങ്ങാടിയിലെ ഒരുപറ്റം സുഹൃത്തുക്കളുമുണ്ടായിരുന്നു. മജീദ്, ഹമീദ്, കരീം, ബൽറാം, സാലി, ഹംസക്കോയ, മുഹമ്മദലി നൈന... എല്ലാവരും ആസ്വാദകർ മാത്രം. ഇവരിലാരും പാടുന്നവരോ, സംഗീതോപകരണങ്ങൾ കൈകാര്യം ചെയ്യുന്നവരോ അല്ല. മിക്കവരും സാധാരണക്കാരിൽ സാധാരണക്കാർ. വിദ്യാഭ്യാസകാലംതൊട്ടേയുള്ള വക്കീലിന്റെ കൂട്ടുകാർ. കരീം മാത്രം സ്വകാര്യ സദിരുകളിൽ പാടും; ഒരേയൊരു

പാട്ടുമാത്രം. അതും ലതാ മങ്കേഷ്കറിന്റെ പഴയ ഒരു ഗാനം: 'സാരി സാരി രാത്ത് തേരി യാദ് സത്തായേ.' ഇന്നും ആ പാട്ടു കേൾക്കുമ്പോൾ ഞാൻ കരീമിനെ ഓർക്കും. കൊച്ചി തുറമുഖത്തെ ഒരു ടാലി ക്ലാർക്കായിരുന്ന കരീം ഇപ്പോൾ ഓർമ മാത്രം.

ലോ കോളജിൽ പഠിക്കുന്ന കാലത്തേ വക്കീലിനു സംഗീതത്തോടു കമ്പമാണ്. പാലസ് റോഡിലെ നായിക് മാസ്റ്ററു ടെ ശിഷ്യനായി തബലവാദനം പഠിച്ചിട്ടുണ്ട്. പക്ഷേ, സ്വകാര്യസദസ്സിൽ മാത്രം. വഖ്ഫ്ബോർഡ്, കൊച്ചിൻ കോർപറേഷൻ തുടങ്ങിയ സ്ഥാപനങ്ങളുടെ നിയമോപദേഷ്ടാവും തിരക്കുള്ള അഭിഭാഷകനുമായി ഉയർന്നിട്ടും സംഗീതത്തോടുള്ള കമ്പം അദ്ദേഹത്തെ വിടാതെ പിന്തുടർന്നു. എപ്പോഴും ഉല്ലാസവാനും പ്രസാദാത്മകനുമായ വക്കീലിന്റെ ചൈതന്യം മറ്റുള്ളവരിലേക്കു പ്രസരിക്കും. ഒരു ചെറിയ നർമ്മം കേട്ടാൽ മതി നിർത്താതെ പൊട്ടിപ്പൊട്ടി ചിരിക്കും. ഇത്രയധികം ഹൃദയലാഘവത്വമുള്ള മറ്റൊരാളെ കണ്ടെത്താൻ പ്രയാസം.

എവിടെനിന്ന് അലഞ്ഞുതിരിഞ്ഞുവന്ന സംഗീതകലാകാരനായാലും ഖാദർ വക്കീൽ അത്താണിയായിരിക്കും. തന്റെ തീൻമുറിയിൽ ഒന്നിച്ചിരുത്തി ഭക്ഷണം കൊടുക്കും. സംഗീതമൊഴിച്ചുനിർത്തിയാൽ നല്ല ഭക്ഷണം മാത്രമായിരുന്നു വക്കീലിന്റെ ദൗർബല്യം. അങ്ങനെ വന്ന ഒരു വലിയ സംഗീതജ്ഞനായിരുന്നു, മങ്കേഷ് റാവു ഗോൽവേക്കർ. അതേ, ഗോവയിലെ മങ്കേഷ് ഗ്രാമത്തിൽനിന്നു വന്നയാൾ തന്നെ. അദ്ദേഹത്തെ കേരളത്തിൽ കൊണ്ടുവന്നത് കോഴിക്കോട്ടെ ശോഭ ജ്വല്ലറി ഉടമയും വലിയ സംഗീതാസ്വാദകനുമായിരുന്ന വസന്തറാവുവാണ്. സംഗീതം പഠിപ്പിക്കാനാണ് മങ്കേഷ് റാവു കൊച്ചിയിൽ വന്നത്. അറുപതുകളുടെ തുടക്കത്തിലാവണം കൊച്ചങ്ങാടി അലിയാ സ്കൂളിനടുത്തുള്ള ഒരു കെട്ടിടത്തിൽ വെച്ച് അദ്ദേഹത്തിന്റെ ഒരു ജലതരംഗപ്രകടനം നടന്നതോർക്കുന്നു. നിരത്തിവെച്ച പിഞ്ഞാണകോപ്പകളിൽ, പല അളവുകളിൽ ജലം. ഓരോ കോപ്പയിലേയും ജലത്തിന്റെ അളവനുസരിച്ച് നാദക്രമീകരണത്തിൽ വ്യതിയാനം വരും. അതൊരു വ്യത്യസ്ത സംഗീതാനുഭവമായിരുന്നു. പിന്നീടാണ് റാവു പാടാൻ തുടങ്ങിയത്. സ്ഥലത്തെ പ്രധാന ദിവ്യന്മാരെയൊക്കെ വിളിച്ചിരുന്നു. ഇടയ്ക്ക് എഴുന്നേറ്റുപോയ ഒരു നേതാവ് പിറ്റേന്ന് കണ്ടപ്പോൾ ചോദിച്ചു: വക്കീലേ, അയാൾ വാ പൂട്ടിയതെപ്പോഴാണ്? മദ്യമായിരുന്നു മങ്കേഷ്റാവുവിന്റെ ഏറ്റവും വലിയ ദൗർബല്യം. മദ്യപരെ വെറുത്തിരുന്ന വക്കീൽ അൽപമെങ്കിലും പൊറുത്തത് റാവുവിനോടു മാത്രം. അതും അദ്ദേഹത്തിന്റെ സംഗീതവ്യുൽപത്തിയോടുള്ള ബഹുമാനം കാരണം.

ഒരു പ്രഭാതത്തിൽ കോഴിക്കോട്ടുകാർ കണ്ടത് കമ്മത്തി ലൈനിലെ ശോഭാ ജ്വല്ലറിയുടെ പൂട്ടിയിട്ട ഷട്ടറിന്റെ തിണ്ണയിൽ കിടന്നിരുന്ന മങ്കേഷ് റാവുവിന്റെ ജഡമായിരുന്നു.

ഹാരിസ് ഭായി, മച്ചാട്ടു വാസന്തി

കോഴിക്കോട് നിന്ന് ഖാദർ വക്കീലിന്റെ മെഹ്ഫിലുകളിൽ പാടാൻ വന്നിരുന്ന രണ്ടുപേരെ ഓർമിക്കുന്നു-ഹാരിസ് ഭായിയും മച്ചാട്ടു വാസന്തിയും. പഴയ ഹിന്ദി മെലഡികൾ അവയുടെ ശരിയായ ഭാവലയങ്ങളോടെ പാടാനും പഠിപ്പിക്കാനും കഴിഞ്ഞിരുന്ന ഹാരിസ്ഭായി. അദ്ദേഹത്തിന്റെ ഭാര്യയും മകളും സിനിമാപകിട്ടിന്റെ പിന്നാലെ പാഞ്ഞപ്പോൾ ഹാരിസ്ഭായി ആത്മാവിൽ സൂക്ഷിച്ച സംഗീതവുമായി ജീവിച്ചുപോന്നു. അന്ന് വാസന്തി പത്തോ പന്ത്രണ്ടോ വയസ്സുള്ള കുട്ടിയാണ്. ബാബുരാജിന്റെ ആദ്യചിത്രമായ 'മിന്നാമിനുങ്ങ്' റിലീസായ കാലം. അതിലെ ഗാനങ്ങളൊക്കെ വാസന്തി അന്നു ഞങ്ങളെ പാടികേൾപ്പിച്ചിരുന്നു:

'നീയെന്തറിയുന്നു നീലത്താരകമേ
വാസന്തവാനത്തിൽ നീ ചിരിക്കുമ്പോൾ
മണ്ണിലുള്ള കണ്ണുനീരിൻ ചൂടറിയാമോ
മാനവന്റെ നെഞ്ചിലെഴും നോവറിയാമോ?'

ഭാസ്കരൻ മാഷിന്റെ വരികൾക്ക് സിനിമയിൽ ശബ്ദം നൽകിയത് കോഴിക്കോട് അബ്ദുൽ ഖാദറാണ്. വാസന്തി അതു പാടുമ്പോൾ വ്യത്യസ്ത മാനമുണ്ടായിരുന്നു.

അബ്ദുൽ ഖാദർ വക്കീലിന്റെ ഈ സ്വകാര്യസദിരുകളിൽനിന്നു ഹിന്ദുസ്ഥാനി സംഗീതത്തിന്റെ ആദ്യപാഠങ്ങൾ പകർന്നുവാങ്ങിയ എത്രയോ ചെറുപ്പക്കാർ പിന്നീട് പ്രശസ്തിയിലേക്ക് ഉയർന്നുപോയി, ഉമ്പായി ഉൾപ്പെടെ. മെഹ്ദി ഹസ്സന്റെയും ഗുലാം അലിയുടെയുമൊക്കെ ഗസലുകൾ എഴുപതുകളിൽതന്നെ വക്കീലിന്റെ റെക്കോർഡ്പ്ലേയർ പാടിക്കൊണ്ടിരുന്നു. മെഹ്ബൂബ് ഭായിയുടെ പരിപാടികളിൽ തബല മുട്ടാൻ പോയിരുന്ന ഉമ്പായി ആദ്യമായി ഒരു ഗസൽ പാടികേൾക്കുന്നത് ഒരു വിവാഹസദസ്സിലായിരുന്നു. 1979 ജനുവരി 21ന്. അത് എന്റെ വിവാഹദിനമായിരുന്നു.

സിരകളിൽ അൽപ്പമെങ്കിലും സംഗീതത്തിന്റെ ജ്വാലയുള്ള ചെറുപ്പക്കാരെ ഉയർത്തിക്കൊണ്ടുവരുകയെന്ന ലക്ഷ്യത്തോടെയാണ് വക്കീൽ മ്യൂസിക്കൽ മീറ്റ് എന്ന സംഘടനയ്ക്ക് രൂപം നൽകിയത്. സംഗീതപ്രേമിയായ ഗുജറാത്തി വ്യവസാ യി ജവേരിലാൽ ആനന്ദ്ജിയായിരുന്നു പ്രസിഡന്റ്. മ്യൂസിക്കൽ മീറ്റിന്റെ ബാനറിൽ

ഉസ്താദ് ബിസ്മില്ലാഖാൻ, പണ്ഡിറ്റ് രവിശങ്കർ, പർവീൺ സുൽത്താന, ലക്ഷ്മി ശങ്കർ തുടങ്ങിയ മഹാസംഗീതജ്ഞരെ കൊണ്ടുവന്നു നടത്തിയ പരിപാടികളാണ് കൊച്ചിയിൽ ഹിന്ദുസ്ഥാനി സംഗീതത്തിന്റെ ഒരു തരംഗമുണ്ടാക്കിയത്. അതിന്റെയൊക്കെ പബ്ലിക് റിലേഷൻ ചുമതല, അൽപം സാഹിത്യവാസനയുണ്ടായതുകൊണ്ടാവാം എന്നെയാണ് ഏൽപ്പിച്ചത്.

സംഗീതജ്ഞരെക്കുറിച്ച് കൂടുതൽ അന്വേഷിക്കാനും മനസ്സിലാക്കാനും ഒടുവിൽ അവരെക്കുറിച്ച് പുസ്തകങ്ങളെഴുതാനും എന്നെ പ്രാപ്തനാക്കിയതും ഈ പശ്ചാത്തലമായിരുന്നു. പക്ഷേ, അബ്ദുൽ ഖാദർ വക്കീൽ എന്ന ഊർജസ്രോതസ്സ് നിനച്ചിരിക്കാതെ നാൽപത്തിയഞ്ചാം വയസ്സിൽ അണഞ്ഞുപോയതിന്റെ ആഘാതം ഇന്നും വിട്ടുമാറിയിട്ടില്ല. വീടും കാറും പോയപ്പോൾ അനാഥമായ കുടുംബത്തിന് വാടകവീടുകളിൽ നിരങ്ങേണ്ടിവന്നു. ഒരേ സമയം മൂന്നുംനാലും സിനിമകളുടെ നിർമാണവുമായി ബന്ധപ്പെട്ടു വാങ്ങിയ കടങ്ങൾ. അമിതമായ ആത്മവിശ്വാസം... എന്താവാം കാരണം? ഏറ്റവും വലിയ തിരക്കഥാകാരനായ ദൈവത്തിനു മാത്രമേ ഉത്തരം പറയാനാവൂ.

ശുദ്ധനായ ഒരു സഹൃദയനു സംഭവിക്കാവുന്ന ഏറ്റവും വലിയ ദുരന്തത്തിന്റെ മൂകസാക്ഷികളായി ആ കുടുംബം ജീവിക്കുന്നു. അവർക്ക് ഒരുതുണ്ടു ഭൂമിയിൽ സ്വന്തമായ ഒരു വീടുണ്ടാക്കുക എന്ന സ്വപ്നം സാക്ഷാൽക്കരിക്കപ്പെട്ടത് ഈയിടെ മാത്രം.

മരട് ജോസഫ്, സീറോബാബു, ആയിഷാ റേഡിയോ

നാടകനടനും ഗായകനുമായ മരട് ജോസഫ്, ഗായകനും സംഗീതസംവിധായകനുമായ സീറോ ബാബുവുമെല്ലാം കൊച്ചിയിലല്ല ജനിച്ചതെങ്കിലും ഈ മണ്ണിന്റെ സാംസ്കാരികാന്തരീക്ഷത്തിൽ വളർന്നവരാണ്. പി.ജെ. ആന്റണിയുടെ ഒരു നാടകത്തിൽ 'ഓപ്പൺ സീറോ വന്നു കഴിഞ്ഞാൽ വാങ്ങും ഞാനൊരു മോട്ടോർ കാർ' എന്ന പാട്ടുപാടി ഹിറ്റായപ്പോഴാണ് കെ.ജെ. മുഹമ്മദ് ബാബുവിന്റെ പേരിന്നു മുന്നിൽ സീറോ വന്നുവീണത്. കൊച്ചി തുറമുഖത്തിറക്കിയിരുന്ന കോട്ടൺ ബണ്ടിലുകളിലെ ടാഗ് നമ്പറിനെ ആസ്പദമാക്കി പട്ടണത്തിൽ നിലവിലിരുന്ന ഒരുതരം ചൂതുകളിയാണ് കോട്ടൺ കളി. സി ക്ലാസ് കടകൾ കേന്ദ്രമാക്കി നടന്നിരു ന്ന ഈ കളിയിലൂടെ സമ്പന്നരായവരും പൊട്ടിപ്പാളീസായവരുമുണ്ടായിരുന്നു. എറണാകുളത്തെ താൻസെൻ ക്ലബ്ബ്, ആസാദ് ആർട്സ് ക്ലബ്ബ് എന്നിവയിലൂടെ നാടകരംഗത്തെത്തിയ ബാബു, പൊൻകുന്നം വർക്കിയുടെ 'വഴി തുറന്നു' വിൽ വയലാറെഴുതി എൽ.പി.ആർ. വർമ്മ ഈണം നൽകിയ ഗാനം പാടിയതോടെയാണ് പ്രശസ്തി

യാർജിക്കുന്നത്. കുട്ടിയായതുകൊണ്ട് സ്ത്രൈണസ്വരമായിരുന്നു ബാബുവിന്റേത്.

'പറന്നു പറന്നു പറന്നു ചെല്ലാൻ പറ്റാത്ത കാടുകളിൽ

കൂടൊന്നു കൂട്ടി ഞാനൊരു പൂമരക്കൊമ്പിൽ'

എന്ന ഹിറ്റ് ഗാനത്തോടെ ബാബു ജനഹൃദയങ്ങളിൽ കൂടുറപ്പിച്ചു. പിൽക്കാലത്ത് ബാബു കൊച്ചിയിലെ ഇഖ്ബാൽ മ്യൂസിക് ക്ലബ്ബുമായി ബന്ധപ്പെട്ടു. അന്നത്തെ കലാകാരന്മാരെ ബാബുവിന് ഓർമയുണ്ട്. ഹാർമോണിസ്റ്റ് ബച്ചുഭായ്, തബലിസ്റ്റ് പിച്ചെ, ബുൾബുൾവാദകൻ എസ്.എം. ഇസ്മാഈൽ, തബല മുട്ടിക്കൊണ്ടുതന്നെ പാടാൻ കഴിഞ്ഞിരുന്ന ആയിഷാ റേഡിയോ എന്ന അബ്ദുക്ക. അബ്ദുക്ക കോഴിക്കോട്ടും തിരൂരിലുമെല്ലാം അറിയപ്പെട്ട കലാകാരനായിരുന്നു. വി.എം. കുട്ടിയുടെ മാപ്പിളപ്പാട്ട് ട്രൂപ്പിലെ തബലിസ്റ്റുമായിരുന്നു. ബാബുരാജ് വാതരോഗം വന്ന് ചങ്ങാതിമാരാൽ ഉപേക്ഷിക്കപ്പെട്ട സന്ദർഭത്തിൽ അബ്ദുവാണ് അദ്ദേഹത്തെ കുട്ടിയുടെ ഓർക്കസ്ട്രയിലേക്ക് വിളിച്ചുകൊണ്ടുപോവുന്നത്.

അക്കാലത്ത് കൊച്ചിയുടെ അന്ധകവി കണ്ണൻ പരീക്കുട്ടിക്ക എഴുതിയ 'തീർച്ചയില്ലാ ജനം നേർച്ച കാണും നേരം ആനവിരണ്ടതിനാളുകളോടീട്ട്' എന്നു തുടങ്ങുന്ന പാട്ട് ആയിഷാ റേഡിയോ ആണ് വേദികളിൽ പാടി പ്രസിദ്ധമാക്കിയത്. ഇത് എച്ച്.എ.വിയിൽ റെക്കോർഡ് ചെയ്യാൻ അബ്ദുവിനെ ബാബുരാജ് മദിരാശിയിൽ കൊണ്ടുപോയി. റെക്കോർഡിംഗ് നടന്നുവെങ്കിലും വരികൾ മാറിപ്പോയി! കാഴ്ചയിൽ കറുത്തിരുണ്ട് നീഗ്രോയെപോലെ ചുരുണ്ട മുടിയും തടിച്ച ചുണ്ടുകളുമു ള്ള അബ്ദുക്ക നിരക്ഷരനായ ഒരു പാവം കലാകാരനായിരുന്നു. സീറോ ബാബു തൊണ്ണൂറോളം ചിത്രങ്ങളിലായി നൂറിലേറെ ഗാനങ്ങൾ പാടി. അതിൽ മലയാളവും കന്നഡയും തെലുങ്കുമെല്ലാമുണ്ട്. സൗന്ദർരാജനോടൊപ്പവും എസ്.ബിയോടൊപ്പവും തമിഴിൽ പാടിയിട്ടുണ്ട്. ചില പടങ്ങളിൽ അഭിനയിച്ചിട്ടുമുണ്ട്. ഫാസിലിന്റെ 'മറക്കില്ലൊരിക്കലും'എന്ന സിനിമയിൽ ജയചന്ദ്രനും വാണിജയറാമും പാടിയ യുഗ്മഗാനം, ഞാനെഴുതി ബാബു ട്യൂൺ ചെയ്തതാണ്.

'കനവേ കനലും കുളിരായിടും

നിൻ നിനവിൽ മൃതിയും അമൃതാകും.'

എഴുപത്തഞ്ച് വയസ്സ് കഴിഞ്ഞിട്ടും പതറാത്ത, മുഴങ്ങുന്ന ശബ്ദത്തിൽ ബാബു പാടുമായിരുന്നു. 2020 ഒക്ടോബറിൽ 80-ാം വയസ്സിൽ ബാബു ഈ ലോകത്തോട് വിടപറഞ്ഞു.

കൊച്ചിൻ ഇബ്രാഹിം, കൊച്ചിൻ ആസാദ്

കൊച്ചിൻ ഇബ്രാഹിമും കൊച്ചിൻ ആസാദുമെല്ലാം പേരിൽത ന്നെ കൊച്ചിയെ ചുമന്നു നടക്കുന്ന ഗായകരാണ്. എഴുപതുകളിൽ ഹമീദ് കാക്കശ്ശേരിയുടെ 'മനസ്സ്' എന്ന ചിത്രത്തിലൂടെ അരങ്ങേറ്റം കുറിച്ച ഇബ്രാഹിമിന്റേത് സ്നിഗ്ദവും ഹൃദ്യവുമായ ശബ്ദമാണ്. ആ ശബ്ദത്തിനോട് പ്രത്യേക ഇഷ്ടം തോന്നി ബോളിവുഡിലെ അ നശ്വര നടനായ ദിലീപ് കുമാർ മുംബൈയിലേക്കു ക്ഷണിച്ചതാണ്. പല കാരണങ്ങളാൽ പോവാനായില്ല. ചില മലയാളം സിനിമകളി ലൊക്കെ പാടി. ഗാനമേളകളിൽ ഇപ്പോഴും പാടാറുണ്ട്. ചാൻസ് ചോദിച്ച് നടക്കുന്ന ശീലമില്ല. സമഗ്രസംഭാവനയ്ക്കായി ജേസി ഫൗണ്ടേഷൻ അവാർഡ് വാങ്ങാൻ എറണാകുളത്ത് ചെന്നപ്പോൾ ഇബ്രാഹിമിനെ കണ്ടു. വിനയാന്വിതനായ ഗായകന് ഒരു മാറ്റവുമി ല്ല. 'ഇടയ്ക്കൊക്കെ വിളിക്കണേ ഭായ്' എന്നു പറഞ്ഞു.

മുഹമ്മദ് റഫിയുടെ ആരാധകനാണ് കൊച്ചിൻ ആസാദ്. സം വിധായകൻ ജെറി അമൽദേവും ആസാദും ചേർന്നു ഒരു ചാന ലിൽ പഴയ ഹിന്ദിസിനിമ മെലഡികളെ സംബന്ധിച്ച് നടത്തിയ സംവാദവും പ്രകടനവും അഭൂതപൂർവമായ ഒരു അനുഭവമായിരു ന്നു. മട്ടാഞ്ചേരിയിലെ ഒരു ബാർബറായ ആസാദിന് തന്റെ തൊ ഴിൽ തുറന്നുപറയുന്നതിൽ അപകർഷതയൊന്നുമില്ല. "റാഫി സാ ബും അത്തരമൊരു കുടുംബത്തിൽനിന്നു വന്നതല്ലേ, അദ്ദേഹ ത്തേക്കാൾ വലുതാണോ ഞാൻ" എന്നു ചോദിക്കും സുമുഖനാ യ ആസാദ്. റാഫിയുടെ ഏതു പാട്ടും ആസാദിന് വഴങ്ങും. ആസാദിനേയും കൊറോണക്കാലം കൊണ്ടുപോയി.

കൊച്ചിയെ കുറിച്ചുള്ള ഒരു സിഗ്നേച്ചർ സോങ് റെക്കോർഡ് ചെയ്യാനെത്തിയപ്പോഴാണ് പള്ളുരുത്തി പ്രദീപ് എന്ന നൂറോളം ചി ത്രങ്ങളിൽ പാടിയ ഗായകനെ പരിചയപ്പെടുന്ന ത്. ഞാനെഴുതിയ ആ ഒപ്പുപാട്ട് പ്രദീപും കലാഭവൻ സാബുവും കൂടിയാണ് പാടിയ ത്. എന്റെ ആദ്യ നാടകഗാനത്തിന് ഈണം നൽകിയ അർജുനൻ മാഷ് തന്നെയാണ് ഇതിനും സംഗീതം നൽകിയത്.

ഇന്നത്തെ പ്രശസ്ത പിന്നണിഗായകൻ അഫ്സൽ എന്റെ സുഹൃത്തായിരുന്ന എസ്.എം. ഇസ്മയിലിന്റെ മകനാണ്-പ്രവാച കനെകുറിച്ചുള്ള എന്റെ ഗാനങ്ങൾക്ക് സംഗീതം പകർന്ന ഹാജി ഇസ്മയിൽ... അങ്ങനെ എത്രയെത്ര ഗായകർ, ഉപകരണസംഗീത ജ്ഞർ. എല്ലാവരെയും പേരെടുത്തു പറയാനാവില്ല. എന്നിലൂടെ, ഓർമയിലൂടെ കടന്നുപോയ ചിലരെ പരാമർശിക്കാനേ കഴിഞ്ഞു ള്ളൂ.

●

ഭാഗം രണ്ട്

കടപ്പാട്
ബോണി തോമസ്

12

മരണവീട്ടിൽ ഒരു വിവാഹം

പാതിരാത്രിയിലെപ്പോഴോ ഞെട്ടിയുണർന്നപ്പോൾ വീട്ടിൽ നിറയെ ആളുകൾ. വെളിച്ചം. എനിക്കന്ന് ആറോ ഏഴോ വയസ്സേയുള്ളൂ. പെങ്ങൾ താച്ചി (ആയിശ എന്നാണു പേരെങ്കിലും താച്ചി എന്നാണു വിളിക്കുക) പുതിയ ആടയാഭരണങ്ങളെല്ലാം അണിഞ്ഞു മണവാട്ടിയായി കസേരയിലിരിക്കുന്നു! പക്ഷേ, ആരുടെയും മുഖത്തു സന്തോഷമില്ല. അരുതാത്തതെന്തോ സംഭവിച്ചതുപോലെ ദുഃഖത്തിന്റെ കറുത്ത ആവരണം വീടാകെ പുതഞ്ഞുനിൽക്കുന്നു.

എനിക്കൊന്നും മനസ്സിലായില്ല. 'പുതിയോണ്ണാ'യിരിക്കുന്ന പെങ്ങളെ കളിയാക്കാനാണു തോന്നിയത്. നിക്കാഹ്, കല്യാണം എന്നൊക്കെ പറഞ്ഞാൽ നേരത്തേതന്നെ നിശ്ചയിച്ച് ആഘോഷപൂർവം നടത്തേണ്ടതാണല്ലോ. എന്താണു സംഭവിച്ചതെന്നും ദുരന്തത്തിന്റെ ആഴം എത്ര വലുതാണെന്നും മനസ്സിലാക്കാൻ കഴിയുന്ന പ്രായമായിരുന്നില്ലല്ലോ.

ബാപ്പ അത്യാസന്ന നിലയിലായിരുന്നു. മരിക്കുന്നതിനു മുമ്പ് ഏക മകളുടെ വിവാഹം നടന്നുകാണാൻ ബാപ്പ ആഗ്രഹിച്ചു. പെട്ടെന്നുതന്നെ വരനെയും കണ്ടെത്തി. കസിൻ സഹോദരിയുടെ മകൻ മൊയ്തീൻ നൈന. ജ്യൂ ടൗണിൽ മലഞ്ചരക്കു വ്യാപാരം. ആലോചനയും തീരുമാനവുമെല്ലാം പെട്ടെന്നായിരുന്നു.

ബാപ്പ ജീവിച്ചിരിക്കെ അദ്ദേഹം തന്നെ വരനു മകളെ കൈ പിടിച്ചേൽപ്പിക്കുകയെന്നതാണു വഴക്കം; ശരീഅത്ത് നിയമവും. എന്നാൽ, ബാപ്പ രോഗശയ്യയിൽനിന്ന് എഴുന്നേൽക്കാനാവാത്ത പരുവത്തിലായിരുന്നു. അടുത്ത മുറിയിൽ മകളുടെ നിക്കാഹിനു സാക്ഷ്യം വഹിച്ചുകൊണ്ട് അന്ത്യശ്വാസം വലിക്കാനേ അദ്ദേഹത്തിനു ഭാഗ്യമുണ്ടായുള്ളൂ. അന്നു പതിനേഴോ പതിനെട്ടോ വയസ്സു മാത്രം പ്രായമുണ്ടായിരുന്ന ഇക്കാക്കയാണ് ആ ചടങ്ങു നിർവഹിച്ചത്.

നാടകത്തിലും സിനിമയിലും മാത്രമേ പിന്നീട് അത്തരം രംഗങ്ങൾ കാണാൻ കഴിഞ്ഞിട്ടുള്ളൂ. ആ സംഭവത്തെക്കുറിച്ച് ആലോചിക്കുമ്പോഴെല്ലാം നവാബ് വാജിദ് അലി ഷായുടെ പ്രശസ്തമായ തുമ്‌രി ഓർമ വരും:

'ബാബുൽ മൊരാ'.
(ഞാൻ വീടുവിട്ടു പോവുകയാണച്ഛാ
നാലുപേര് തോളിലേറ്റിയ പല്ലക്കിൽ).

വിവാഹത്തെയും മരണത്തെയും സദൃശ്യപ്പെടുത്തുന്ന രീതിയിലാണ് ആ കവിതയുടെ ഘടന. പല്ലക്കും ശവമഞ്ചവും ഇവിടെ ഒരേ മെറ്റഫറിന്റെ രണ്ടു വശങ്ങളാവുന്നു. രണ്ടും നാലുപേർ തോളിലേറ്റിയാണു കൊണ്ടുപോവുന്നത്. എന്നാൽ, നവാബ് വാജിദ് അലി ഷാ അതെഴുതുമ്പോൾ അതൊരു രാഷ്ട്രീയ പ്രസ്താവനയായിരുന്നു.

നൂറ്റാണ്ടുകൾക്കു മുമ്പ് ഫൈസാബാദിൽ സാദത്ത് ഖാൻ സ്ഥാപിച്ച അവധ് രാജവംശത്തിന്റെ അവസാനത്തെ കണ്ണിയായിരുന്നു വാജിദ് അലി ഷാ. ഇന്നത്തെ ലഖ്നോ ആണ് അന്നത്തെ അവധ്. ലോകത്തെ എട്ടാമത്തെ അതിശയമെന്ന് അഭിമാനിച്ചിരുന്ന കൈസർബാദ് കൊട്ടാരത്തെ കലകളുടെയും സംഗീതത്തിന്റെയും ഈറ്റില്ലമാക്കി മാറ്റിയ സകലകലാവല്ലഭനായ ഭരണാധികാരി. കവിയും നാടകകൃത്തും സംഗീതജ്ഞനും നർത്തകനും എല്ലാമായിരുന്നു നവാബ്.

തുമ്രി എന്ന സംഗീതരൂപം വളർന്നതു കൈസർബാദ് കൊട്ടാരത്തിലായിരുന്നു. കഥക് നൃത്തത്തെ പുനരുജ്ജീവിപ്പിച്ചതും സമ്പൂർണ കലാകാരനായ ഈ നവാബാണ്. അക്ഷർപ്രിയ തുടങ്ങിയ തൂലികാനാമങ്ങളിൽ അദ്ദേഹം കവിത രചിച്ചിട്ടുണ്ട്. ജോഗി, ഷാപസന്ത് തുടങ്ങിയ പുതിയ രാഗങ്ങൾ സൃഷ്ടിച്ചിട്ടുണ്ട്. സത്യജിത്റേയുടെ 'സത്രഞ്ജ് കി കിലാഡി' എന്ന ചിത്രത്തിൽ വാജിദ് അലി ഷാ ഒരു കഥാപാത്രമാണ്.

19-ാം നൂറ്റാണ്ടിൽ, കൃത്യമായി പറഞ്ഞാൽ 1856ൽ അവധ് പൂർണമായും ഈസ്റ്റ് ഇന്ത്യാ കമ്പനി അധീനപ്പെടുത്തിയപ്പോൾ നവാബ് രാജ്യഭ്രഷ്ടനാക്കപ്പെട്ടു. കൊൽക്കത്തയിലേക്കാണ് അദ്ദേഹം നാടുകടത്തപ്പെട്ടത്. അത്യാവശ്യം പെൻഷനൊക്കെ കമ്പനി നൽകിയിരുന്നുവെങ്കിലും ഒറ്റപ്പെടലിന്റെയും ഏകാന്തതയുടെയും വേദനാനിർഭരമായ നാളുകളാണു പിന്നീട് അദ്ദേഹം കഴിച്ചുകൂട്ടിയത്.

ആ ഉൽക്കടമായ നൊമ്പരത്തിൽ നിന്നാണ് 'ബാബുൽ മൊരാ' എന്ന വിശ്രുതഗാനത്തിന്റെ പിറവി.

'നിന്റെ രാജാങ്കണമൊരു പർവതം
സിംഹാസനത്തിലോ, വിദേശികൾ
ഞാൻ അങ്ങയുടെ വീടുവിട്ടു പോവുകയാണ്
ഞാനെന്റെ പ്രിയതമന്റെ വീട്ടിലേക്കു പോവുകയാണ്.'

ഇന്ത്യാ ഉപഭൂഖണ്ഡത്തിൽ വടക്കേ ഇന്ത്യയിലും പാകിസ്താനിലും ബംഗ്ലാദേശിലുമൊക്കെ ഒരുകാലത്തു നടപ്പുണ്ടായിരുന്ന ചടങ്ങാണ് ബിദായി. വിവാഹാഘോഷങ്ങളുടെ അവസാനത്തെ ചടങ്ങ്. മകളെ ഒരു പുരുഷന്റെ കൈകകളിൽ ഏൽപ്പിച്ചുകൊടുത്തു കണ്ണീരോടെ വിടവാങ്ങുന്ന മാതാപിതാക്കൾ. അതുവരെ കളിച്ചുവളർന്ന വീടിനോടും പരിസരത്തോടും യാത്രപറഞ്ഞ, അതുവരെ അന്യമായ ഭർതൃഗൃഹത്തിലേക്കു പോവുന്ന മകൾ. വേർപാടിന്റെ കദനഭാരം തൂങ്ങിനിൽക്കുന്ന മുഹൂർത്തം. ആ തീവ്രവേദനയുടെ, വികാരങ്ങളുടെ ആവിഷ്കാരമായി ഒരുപാട് കവിതകൾ, ഗാനങ്ങൾ.

അഭിജ്ഞാനശാകുന്തളത്തിൽ കണ്വമഹർഷി തന്റെ വളർത്തുമകളായ ശകുന്തളയെ യാത്രയാക്കുന്ന രംഗം അതീവഹൃദ്യമാണ്. താൻ നനച്ചുവളർത്തിയ വനജ്യോത്സനയോടുപോലും യാത്ര പറയുന്ന ശകുന്തള. സൂക്ഷിക്കാൻ ഏൽപ്പിച്ച മുതൽ തിരിച്ചുനൽകുന്നുവെന്ന കണ്വന്റെ യാത്രാമൊഴി, സ്ത്രീ പുരുഷനുള്ളതാണെന്ന അടിസ്ഥാനസങ്കൽപ്പം തന്നെയാണു വെളിപ്പെടുത്തുന്നത്. വളർത്തി വലുതാക്കി ഒരു വരനെ കണ്ടെത്തി ഏൽപ്പിച്ചുകൊടുക്കുക എന്ന ദൗത്യമേ പിതാവിനുള്ളൂ.

'ബാബുൽ മൊരാ' ജനകീയമാവുന്നത് കുന്ദൻലാൽ സൈഗാളിന്റെ ആലാപനത്തിലൂടെയാണ്. ലഖ്നോയിലെ വലിയ സംഗീതജ്ഞനായിരുന്ന ശംഭു മഹാരാജിൽനിന്നാണു സൈഗാൾ ഈ ഗാനം പഠിച്ചത്. ആറുമാസംകൊണ്ടുപോലും പഠിക്കാൻ കഴിയാത്ത ഈ തുമ്രി മൂന്നേ മൂന്നു ദിവസത്തിനകം സൈഗാൾ ഹൃദിസ്ഥമാക്കിയതായി മറ്റൊരു സംഗീതജ്ഞനായ ജഗ്മോഹൻ രേഖപ്പെടുത്തിയിട്ടുണ്ട്.

'സ്ട്രീറ്റ് സിംഗർ' (1935) എന്ന ചിത്രത്തിൽ സൈഗാൾ ഈ ഗാനം പാടി അഭിനയിച്ചതിലുമുണ്ട് ഒരു അപൂർവത. തെരുവിലൂടെ നായകൻ 'ബാബുൽ മൊരാ' എന്ന പാട്ടും പാടിപോവുന്ന രംഗം ലൈവായി ചിത്രീകരിക്കുകയായിരുന്നു സംവിധായകനായ ഫാണി മജുംദാർ. ഇന്നത്തെപ്പോലെ

പല കോണുകളിൽ നിന്നു പല ക്യാമറകൾകൊണ്ട ചിത്രീകരിക്കാനുള്ള സംവിധാനമോ സൗണ്ട്ട്രാക്കോ ഡിജിറ്റൽ കാമറയോ ഒന്നുമില്ലാത്ത കാലം. തബലിസ്റ്റും മറ്റ് ഉപകരണവിദഗ്ധരും ക്യാമറയുടെ കാഴ്ചപരിധിയിൽനിന്നു മറഞ്ഞിരിക്കുകയും വേണ്ടിയിരുന്നു. അവരും ഗായകനെ പിന്തുടരുകയായിരുന്നത്രേ.

പിൽക്കാലത്ത് പിന്നണിസംഗീതം ഇന്ത്യൻ സിനിമയിൽ ആദ്യമായി കൊണ്ടുവന്ന റായ്ചന്ദ് ബോറലായിരുന്നു 'സ്ട്രീറ്റ് സിംഗറി'ന്റെ സംഗീതശിൽപ്പി. 'ആവിഷ്കാർ' (1973) എന്ന ഹിന്ദിചിത്രത്തി

ലും ജഗജിത് സിങ്ങും ചിത്രാ സിങ്ങും ചേർന്നു 'ബാബുൽ മൊരാ' പാടിയിട്ടുണ്ട്. ബീഗം അക്തർ, കാനൻ ദേവി, കേസർ ബായ് കേർക്കർ, സിദ്ധേശ്വരിദേവി, റസൂലൻ ബായി, ഭീംസെൻ ജോഷി, കിശോരി അമോങ്കർ, സൈഗാളിന്റെ മകളുടെ ഭർത്താവ് മഹേന്ദ്ര ചോപ്ര. എത്രയോപേർ വൈവിധ്യമേറിയ സ്വരങ്ങളിൽ ഈ ഗാനം പാടിയിട്ടുണ്ട്. പക്ഷേ, ഭൈരവി രാഗത്തിലുള്ള ആലാപനം അവയിൽനിന്നെല്ലാം വേറിട്ടുനിൽക്കുന്നു.

ബിദായി ഗാനങ്ങൾ പല സിനിമകളിലുമുണ്ട്. ഷക്കീൽ ബദായുനി എഴുതി മുഹമ്മദ് റഫി അനശ്വരമാക്കിയ 'ബാബൂൽ കീ ദുആയേൻ ലേകേജാ' എന്ന ഗാനം തന്നെയാണ് റഫി സാബ് സ്വന്തം മകളെ യാത്രയാക്കുമ്പോഴും പാടിയതത്രേ!

വിവാഹവും മരണവും- ആഹ്ലാദത്തിന്റെയും ദുഃഖത്തിന്റെയും സമാന്തരങ്ങളെ ഒന്നിപ്പിക്കുന്നതെന്താണ്? രണ്ടും ഒർഥത്തിൽ യാത്ര തന്നെയല്ലേ? പുതിയൊരു ജീവിതത്തിലേക്കുള്ള യാത്ര, വിവാഹം. മറുലോകത്തേക്കുള്ള യാത്ര, മരണം. എല്ലാ യാത്രകൾക്കും മംഗളം നേരുകയെന്നതു മനുഷ്യന്റെ സഹജമായ സ്വഭാവം.

കുരവയിടൽ

'കുരവയിടുക' എന്നതു കേരളീയർക്കു പരിചിതമായ ഒരാചാരമാണ്. വിവാഹാവസരത്തിൽ കുരവയിട്ടുകൊണ്ടാണു മലയാളികൾ വധൂവരന്മാർക്കു യാത്രാമംഗളങ്ങൾ നേരുന്നത്. കടൽയാത്രയ്ക്കും കുരവയിടാറുണ്ട്, ബംഗാളിൽ. 'വാസ്തുഹാര' എന്ന അരവിന്ദൻ ചിത്രത്തിൽ മോഹൻലാലിന്റെ കഥാപാത്രം ആന്തമാൻ ദ്വീപിലേക്കു യാത്രയാവുമ്പോ ബംഗാളിബന്ധുക്കൾ കുരവയിട്ടുകൊണ്ടു യാത്രാമൊഴി നേരുന്നതോർക്കുന്നു.

ഇപ്പോൾ മറ്റൊരു സിനിമ ഓർമയിൽ വരുന്നു. ഈജിപ്ഷ്യൻ സംവിധായകൻ മുസ്തഫ അക്കാദിന്റെ 'ലയൺ ഓഫ് ഡിസെർട്ട്' എന്ന സിനിമയിൽ ആന്റണി ക്വിൻ അവതരിപ്പിക്കുന്ന ഉമർ മുഖ്താർ എന്ന ധീരയോദ്ധാവിനെ തൂക്കിക്കൊല്ലുന്ന രംഗമുണ്ട്. ലിബിയയിലെ സ്ത്രീപുരുഷന്മാർ കുരവയിട്ടുകൊണ്ടാണ് ആ രക്തസാക്ഷിക്കു യാത്രാഭിവാദ്യങ്ങൾ അർപ്പിക്കുന്നത്. ഒരു രൂപകത്തിനുതന്നെ വ്യത്യസ്ത സന്ദർഭങ്ങളിൽ എത്രയെത്ര അർഥങ്ങൾ, മാനങ്ങൾ!

ഇതെല്ലാം ഓർമയിലേക്കു വന്നത് പെങ്ങളുടെ വിവാഹത്തെക്കുറിച്ചു പറഞ്ഞുവന്നപ്പോഴാണല്ലോ. മരണവീട്ടിൽ നടന്ന വിവാഹം. കൊച്ചിനഗരത്തെ കരയിച്ച മരണമായിരുന്നു ബാപ്പയുടേത്. തോട്ടികൾ പോലും കരച്ചിലടക്കാനാവാതെ വിങ്ങുന്നതിന് ഇവനും സാക്ഷിയായിരുന്നല്ലോ!

അന്ന് മറ്റൊരു കൂട്ടദുരന്തമുണ്ടാവേണ്ടതായിരുന്നു. സന്ദർശകർ ഏറെയുണ്ടായിരുന്നതുകൊണ്ടു കൂടുതൽ ട്യൂബ് ലൈറ്റുകളും താർപ്പായപ്പന്തലും ഇടേണ്ടിവന്നു. അന്ന് വൈദ്യുതി വ്യാപകമായിരുന്നില്ല. അതിനിടെ ആർക്കോ ഷോക്കടിച്ചു. അയാളെ രക്ഷിക്കാൻ ചെന്ന മറ്റു ചിലർ കൂടി ആ അപായചങ്ങലയിൽ കണ്ണികോർത്തു. പിന്നീട് ആരോ ഒരു വിറകുകമ്പുകൊണ്ടടിച്ചാണ് അവരെ വേർപെടുത്തിയത്. അങ്ങനെ ഒരു വലിയ ദുരന്തം ഒഴിവായി.

ബാപ്പയെ വഹിച്ചുകൊണ്ടുള്ള മയ്യിത്തുകട്ടിൽ കൊച്ചങ്ങാടി ചെമ്പിട്ടപള്ളിയിലേക്കു പോയി; ഒരു മാസത്തിനകം ഉമ്മയുടെയും. പള്ളിപ്പറമ്പിൽ അവർ അടുത്തടുത്തുറങ്ങി.

പിന്നീട് അധികനാൾ ഞങ്ങൾ ആ വീട്ടിൽ താമസിച്ചിട്ടില്ല. ആറു സെന്റ് പുരയിടത്തിന്റെയും കൊച്ചുവീടിന്റെയും ആധാരം തൃശൂർ ഭൂപണയ ബാങ്കിലായിരുന്നു. കടത്തിലേയ്ക്കു ഗഡു അടയ്ക്കാൻ വീട് വാടകയ്ക്ക് കൊടുക്കേണ്ടിവന്ന നീണ്ട വർഷങ്ങൾ.

'ബാബുൽ മൊരാ' പാടാൻ മാത്രമൊന്നും അകലെയല്ലായിരുന്നു പെങ്ങളുടെ ഭർതൃഗൃഹം. വിളിപ്പാടകലം മാത്രം. അളിയനെ ഞങ്ങൾ പുതിയാപ്ല എന്നാണു വിളിക്കുക. മരിക്കുന്നതുവരെ അദ്ദേഹം ഞങ്ങൾക്കു പുതിയാപ്ല തന്നെയായിരുന്നു, മലബാറിലേതുപോലെ.

ഗൗരവക്കാരനായിരുന്നു അളിയൻ. ബദാം കലക്കിയ പാലും വെള്ളപ്പവുമായിരുന്നു എന്നും നാസ്ത. പ്രാതൽ കഴിഞ്ഞാൽ ഒരപ്പം ചീന്തി കഷണങ്ങളാക്കി കാക്കകൾക്ക് എറിഞ്ഞുകൊടുക്കും. ഇതിന്റെ ഓർമയാണ് ചാപ്പയിൽ മൂപ്പൻ ചാപ്പ എറിയുമ്പോൾ ഒരു നേരത്തെ ജോലിക്കുവേണ്ടി വെളുപ്പാൻ കാലത്ത് സ്റ്റീവഡോറിന്റെ പടിപ്പുരയിൽ കാത്തുകിടക്കുന്ന തുറമുഖ തൊഴിലാളികൾ അപ്പത്തിനു ചുറ്റും കാക്കകൾപോലെ ആർത്തിരമ്പി വരുന്നതു ചിത്രീകരിക്കാൻ സഹായിച്ചത്.

അളിയൻ എന്തോ ബിസിനസ്സ് കാര്യത്തിനു നാഗ്പൂരിൽ പോയി. വിമാനയാത്രയായിരുന്നുവെന്നു തോന്നുന്നു. അന്നത് അപൂർവമായ ഭാഗ്യമാണ്. തിരിച്ചുവന്നപ്പോൾ ഒരു നാഷനൽ എക്കോ റേഡിയോയും കൊണ്ടുവന്നു. വിവിധ്ഭാരതിയിലൂടെ, സിലോൺ റേഡിയോയിലൂടെ എത്ര കേട്ടാലും മതിവരാത്ത പുരാനി ഹിന്ദി സിനിമാഗാനങ്ങൾ ഒഴുകിവരും. താച്ചിക്ക് അതിഷ്ടമായിരുന്നു. എനിക്കും അങ്ങനെയാണു സംഗീതാസ്വാദനത്തിന്റെ ആദ്യ പ്രചോദനമായത്.

കുട്ടികളായ ഞങ്ങൾക്ക് നാടകം കളിക്കാൻ കർട്ടൻ കെട്ടുന്നതിന് കാച്ചിമുണ്ടും തട്ടവും തന്നു. താച്ചി (ഈ മുണ്ടുകൾക്ക് കാച്ചി

മുക്കാൻ ചെമ്പിട്ടപള്ളിക്കു പടിഞ്ഞാറുള്ള അറബി മാസ്റ്ററുടെ വീട്ടിൽ കൊണ്ടുകൊടുക്കുന്നത് എന്റെ ജോലിയായിരുന്നു). ഇക്കാക്കയുടെ വിവാഹത്തിനു കല്യാണപ്പന്തലിൽ ഉച്ചഭാഷിണി വേണമെന്നു വാശിപിടിച്ചു താച്ചി. അമ്പതുകളിൽ ഒരതിശയകാഴ്ചയായിരുന്നു ആ വലിയ കോളാമ്പി.

താച്ചി പ്രസവിച്ച കുഞ്ഞിനെ വസൂരി കൊണ്ടുപോയി. പിന്നെ പ്രസവമുണ്ടായില്ല. കുഞ്ഞുങ്ങളെ ഏറെ ഇഷ്ടപ്പെട്ടിരുന്ന പെങ്ങൾ പിന്നെ പിടക്കോഴിയുടെ കാതുകുത്തുകല്യാണം നടത്തിയും മറ്റുമാണ് ആ അനപത്യതാദുഃഖത്തെ അതിജീവിച്ചത്!

അക്കാലത്താണ് ഞാൻ ആദ്യമായി ഒരു പാട്ടെഴുതുന്നത്.

'കാറ്റിനോടെൻ കഥ പറഞ്ഞാൽ കാറ്റു കരയില്ലേ.'

അതിന്റെ അനുപല്ലവി എഴുതുമ്പോൾ പതിനാലുകാരനായ എന്റെ മനസ്സിൽ പെങ്ങളായിരുന്നു.

'താമരമലരിനു തളയണിയിക്കാൻ
താരകമോനൊരു മുത്തം നൽകാൻ
തളർന്നടഞ്ഞെൻ മിഴികളുമായ്
തംബുരു മീട്ടിയിരുന്നൂ ഞാൻ.'

പിൽക്കാലത്തു ശ്രദ്ധിക്കപ്പെട്ട സംഗീതസംവിധായകനായിത്തീർന്ന ഫ്രാൻസിസ് വലപ്പാടാണ് അതിന് ഈണം നൽകിയത്. സഹപാഠിയും കൊച്ചിയിലെ അറിയപ്പെടുന്ന ഗായകനുമായിരുന്ന മഹ്മൂദ് എന്ന മമ്മു പല സ്റ്റേജ് പരിപാടികളിലും പാടി. അതു നാടാകെ പ്രചരിച്ചു.

പലവിധ അസുഖങ്ങളും താച്ചിയെ വേട്ടയാടിക്കൊണ്ടിരുന്നു. ആശുപത്രി, ഓപറേഷൻ. വേദനയുടെയും ദുഃഖത്തിന്റെയും കയ്പുനീരെത്ര കുടിച്ചുവറ്റിച്ചിരിക്കണം എന്റെ ഇത്താത്ത!

അസുഖം മൂർച്ഛിച്ച നാളുകളിലൊന്നിൽ താച്ചിക്ക്, താൻ വളർന്ന വീട്ടിൽ താമസിക്കാൻ പൂതിയായി. വാടകക്കാരൊഴിഞ്ഞ സമയം.

അതൊരു കാളരാത്രിയായിരുന്നു. പാതിരാത്രിയിൽ പൂച്ചകൾ കടിപിടികൂടുന്നതു കേട്ട് മുതിർന്നവരിൽ ചിലർ ദുശ്ശകുനമാണെന്നു പറഞ്ഞു. അതിലൊന്നും വിശ്വാസമില്ലായിരുന്നെങ്കിലും അത്തരം ഒരു രാത്രിയാണ് സമയബോധമില്ലാത്ത വിദൂഷകൻ പിന്നെയും ഞങ്ങളുടെ വീട്ടിൽ സന്ദർശനത്തിനെത്തിയത്.

'ബാബുൽ മൊരാ' കേൾക്കുമ്പോൾ ആ രാത്രി ഓർമവരും.

●

13

അനാഥനെന്നാൽ

ബാപ്പ മരിക്കുമ്പോൾ എനിക്ക് എട്ടു വയസ്സേയുള്ളൂ. ഉമ്മയുടെ തറവാടായ പടിഞ്ഞാറേ നാച്ചിയാ വീടിന്റെ വിശാലമായ ഇറയത്ത് വലിയ മേശമേൽ തല ചേർത്തുവച്ചിരുന്ന് ഇക്കാക്ക കരഞ്ഞുകൊണ്ടിരുന്നു. ഞാൻ അടുത്തുചെല്ലുമ്പോൾ കീശയിൽനിന്ന് ഒരണയെടുത്തു തരും; കല്ലൻ ബീരാൻ കാക്കയുടെ ചായക്കടയിൽനിന്ന് ഒരു പരിപ്പുവടയോ ഉണ്ടംപൊരിയോ വാങ്ങിത്തിന്നാൻ. ആറു പൈസയാണ് അന്നതിന്. ഒരണയുടെ മൂല്യം. ഞാൻ വാതിലിന്റെ മറവിൽ നിന്നുകൊണ്ട് കരഞ്ഞു. എന്റെ കളിക്കൂട്ടുകാരനായ മഹ്മു കളിയാക്കി; അയ്യേ. കരേണേണാ? ബാപ്പ മരിച്ചാൽ കരയാനുള്ള മൗലികാവകാശത്തെ ചോദ്യംചെയ്തത് എനിക്ക് ഇഷ്ടമായില്ല:

തികച്ചും ഒരു മാസം കഴിയുന്നതിനു മുമ്പേതന്നെ ഉമ്മയും ബാപ്പയുടെ പിന്നാലെ പോയി; എന്നെ ആശ്വസിപ്പിക്കാനും സാന്ത്വനിപ്പിക്കാനുമാവണം മറ്റു കളിക്കൂട്ടുകാർ അവരുടെ കൈയിലുള്ള കൊച്ചു കൊച്ചു കളിപ്പാട്ടങ്ങൾ എനിക്കു മുമ്പിൽ നിരത്തി. പലതരത്തിലുള്ള അത്തർകുപ്പികൾ, ചെറിയ ആകർഷകമായ പെട്ടികൾ, പുളിങ്കുരുക്കൾ, ഗോട്ടികൾ. കുഞ്ഞുമനസ്സുകളിൽപോലും ഒരനാഥക്കുട്ടിയോടുള്ള അനുതാപത്തിന്റെ നിഷ്കളങ്കമായ പ്രകടനങ്ങൾ.

മുതിർന്നവരും എന്നോടു വളരെ അലിവോടെയാണു പെരുമാറിയത്. പെരുന്നാളിനു ചെരിപ്പുതുന്നിക്കാൻ മക്കളുമായി ജ്യൂടൗണിലെ ചെരിപ്പുകടയിലേക്കു പോവുമ്പോൾ എന്നെയും കൂടെ കൂട്ടിയ വല്ലിക്കയെ ഓർമ വരുന്നു. മൂത്തുമ്മയുടെ മകളുടെ ഭർത്താവാണ്. ഞങ്ങളുടെ കുടുംബത്തിൽ നിന്ന് ആദ്യമായി ഹജ്ജ് ചെയ്തയാൾ. ആമിനാബായി എന്ന സമ്പന്നയായ കച്ചിമേമൻ സ്ത്രീയുടെ കാര്യസ്ഥനായിരുന്നു. വലിയ പെരുന്നാളിനു ചെരിപ്പുതുന്നിക്കുമ്പോൾ എനിക്കും ഒരു ജോടിക്ക് ഓർഡർ കൊടുക്കാനുള്ള സന്മനസ്സുണ്ടായി വല്ലിക്കയ്ക്ക്. അന്ന് ഇന്നത്തെപ്പോലെ

റെഡിമെയ്ഡ് ഷൂമാർട്ടുകളൊന്നുമില്ല. നേരത്തേ തന്നെ പാദത്തിന്റെ അളവെടുത്ത്, നിശ്ചിത ദിവസം അളവൊത്ത ചെരിപ്പുണ്ടാക്കിത്തരുകയാണു ചെയ്യുക. പെരുന്നാൾ രാവിലാണ് അതു പോയി വാങ്ങുക. പെരുന്നാളിനു പുതിയ വസ്ത്രങ്ങളും ചെരിപ്പുകളുമണിഞ്ഞ് പള്ളിയിൽ പോവുക സുന്നത്താണ്.

യത്തീമായ എന്നെ നോമ്പുതുറപ്പിക്കാനും പലരും ശ്രദ്ധി ച്ചു. അനാഥക്കുട്ടികളെ സംരക്ഷിക്കുന്നവരും താനും സ്വർഗത്തിൽ സമീപസ്ഥാനീയരാണെന്ന നബിവചനം അവർ ഓർത്തിരിക്കാം. അനാഥത്വത്തിന്റെ ഉൽക്കടമായ വ്യഥയറിഞ്ഞു വളർന്ന പ്രവാചകൻ പല സന്ദർഭങ്ങളിലും അനാഥസംരക്ഷണത്തിന്റെ പ്രാധാന്യത്തെക്കുറിച്ചു പറഞ്ഞിട്ടുണ്ട്. അതിൽ ഏറ്റവും ഉൾക്കാഴ്ചയുള്ള ഹദീസ്: ഒരു അനാഥക്കുട്ടിയുടെ മുമ്പിൽ വച്ചു നീ നിന്റെ മക്കളെ ഓമനിക്കരുത്.

ഭൂമിയിൽ ജനിച്ചുവീഴുന്നതിനു മുമ്പേ പിതാവും പിറന്ന് അധികം താമസിയാതെ ഉമ്മയും നഷ്ടപ്പെട്ട ഒരു ബാല്യത്തിന്റെ ഉൽക്കടമായ വ്യഥയറിഞ്ഞു വളർന്ന പ്രവാചകന് അനാഥക്കുട്ടികളുടെ മനസ്സു വായിക്കാൻ മറ്റാരേക്കാളും കഴിഞ്ഞതിൽ അതിശയമില്ല. ശൈശവമനസ്സിന്റെ അഗാധസ്ഥലികളിലേക്കു വെളിച്ചംപരത്തുന്ന ആ ഹദീസിനെപ്പറ്റി ഒരിക്കൽ സൂചിപ്പിച്ചപ്പോൾ ഒ.വി. വിജയൻ ഒരു നിമിഷം കണ്ണടച്ചിരുന്നശേഷം എന്നോട് ആവശ്യപ്പെട്ടതോർക്കുന്നു. ഒരു ഹദീസ് പുസ്തകം അയച്ചുതരാമോ? അടുത്ത ദിവസം തന്നെ സഹീഹുൽ ബുഖാരിയുടെ ഒരു മലയാള പരിഭാഷ അയച്ചുകൊടുത്തു.

ബന്ധുക്കൾ മാത്രമല്ല, കൊച്ചിയിലെ മറ്റു മുതിർന്നവരും എന്നെ കാണുമ്പോൾ ചേർത്തുപിടിച്ചു വാൽസല്യം പകർന്നുകൊണ്ടു പറയും: കോജുവാ നീനാന്റെ മോനാണ്. ബാപ്പാനെപ്പോലെയാവണം കേട്ടോ.

അവരുടെ വിരലുകൾ കൊച്ചുതലയെ തഴുകുമ്പോൾ ഏതോ നിർവൃതി ഞാനനുഭവിച്ചു. ദേശത്തിന്റെ പ്രിയപ്പെട്ട നേതാവായിരുന്നു ബാപ്പ. അദ്ദേഹത്തിന്റെ ബാല്യവും വ്യഥകൾ നിറഞ്ഞതായിരുന്നുവെന്നു കേട്ടിട്ടുണ്ട്. ചെറുപ്പകാലത്ത് അദ്ദേഹം പൊങ്ങ് വിറ്റാണു ജീവിച്ചതത്രേ. സ്കൂളിൽ ഫീസ് കൊടുക്കാനില്ലാതിരുന്നതുകൊണ്ട്, ക്ലാസ് മുറിയുടെ ജനലഴികളിൽ പിടിച്ചുനിന്ന്, അധ്യാപകൻ പറയുന്നതു കേട്ടുപഠിക്കുകയായിരുന്നു. കുടുംബത്തിൽ സമ്പന്നരായ പലരുമുണ്ടായിരുന്നെങ്കിലും ആരും തിരിഞ്ഞുനോക്കിയില്ല. എങ്കിലും അറിവിനോട് അടങ്ങാത്ത ആസക്തിയായിരുന്നു.

അമ്പതാം വയസ്സിൽ മരിക്കുമ്പോൾ ഇംഗ്ലീഷും ഹിന്ദിയും ഉർദുവുമൊക്കെ അറിയാമായിരുന്നു. മതവിദ്യാഭ്യാസവും നേടിയിരുന്നു.

കുറേക്കൂടി മുതിർന്നപ്പോൾ സമ്പന്നരായ ബന്ധുക്കളുടെ വീടുകളിൽ മതപരമായ ട്യൂഷൻ നൽകാൻ പോവും. അപ്പോൾപോലും ബാപ്പയെ ഒപ്പമിരുത്തി ഭക്ഷണം നൽകിയിരുന്നില്ല. ഖുറൈശികളായ ബന്ധുക്കളുടെ അവഗണനകളെ അവഗണിച്ച് ബാപ്പ രാഷ്ട്രീയനേതാവും വാഗ്മിയും പത്രപ്രവർത്തകനുമൊക്കെയായി വളർന്നു. അദ്ദേഹം നഗരസഭയിലേക്കു മൽസരിച്ചു ജയിച്ചപ്പോൾ റിക്ഷാവണ്ടിയിൽ ഘോഷയാത്രയായി കൊണ്ടുപോയതിന്റെ അവ്യക്തമായ ചിത്രം മനസ്സിലുണ്ട്. ചുരുട്ടും വലിച്ച് റിക്ഷയിൽ ബാപ്പ; മടിയിൽ ഞാൻ. മെഗാഫോണിൽ മുദ്രാവാക്യങ്ങൾ വിളിച്ചുപറയുന്ന അലിബാവയും കൂട്ടരും.

പതിറ്റാണ്ടുകൾക്കു ശേഷം എറണാകുളം ബ്രോഡ്‌വേയിലെ പള്ളിയിൽ നിന്നു നമസ്കരിച്ചിറങ്ങുമ്പോൾ അലിബാവയെ കണ്ടു. വാർധക്യവും ദാരിദ്ര്യവുംകൊണ്ട് പരിക്ഷീണനായിരിക്കുന്നു. മകളുടെ വിവാഹത്തിന് ഏതോ കച്ചിമേമൻ ട്രസ്റ്റിൽ നിന്നു സംഭാവന വാങ്ങാനെത്തിയതാണ്. കാര്യമായി സഹായിക്കാൻ കഴിഞ്ഞില്ലല്ലോ എന്ന ഖേദം തോന്നി.

ഞങ്ങൾ, നൈനമാർ കൊച്ചിയിൽ രാജകുടുംബത്തിൽ നിന്നു പ്രത്യേകമായ ചില ആനുകൂല്യങ്ങൾ അനുഭവിച്ചിരുന്നവരാണ്. രാജാവ് പള്ളിയറക്കാവ് ക്ഷേത്രത്തിൽ എഴുന്നള്ളുമ്പോൾ അകമ്പടി സേവിക്കുവാനുള്ള പ്രിവിലേജും ഒടുവിലെ എഴുന്നള്ളത്തിനു പോയ ഓർമ, എൺപതു വയസ്സു കഴിഞ്ഞ ഇക്കാക്കയ്ക്ക് ഉണ്ടെന്നുള്ളത് ഇക്കാക്ക പറയുമായിരുന്നു. സ്വന്തം കുടുംബങ്ങളിലെ അനീതികളോടും ഉച്ചനീചത്വങ്ങളോടും പൊരുതി വളർന്നയാളാണു ബാപ്പ. ദുരഭിമാനവും ആർഭാടവും ധൂർത്തുംകൊണ്ട് പല സമ്പന്നനൈന കുടുംബങ്ങളും ക്ഷയിക്കുകയായിരുന്നു. ഒരു വിവാഹത്തിന്റെ ആഘോഷങ്ങൾ മുപ്പതും നാൽപ്പതും ദിവസങ്ങൾ നീണ്ടുനിൽക്കും. വിരാമമില്ലാത്ത സൽക്കാരങ്ങളും നാട്ടുനടപ്പുകളും. ഏക്കറുകണക്കിന് പറമ്പുകൾ തീറെഴുതിവിറ്റിട്ടാണ് അതെല്ലാം നടത്തുക. വിവാഹസദസ്സിൽ താങ്ങാവുന്നതിനേക്കാൾ വലിയ മഹ്ർ (വിവാഹമൂല്യം) പ്രഖ്യാപിക്കുമെങ്കിലും അതു കൊടുക്കണമെന്നില്ല. സ്വന്തം വിവാഹവേളയിൽ ചങ്കൂറ്റത്തോടെ ബാപ്പ പറഞ്ഞു: "ഒരു രൂപയിൽ കൂടുതൽ ഒരു ചില്ലിക്കാശുപോലും നൽകാൻ ഞാൻ തയ്യാറല്ല, ദാ, അതിപ്പോൾ തന്നെ നൽകുകയാണ്."

പടിഞ്ഞാറെ നാച്ചെ തറവാട്

കുടുംബത്തിൽ ഒരാൾ മരിച്ചാൽ കുളിപ്പിക്കുന്നതിനുപോലും നൈനമാരെ ദുരഭിമാനം അനുവദിച്ചില്ല. അതിനും കൂലിക്കാർ വേണം. കോളറക്കാലത്തു മരണം പടർന്നുപിടിച്ചപ്പോൾ മയ്യിത്ത് കൊണ്ടുപോവാൻ ഒരുപറ്റം ചെറുപ്പക്കാരെ സംഘടിപ്പിച്ചു ബാപ്പ.

ആ സംഘത്തിൽ നൈനമാരും അല്ലാത്തവരുമുണ്ടായിരുന്നു. കൊച്ചിയിൽ കോൺഗ്രസ്സിന്റെ നേതാവും കൗൺസിലറുമായിരുന്നു ബാപ്പ. വിവാഹം കഴിഞ്ഞ് മൂന്നാമത്തെ ദിവസമാണ് ഇ. മൊയ്തുമൗലവി ബാപ്പയെ ഉപ്പുസത്യാഗ്രഹത്തിൽ പങ്കെടുക്കാൻ കോഴിക്കോട്ടേക്കു കൊണ്ടുപോയത്. 1930 ഡിസംബറിലായിരുന്നു അത്. നിയമലംഘനം നടത്തിയതിനു ബ്രിട്ടീഷ് പോലിസ് ബാപ്പയെയും അറസ്റ്റ് ചെയ്ത് ഒമ്പതുമാസത്തെ കഠിനതടവിനു ശിക്ഷിച്ചു. കണ്ണൂർ സെൻട്രൽ ജയിലിലായിരുന്നു കാരാഗൃഹവാസം.

അവസാനകാലത്ത് കോഴിക്കോട്ടുവച്ച് എന്നെ കാണുമ്പോൾ മൊയ്തു മൗലവി ചുറ്റമുള്ളവരോട് എന്റെ ബാപ്പയെക്കുറിച്ചു പറയും.

"ഇവനാരാണെന്നറിയോ? കല്യാണപ്പിറ്റേന്ന് മണിയറയിൽ നിന്നു രാജ്യത്തിനുവേണ്ടി തടവറയിലേക്കു പോയ ആളുടെ മോനാണ്. ഇക്കാലത്ത് ആരാണെടോ ഇത്ര വലിയ ത്യാഗത്തിനു തയ്യാറാവുന്നത്!"

മൗലവി സാഹിബ് അതെല്ലാം 'ഓർമകൾ' എന്ന ആത്മകഥയിൽ വിശദമായി എഴുതിയിട്ടുണ്ട്. ആ ന്യായവിധിയുടെ അസ്സൽ കോപ്പി ഒരമൂല്യനിധിപോലെ ഞാനിന്നും സൂക്ഷിക്കുന്നു.

പ്രോസിക്യൂട്ടർ ചോദിക്കുന്നു.

"കുറ്റപത്രത്തിൽ പറഞ്ഞ കുറ്റം നിങ്ങൾ ചെയ്തതാണോ?"

"കൃത്യം ഞാൻ ചെയ്തതു തന്നെ. എന്നാൽ, അതു കുറ്റമാണെന്നു ഞാൻ കരുതുന്നില്ല"- ബാപ്പയുടെ മറുപടി.

ഈ ജയിൽവാസക്കാലത്താണു വൈക്കം മുഹമ്മദ് ബഷീറുമായി ബാപ്പ പരിചയപ്പെടുന്നത്. 'ഓർമയുടെ അറകൾ' എന്ന ആത്മകഥാപരമായ കൃതിയിൽ ബഷീർ വിശദമായി അതേപ്പറ്റിയെല്ലാം എഴുതിയിട്ടുണ്ട്. അന്നു തടവുകാലം കഴിഞ്ഞ് തിരിച്ചു നാട്ടിൽ ചെന്നാൽ ഒരു പത്രം നടത്താൻ ബാപ്പയും ബഷീറും ചേർന്നു തീരുമാനിക്കുന്നു. 'ഉജ്ജീവനം' എന്ന പേരിൽ പത്രം തുടങ്ങുന്നു. ബാപ്പ പ്രസാധകൻ..ബഷീർ പത്രാതിപൻ വക്കം മൗലവിയും സ്വദേശാഭിമാനി രാമകൃഷ്ണപ്പിള്ളയും തമ്മിലുണ്ടായിരുന്നതുപോലുള്ള ബന്ധമായിരുന്നു അത്. ബഷീറിന്റെ തീവ്രവാദപരമായ നിലപാടുകളോട് ബാപ്പയ്ക്ക് അനുഭാവമുണ്ടായിരുന്നോ എന്നറിഞ്ഞുകൂടാ. വിദേശിഭരണത്തിനെതിരേ തീതുപ്പുന്ന മുഖലേഖനങ്ങളുമായിട്ടാണ് ഓരോ ലക്കവും 'ഉജ്ജീവനം' പുറത്തിറങ്ങിയിരുന്നത്. അതുതന്നെ പോസ്റ്ററായി നഗരത്തിലെ മതിലുകളിലും പതിക്കും. ബഷീറിൽ ഭഗത്സിങ്ങ് ആരാധന കത്തിനിന്ന കാലം. ചെറുപ്പക്കാരുടെ ഒരു വാനരസേന സംഘടിപ്പിച്ച് വിപ്ലവപ്രവർത്തനങ്ങൾക്കും അദ്ദേഹം നേതൃത്വം നൽകി. അങ്ങനെ ബഷീർ പോലിസിന്റെ നോട്ടപ്പുള്ളിയായി. നാട്ടിൽ നിൽക്കക്കള്ളിയില്ലെന്നായപ്പോൾ കൈയിൽ കിടന്ന റിസ്റ്റ് വാച്ച് അഴിച്ചുകൊടുത്ത് ബഷീറിനോട് ബാപ്പ പറഞ്ഞു.

"ഇതു വിറ്റുകിട്ടുന്ന പണവുമായി എവിടെയെങ്കിലും പോയി രക്ഷപ്പെടാൻ നോക്ക്."

അങ്ങനെ ഏകദേശം പത്തുവർഷത്തോളം ഇന്ത്യയുടെ പല ഭാഗങ്ങളിലും അലഞ്ഞുനടന്നു നേടിയ അനുഭവങ്ങളുമായി തിരി

ച്ചുവന്നാണ് ബഷീർ കഥയെഴുത്തിലേക്കു കടക്കുന്നത്. അദ്ദേഹത്തിന്റെ പല പ്രശസ്ത കഥകളുടെയും പശ്ചാത്തലം കൊച്ചിയിലെ പത്രപ്രവർത്തനകാലമാണ്.

'ഉജ്ജീവന'ത്തിനു പുറമെ മറ്റൊരു പത്രംകൂടി ബാപ്പ നടത്തിയിരുന്നു. അതൊന്നും ഉപജീവനമാർഗമായിട്ടല്ല കണ്ടിരുന്നത്. കയർവ്യാപാരത്തിലാണ് ബാപ്പ ഏർപ്പെട്ടിരുന്നത്. കയർവ്യവസായത്തിലെ ആദ്യത്തെ സഹകരണസംഘം സ്ഥാപിച്ചതും അദ്ദേഹമാണ്. കൊച്ചിൻ സെൻട്രൽ കൊയർ മാർക്കറ്റിങ് കോ-ഓപറേറ്റീവ് സൊസൈറ്റി. പിൽക്കാലത്ത് തിരുവിതാംകൂറിലെ കയർ മാർക്കറ്റിങ് സൊസൈറ്റിയുമായി ലയിച്ചാണ് കയർഫെഡ് ഉണ്ടാവുന്നത്.

ബാപ്പ മരിച്ചപ്പോൾ അനാഥമായ കുടുംബത്തെ സംരക്ഷിക്കേണ്ട ബാധ്യത തങ്ങൾക്കുണ്ടെന്നു സൊസൈറ്റി ഭാരവാഹികൾക്കു തോന്നി. ബി.എം. പീറ്റർ ആണ് അന്നതിന്റെ സെക്രട്ടറി. കുടുംബത്തിന് അയ്യായിരം രൂപ സഹായധനമായി നൽകാൻ അവർ തീരുമാനിച്ചു. (1952-ലാണ് ഇതെന്നോർക്കണം). ആ തീരുമാനം അറിയിക്കാൻ അവർ വീട്ടിൽ വന്നപ്പോൾ ഉമ്മ പറഞ്ഞു.

"കാശൊന്നും വേണ്ട, അതങ്ങു ചെലവായിപ്പോകും. മോന് ഒരു ജോലി കൊടുത്താമതി."

ഉമ്മയുടെ ആ ദീർഘവീക്ഷണംകൊണ്ടാണ് അന്ന് പതിനേഴോ പതിനെട്ടോ വയസ്സുള്ള വിദ്യാർഥിയായിരുന്ന ജ്യേഷ്ഠൻ മുഹമ്മദ് മുസ്തഫയ്ക്കു സൊസൈറ്റിയിൽ ഒരു ജോലി കിട്ടുന്നത്. ഭാര്യയും ഏഴു മക്കളും ഞാനും ഉൾപ്പെടെയുള്ള കുടുംബത്തെ പോറ്റാൻ അതുകൊണ്ട് കഴിഞ്ഞു.

കൊച്ചങ്ങാടിയിൽ ആറു സെന്റ് ഭൂമിയും ഒരു ചെറിയ വീടുമല്ലാതെ മറ്റൊന്നും ബാപ്പ സമ്പാദിച്ചുവച്ചിരുന്നില്ല. അതിന്റെ ആധാരം തന്നെ ബാങ്കിലുമായിരുന്നു. വളരെ വർഷങ്ങൾ കഴിഞ്ഞാണ് ആ കടം വീട്ടാനായത്. മൊയ്തുമൗലവിയെയും ബഷീറിനെയും കുറിച്ചുള്ള ഡോക്യുമെന്ററി നിർമിക്കുമ്പോൾ എം.എൻ. കാരശ്ശേരിയും എം.എ. റഹ്മാനും 'ഉജ്ജിവന'ത്തിന്റെ ഒരു കോപ്പി കൊടുക്കാൻ കഴിയുമോ എന്നു ചോദിച്ചു. പക്ഷേ, ഇന്നുവരെ എനിക്കുപോലും അതിന്റെ ഒരു കോപ്പി കാണാൻ കഴിഞ്ഞിട്ടില്ല.

ക്ഷയരോഗവും പ്രമേഹവും ബാധിച്ചു കിടപ്പായ ബാപ്പ 1952- ൽ അമ്പതാം വയസ്സിലാണു മരിക്കുന്നത്. അന്നദ്ദേഹത്തെ കാണാൻ കമ്മ്യൂണിസ്റ്റ് നേതാവ് എ.കെ. ഗോപാലൻ വന്നത് ഇക്കാക്ക ഓർക്കുന്നു.

ആയിടെ ഒരു നാടകം ഉദ്ഘാടനം ചെയ്യാൻ കേശവദേവ് കൊച്ചിയിൽ വന്നപ്പോൾ അദ്ദേഹത്തെ കാണണമെന്ന് ബാപ്പ ആഗ്രഹം പ്രകടിപ്പിച്ചു. അതറിയിക്കാൻ ചെന്നപ്പോൾ ഇക്കാക്കയോട് ദേവ് പറഞ്ഞു.

"എനിക്ക് അത്യാവശ്യമായി ആറ്റിങ്ങൽ വരെ പോവാനുണ്ടല്ലോ മോനേ."

പതിറ്റാണ്ടുകൾക്കുശേഷം തിരുവനന്തപുരത്ത് പൂജപ്പുരയിലുള്ള കേശവദേവിന്റെ വീട്ടിൽ ഒരു അഭിമുഖസംഭാഷണത്തിനായി ചെന്നപ്പോൾ അവരുടെ സൗഹൃദബന്ധത്തിന്റെ കഥ എനിക്കറിയുമായിരുന്നില്ല. പി.എ. സൈനുദ്ദീൻ നൈന എന്ന സ്നേഹിതന്റെ മകനാണു ഞാനെന്ന് അദ്ദേഹത്തിനും അറിയുമായിരുന്നില്ല. കേശവദേവിന്റെ 'എതിർപ്പ്' എന്ന ആത്മകഥയിൽ ബാപ്പയെ അനുസ്മരിക്കുന്നുണ്ട്.

ബാപ്പയുടെ ഓർമയ്ക്കായി ഞങ്ങളുടെ നാട്ടിലെ കോൺഗ്രസ്സുകാർ ഒന്നും ചെയ്തില്ല. നിസ്വാർഥനായ ഒരു പൊതുപ്രവർത്തകനെ ഓർമിക്കേണ്ടതാണെന്നു നാട്ടുകാർക്കും തോന്നിയില്ല. ബാപ്പ മരിച്ചിട്ട് അമ്പതാണ്ട് തികഞ്ഞപ്പോൾ എനിക്ക് ഒരാശയം തോന്നി. അദ്ദേഹത്തിന്റെ ഓർമയ്ക്കായി ഒരു അവാർഡ് നൽകാൻ. അതിനായി അയ്യായിരം രൂപ ഞങ്ങൾ കുടുംബത്തിൽ നിന്നുതന്നെ സ്വരൂപിച്ചു. മൊയ്തുമൗലവിയുടെ മകനും മാധ്യമപ്രവർത്തകനുമായ എം.റഷീദിനാണ് ആദ്യത്തേതും അവസാനത്തേതുമായ പി.എ. സൈനുദ്ദീൻ നൈന പുരസ്കാരം നൽകിയത്.

കൊച്ചങ്ങാടി ചെമ്പിട്ടപള്ളിക്കു മുമ്പിലൂടെ കടന്നുപോവുന്ന പൊതുനിരത്ത് ഇപ്പോൾ 'പി.എ. സൈനുദ്ദീൻ നൈന റോഡ്' എന്നറിയപ്പെടുന്നു. അതിന്റെ ബോർഡ് പുതുക്കിവയ്ക്കുന്ന ചടങ്ങിൽ കോഴിക്കോട്ടു നിന്നെത്താൻ എനിക്കു കഴിഞ്ഞില്ല.

ബാപ്പയുടെ സുകൃതവും ഉമ്മയുടെ ദീർഘവീക്ഷണവുമില്ലായിരുന്നെങ്കിൽ ഞങ്ങളും അനാഥരായിത്തീരുമായിരുന്നില്ലേ? ഒരിക്കലും അനാഥത്വം അനുഭവപ്പെടുത്താതെയാണ് ഇക്കാക്ക എന്നെ വളർത്തിയത്.

●

14

കൊണ്ടുപോകൂ, ആ മാഞ്ചുവട്ടിൽ...

ഞാൻ സൂപ്പർമാൻ. മൂന്നുവയസ്സുള്ള കൊച്ചുമോൻ ഉസൈർ ചാടിക്കളിക്കുകയാണ്. അടുത്ത നിമിഷം തന്നെ സ്പൈഡർമാനുമാവും; ഒരു കാൽ മുമ്പോട്ടും മറ്റേ കാൽ പിന്നോട്ടും വച്ച്. അന്നേരം ഒരു പ്രത്യേക ശരീരഭാഷയുണ്ട് അവന്. പിന്നെയും ഏതൊക്കെയോ കഥാപാത്രങ്ങൾ. ബോക്സിങ് ചാംപ്യനൊക്കെയാണ്. ഉസൈറോളം തന്നെ പ്രായമുള്ള മറ്റൊരു കൊച്ചുമോനുണ്ട് എറണാകുളത്ത്-അയാൻ. അവന്റെ മോഡൽ ഛോട്ടാ ഭീമാണ്. ടി.വിയുടെ മുമ്പിലിരുന്നു കണ്ണുപറിക്കാതെ ആവാഹിച്ചെടുക്കുന്ന അതീതമനുഷ്യർ. കൊച്ചു ടി.വി, കാർട്ടൂൺ നെറ്റ്വർക്ക്...

നമ്മുടെ കൊച്ചുതലമുറയെ രൂപപ്പെടുത്തുന്നത് ഇത്തരം ടി.വി. പരിപാടികൾ തന്നെയാണ്. കാരംബോർഡ് വാങ്ങിക്കൊടുത്തിട്ടുണ്ട്. അതൊന്നും തൊട്ടുനോക്കാറുപോലുമില്ല. എമ്മി ചിലപ്പോൾ ഫുട്ബോൾ കളിക്കാൻ പോവാറുണ്ട്. സ്കൂൾ സ്പോർട്സ് ടീമിലുമുണ്ട്. പഠിക്കാൻ മോശവുമല്ല, രണ്ടുപേരും. കാലം മാറുകയാണ്; കുട്ടികളും മാറുന്നു. ഞങ്ങളുടെയൊക്കെ കുട്ടിക്കാലത്തേക്കാൾ വളരെ വേഗം അവർ വിവരങ്ങൾ സ്വാംശീകരിക്കുന്നു. അതുകൊണ്ട് അവരുടെ അറിവിനും വേഗം കൂടും. വിവരത്തിന്റെ കാര്യത്തിൽ അവർ നമ്മെ തോൽപ്പിച്ചുവെന്നും വരാം.

മിക്ക വീഡിയോ ഗെയിമുകളിലും യുദ്ധമാണ് വിഷയം. അല്ലെങ്കിൽ വേഗം. എങ്ങനെ പോസിറ്റീവായ കളികളിലൂടെ കുട്ടികളുടെ ബുദ്ധിയും അന്വേഷണ കൗതുകവും വികസിപ്പിച്ചുകൊണ്ടുവരാമെന്ന് ആരും ശ്രമിച്ചുനോക്കാത്തതെന്തേ? വിപണിയുടെ ഏറ്റവും വലിയ ഇരകളാണിന്നു കുട്ടികൾ. നമ്മുടെ കുട്ടിക്കാലത്തേക്ക് അവരെ കൊണ്ടുപോവാമെന്നു വിചാരിക്കുന്നതു വെറുതെയാണ്. സ്വാഭാവികമായും നാം നമ്മുടെ കളിക്കാലത്തെ കുറിച്ച് ഓർത്തുപോവുന്നു.

വളർന്നു പന്തലിച്ചുകിടക്കുന്ന മാവിൻചുവട്ടിലേക്കാണ് ഓർമകൾ എന്നെ കൊണ്ടുപോവുന്നത്. ഉമ്മയുടെ തറവാടായ പടിഞ്ഞാറേ നാച്ചിയാവീടിന്റെ മുറ്റത്താണ് അതു നിന്നിരുന്നത്. നാല്പതോളം സെന്റ് സ്ഥലമുണ്ടാവും. അതിനു തൊട്ടടുത്ത്, കിഴക്കു

വശത്ത് ആറു സെന്റ് പുരയിടത്തിലായിരുന്നു ബാപ്പ എടുത്ത വീട്. നാലടി വീതിയുള്ള ഒരിടവഴി ഇരുപുരയിടങ്ങളെയും വിഭജിച്ചു. ഞങ്ങളുടെ വീടിന്റെ പിന്നാമ്പുറത്താണ് ഇടവഴി. അതു ചെന്നുമുട്ടുന്നത് അൽപ്പം കൂടി വീതിയുള്ള പൊതുനിരത്തിൽ. അവിടെ തെരുവുവിളക്കുണ്ടായിരുന്നു. സന്ധ്യയായാൽ ഒരു കൈയിൽ ഏണിയും മറുകൈയിൽ മണ്ണെണ്ണപ്പാട്ടയുമായി മട്ടാഞ്ചേരി മുനിസിപ്പാലിറ്റിയിലെ ജീവനക്കാരൻ വന്ന് എണ്ണയൊഴിച്ചു തിരിതെളിച്ച ശേഷം തിരിച്ചുപോവും. അന്ന് ഞങ്ങളുടെ ദേശത്ത് വൈദ്യുതി വ്യാപകമായിത്തുടങ്ങിയിരുന്നില്ല. വീടുകളിലൊക്കെ മണ്ണെണ്ണവിളക്കുകളായിരുന്നു. ഇടവഴിയുടെ മീതെകൂടി വലിയ കൈകൾ നിവർത്തി വച്ച് ഞങ്ങളുടെ വീടിനെ അനുഗ്രഹിക്കയാണെന്നു തോന്നും ആപ്പൂസ്മാവു കണ്ടാൽ. കൂടക്കൂടെ മാങ്ങ വീണ് ഓടുകൾ പൊട്ടുമെന്നതൊഴിച്ചാൽ വേറെ പ്രശ്നമൊന്നുമില്ല. മഴക്കാലത്തു ശക്തമായ കാറ്റത്ത് ചറപറാ കൊഴിഞ്ഞുവീഴുന്ന മാങ്ങ പെറുക്കാൻ ഞങ്ങൾ കുട്ടികൾ മൽസരിക്കും.

ചിലപ്പോൾ ഒന്നും രണ്ടും ചാക്കുകളുണ്ടാവും ചെറുതും വലുതുമായ മാങ്ങകൾ. പാകമായവയാണെങ്കിൽ വൈക്കോലിനുള്ളിൽ വച്ചു പഴുപ്പിക്കും. നീളമുള്ള പച്ചമാങ്ങ ഉപ്പുംകൂട്ടി തിന്നും. ചെറുതായി അരിഞ്ഞിട്ട്, വെളിച്ചെണ്ണയിൽ ചാലിച്ച്, അൽപ്പം മുളകുപൊടിയിട്ടു തിന്നാനും ഉഷാർ.

ആ മാവിൻചുവട്ടിലായിരുന്നു ഞങ്ങളുടെ ബാല്യം. ഞങ്ങളെന്നു പറയുമ്പോൾ നാച്ചിയാവീട്ടിലും പരിസരത്തുമുള്ള എല്ലാ കുട്ടികളും. ബാവൊ, അസീസ്, മമ്മാലി, ബാഹിയ, മഹ്മു, അജ്ജീന. എന്തെല്ലാംതരം കളികളാണ്! അന്തമില്ല. ആൺകുട്ടികൾക്കും പെൺകുട്ടികൾക്കും പ്രത്യേകം കളികളുണ്ട്. ഇരുകൂട്ടർക്കും പൊതുവായ കളികളുമുണ്ട്. ചെറിയ കുട്ടികൾക്കും മുതിർന്ന കുട്ടികൾക്കും വേറെവേറെ കളികൾ. മണ്ണപ്പം ചുട്ടും ചോറും കറിയുമുണ്ടാക്കിയും കളിച്ചിരുന്നത് ആ മാഞ്ചുവട്ടിൽത്തന്നെ. അതു നന്നേ ചെറിയ കുഞ്ഞുങ്ങളായിരിക്കുമ്പോൾ. മണ്ണുകൊണ്ടുള്ള ചോറും അപ്പവും ഇലകളും പൂക്കളും അരിഞ്ഞുകൂട്ടി കറികൾ.

ഇന്നു വീട്ടുമുറ്റത്തു മണ്ണെവിടെ? എവിടെയും ഇന്റർലോക്ക് ഇഷ്ടികകളാണ്; ഭൂമിക്കു ശ്വസിക്കാൻ പോലും പഴുതില്ല. നിലാവുള്ള രാത്രികളിൽ പെൺകുട്ടികൾ രണ്ടു ഭാഗത്തായി നിന്നു കുരുകുരു മെച്ചം പെണ്ണുണ്ടോ? എന്നു ചോദിച്ചും മറുപടി പറഞ്ഞും കളിക്കും. ചിലപ്പോൾ അത് അശകൊശലേ പെണ്ണുണ്ടോ എന്നായിരിക്കും. വരികൾ മാറിയേക്കാം എന്നു മാത്രം. പിന്നെ കൊത്തംകല്ലുകളി. മൂന്നുനാലു ചെറിയ കല്ലുകൾ ഉള്ളം കൈയിലെടുത്ത് മേ

ലോട്ടെറിയുന്നു. താഴേക്കു വീഴുന്നതിൽനിന്ന് ഒരെണ്ണം പുറംകൈയിൽ പിടിക്കും; മറ്റുള്ളവ നിലത്തു വീഴും. പുളിങ്കുരുകൊണ്ടുള്ള ഒറ്റയുമിരട്ടയും കളി. പല്ലാങ്കുഴി കളി. ചെറിയ കുഴികളുള്ള പരന്ന ഒരു പലകയിൽ മഞ്ചാടിക്കുരുവോ കുന്നിക്കുരുവോ ഇട്ടുള്ള കളിയാണ്. മുറ്റത്ത് എട്ടു കളം വരച്ച്, കക്കയെറിഞ്ഞ്, ഒറ്റക്കാലിൽ കളംവരകളിൽ ചവിട്ടാതെ ചാടിച്ചാടി കക്ക തെറിപ്പിക്കുന്ന കളി പെൺകുട്ടികൾക്കാണ് ഇഷ്ടം. മോതിരംകളിയും അവരുടേതാണ്! ഏതു കൈയിൽ മോതിരം മോതിരമ്പടി രാവിലെ. ഒളിച്ചുകളിയിലും കണ്ണുകെട്ടിക്കളിയിലും ആൺകുട്ടികളും പെൺകുട്ടികളും പങ്കെടുക്കും: ഉപ്പിനു പോവണ വഴിയേത് കായംകുളത്തിനു തെക്കേത്?

ഇടവഴിയിൽ എപ്പോഴും ഗോട്ടികളിയുണ്ടാവും. ഇടത്തേ കൈവിരലിൽ ഗോട്ടി വച്ച് വലത്തേ കൈയുടെ നടുവിരൽകൊണ്ട് അതു തെറിപ്പിക്കുന്നു. കുഴിയിൽ വിഴ്ത്താൻ കഴിയാതെ പരാജയപ്പെടുന്നവർ മുഷ്ടി ചുരുട്ടിവച്ച് ജേതാവ് തൊടുക്കുന്ന ഗോട്ടിയേറു കൊള്ളേണ്ടിവരുന്നു. ഇന്നത്തെ ക്രിക്കറ്റിന്റെ പ്രാകൃതരൂപമായ കുട്ടിയും കോലുമാണ് കുറേക്കൂടി മുതിർന്ന കുട്ടികളുടെ കളി. പിന്നെ ഫുട്ബോൾ. സർങ്കോൽ എന്ന പട്ടംപറപ്പിക്കൽ.

തലമുടി നീട്ടിവളർത്തി, കപ്പടാമീശയുള്ള ഒരു മധ്യവയസ്കൻ ഇടയ്ക്കിടെ മിഠായി ചുറ്റിയ നീണ്ട വടിയുമായി പ്രത്യക്ഷപ്പെടും. പല നിറങ്ങളിലുള്ള മിഠായി, റബർപോലെ വലിച്ചുനീട്ടി മുറിച്ചുനൽകുന്നു. റബർ മിഠായി. നല്ല വെളിച്ചെണ്ണയിൽ വറുത്തെടുത്ത കപ്പലണ്ടിയുമായി തല മൊട്ടയടിച്ച്, ഒരു തോൾഭാഗം മറയ്ക്കാത്തവിധം സാരി ചുറ്റിയ ചെട്ടിച്ചി വരും. ഐസ് ഉരസിയ പൊടിയിൽ മധുരമുള്ള നിറങ്ങൾ വീഴ്ത്തുന്ന ഉന്തുവണ്ടിക്കാരൻ വരുമ്പോൾ ചുറ്റും കുട്ടികൾ കൂടും. എന്തു ഹരമാണ് അതൊക്കെ!

ലോകത്ത് എല്ലായിടത്തും എല്ലാകാലത്തും അതതു ദേശത്തെ പാരമ്പര്യമനുസരിച്ചുള്ള കുട്ടിക്കളികൾ ഉണ്ടായിട്ടുണ്ട്. പീറ്റർ ബ്രൂഗലിന്റെ മനോഹരമായൊരു പെയിന്റിങ് ഉണ്ട്. അതു കുട്ടിത്തത്തിനു ദേശഭേദങ്ങളില്ലെന്നു വ്യക്തമാക്കുന്നു. പക്ഷേ, എനിക്ക് അന്നും നാടകംപോലെയുള്ള കളികളോടായിരുന്നു കമ്പം. പെങ്ങളുടെ കാച്ചിമുണ്ട് കർട്ടനാക്കി നടത്തുന്ന നാടകങ്ങൾ. വർണക്കടലാസുകൊണ്ട് രാജാവിന്റെ കിരീടമുണ്ടാക്കുകയും പനയോല തേച്ച് മുഖം മിനുക്കിത്തരുകയും ചെയ്തിരുന്ന ഒരു ഹംസയുണ്ടായിരുന്നു. മുതിർന്നപ്പോൾ വാച്ച് റിപ്പയർ ആയ അയാൾ ചങ്ങനാശ്ശേരിയിൽ പോയി രാഷ്ട്രീയക്കാരനും കച്ചവടക്കാരനുമൊക്കെയായി. ഇന്ന് അയാൾ ജീവിച്ചിരിപ്പില്ല. നാടകങ്ങൾക്ക് നേതൃ

ത്വം നൽകിയിരുന്നത് ഞങ്ങൾ കുട്ടികൾ സ്നേഹപൂർവം മമ്മ എന്നു വിളിച്ചിരുന്ന മുഹമ്മദ്-ചിരട്ടക്കൽ ഇബ്രാഹിം മുഹമ്മദ്. സി.ഇ. മുഹമ്മദ് എന്ന പേരിൽ നർമകഥകളെഴുതുകയും നാടകങ്ങളിൽ അഭിനയിക്കുകയും ചെയ്തിരുന്ന ഞങ്ങളുടെ മമ്മ. ഞാൻ ആദ്യമായി കാണുന്ന സർവകലാവല്ലഭൻ. ചിത്രകാരൻ, കലിഗ്രഫിസ്റ്റ്, നടൻ. സിനിമയും നാടകവുമൊക്കെ കണ്ടുവന്നിട്ട് അതിനെക്കുറിച്ചൊക്കെ ഹൃദ്യമായി ഞങ്ങൾക്ക് പറഞ്ഞുതരുന്ന നിരൂപകൻ. അലിഫ് ലൈല എന്ന ആയിരത്തൊന്നു രാവുകളിലെയും ബഷീർക്കഥകളിലെയും രസങ്ങൾ മമ്മ ഞങ്ങൾക്കു പറഞ്ഞുതന്നു. സഹോദരന്മാർ തോണിപ്പണിയും മരപ്പണിയുമെടുത്തു ജീവിച്ചു. എന്റെ ഇക്കാക്കയുടെയൊക്കെ പ്രായമുണ്ടാവും. കറുത്ത മുഖത്ത് നിറയെ വസൂരിക്കുത്തുകൾ. കുട്ടികളെ രസിപ്പിക്കുന്ന എല്ലാതരം കൗശലങ്ങളും മമ്മയ്ക്കറിയാം. അതിലേറ്റവും പ്രധാനം സൈക്കിൾ അഭ്യാസങ്ങളാണ്. സൈക്കിളിൽ നിന്നും ഇരുന്നും കിടന്നും ഓടിക്കും. സൈക്കിളിലിരുന്നു കുളിക്കും. 'രണ്ടു റാത്തൽ മുഹമ്മദ്' എന്നു വിളിച്ചു മമ്മയെ ചിലർ കളിയാക്കും. രണ്ടു റാത്തൽ ഹലുവ ഒറ്റയടിക്കു തിന്നു എന്നായിരുന്നു ചിലരുടെ വ്യാഖ്യാനം. കുളിക്കാത്തതുകൊണ്ട് ദേഹത്ത് രണ്ടു റാത്തൽ ചളിയുണ്ടെന്നു മറ്റു ചിലർ. അതിനോടൊന്നും മമ്മ ഒട്ടും പ്രതികരിച്ചില്ല. (രണ്ടു റാത്തൽ എന്നാൽ ഇന്നത്തെ ഒരു കിലോഗ്രാം ആണ്).

ഞാൻ ആദ്യമായി പരിചയമുള്ള ഒരാളുടെ ഫോട്ടോ അച്ചടിച്ചു കണ്ടത് മമ്മയുടേതാണ്. അതു 'മണിനാദം' എന്ന നാടകത്തിന്റെ നോട്ടീസായിരുന്നു. അതിൽ മറ്റു ചില നടന്മാരുടെ ഫോട്ടോകളോടൊപ്പം മമ്മയുടേതുമുണ്ടായിരുന്നു. ആ നാടകം ആരെഴുതിയെന്നോ, അത് എവിടെയെങ്കിലും കളിച്ചോ എന്നൊന്നും അറിയില്ല. രാജ്കപൂറിന്റെ 'ബൂട്ട് പോളിഷ്' എന്ന സിനിമ കണ്ടുവന്നപ്പോൾ അതിലെ ഒരു രംഗം ഞങ്ങളെക്കൊണ്ട് മമ്മ അഭിനയിപ്പിച്ചു. മാസ്റ്റർ രത്തൻ കുമാറും മറ്റ് അനാഥക്കുട്ടികളും പാടുന്ന ഒരു കോറസാണ്: 'ഹമാരേ ഹൈ തുംസേ ദയാ മാംഗ് ദേഖോ.' അനാഥസംഘത്തിന്റെ ബാന്റ്സെറ്റ് പാടുന്ന ഗാനമായിട്ടാണ് സിനിമയിൽ അത് അവതരിപ്പിക്കുന്നത്. വളരെയധികം ഉള്ളിൽ തട്ടുന്ന രംഗമാണത്. ഇ.എം.എസിന്റെ ആരാധകനായിരുന്നു മമ്മ. എന്തു രാഷ്ട്രീയവർത്തമാനങ്ങളുണ്ടായാലും വീട്ടിനകത്ത് അതു ചർച്ചയ്ക്കു കൊണ്ടുവരുന്നത് മമ്മയായിരിക്കും.

മദർ ഇന്ത്യയുടെ സംവിധായകൻ മെഹ്ബൂബ്ഖാനെ കുറിച്ചും ഖാജാ അഹ്മദ് അബ്ബാസ് എന്ന എഴുത്തുകാരനെക്കുറിച്ചും ആദ്യമായി എനിക്കു പറഞ്ഞുതന്നതു മമ്മയാണ്. തോപ്പിൽ ഭാസി

യുടെ 'അശ്വമേധം' നാടകം കണ്ടുവന്നിട്ട്, അതിലെ അവസാന ഭാഗത്തിലെ ക്ലൈമാക്സിനെക്കുറിച്ച് എത്ര പറഞ്ഞിട്ടും മമ്മയ്ക്ക് മതിയായിരുന്നില്ല. ആറിലോ ഏഴിലോ പഠിക്കുമ്പോഴാണ് ഞാനും മഹ്മു എന്ന എന്റെ ആത്മസുഹൃത്തും കൂടി 'വെളിച്ചം' എന്ന കൈയെഴുത്തു മാസിക ആരംഭിക്കുന്നത്. നല്ലൊരു ആർട്ടിസ്റ്റായിരുന്ന മമ്മ, മാസികയുടെ ശീർഷകങ്ങൾ എഴുതിത്തരും. ചിത്രങ്ങൾ വരച്ചുതരും. മനോഹരമായി മലയാള അക്ഷരങ്ങൾ എങ്ങനെ എഴുതണമെന്ന് എന്നെ പഠിപ്പിച്ചുതന്നത് മമ്മയാണ്. അന്നു സ്റ്റീൽ പേന മഷിക്കുപ്പിയിൽ മുക്കിയാണ് എഴുതിയിരുന്നത്.

എന്റെ കൈയെഴുത്തുമാസികയിൽ മമ്മ എഴുതിയ ഒരു നർമകഥ എന്നെ കുരുക്കിലാക്കിക്കളഞ്ഞു. 'മക്കാരിക്കാ സവാള ബജ്യ' എന്നായിരുന്ന തലക്കെട്ട്. സവാളക്കഷണങ്ങൾ ചേർത്ത ഉഴുന്നുവട പോലൊരു പലഹാരമാണു സവാള ബജ്യ. മക്കാരിക്കയുടെ ചായക്കടയിലെ പ്രശസ്ത വിഭവം. ആയിടെയാണു രാജ്കപൂറിന്റെ 'ചാർ സൊബീസ്' എന്ന ചിത്രം റിലീസ് ചെയ്യുന്നത്. അതിൽ റഫിയും മുകേഷും ലതയും ചേർന്നു പാടുന്ന ഒരു പാട്ടുണ്ട്. 'രാമയ്യാ വസ്താവയ്യാ. രാമയ്യാ വസ്താവയ്യാ.' അതിന്റെ പാരഡിയായി കുറേ തെമ്മാടിക്കുട്ടികൾ മക്കാരിക്കയുടെ ചായക്കടയ്ക്കു മുമ്പിൽ നൃത്തം വയ്ക്കുന്നു. 'രാമയ്യാ മക്കാരിക്കാ. രാമയ്യാ മക്കാരിക്കാ.' പൊറുതിമുട്ടിയ മക്കാരിക്ക സ്ഥലത്തെ രണ്ടു പോലിസുകാരോടു പരാതി പറയുന്നു. അവർ നിത്യവും ചായക്കടയിലെത്തി ഹലുവയും നേന്ത്രപ്പഴവുമൊക്കെ തിന്നുമുടിക്കുന്നു. ആരോ നിർദേശിച്ചതനുസരിച്ച് മക്കാരിക്ക പോലിസ് സ്റ്റേഷനിലെത്തി ഇൻസ്പെക്ടറേമാനോടു പരാതി പറയാൻ ചെല്ലുന്നു. അയാൾ കോൺസ്റ്റബിളിനോടു പോലിസ് ഭാഷയിൽ പറയുന്നു. 'നമ്പർ വൺ നോട്ട് ത്രീ, ഇയാൾക്ക് പന്ത്രണ്ട് മാന്താൻപുളി കൊടുക്കു.' ഉള്ളംകൈയിൽ ചുട്ട അടിയായിരുന്നു ഫലം.

കൊച്ചങ്ങാടിയിൽ ഒരു മക്കാരിക്കയും ചായക്കടയുമുണ്ടായിരുന്നതുകൊണ്ട് അയാളെ പരിഹസിക്കാൻ മനപ്പൂർവം മമ്മ കെട്ടിയുണ്ടാക്കിയ കഥയാണിതെന്ന് ആരോ പറഞ്ഞുപരത്തി. സ്ഥലത്തെ യുവജനസംഘം വായനശാലയിൽ സൗജന്യവായനയ്ക്കിട്ടിരുന്ന 'വെളിച്ചം' കൈയെഴുത്തു മാസിക പ്രമാണിമാരായ ചിലർ വന്നു കീറി കാറ്റിലെറിഞ്ഞു. ഇതു പ്രസിദ്ധീകരിച്ച പത്രാധിപരെ കണ്ടാൽ അവർ നിസ്സംശയം കൈവയ്ക്കുമെന്നു പറഞ്ഞ് ആരോ പേടിപ്പിച്ചു. ഏതാനും ദിവസം പത്രാധിപർ ഒളിവിലായി! അങ്ങനെ എന്തെല്ലാം.

ഞാൻ എഴുത്തിന്റെയും പത്രപ്രവർത്തനത്തിന്റെയും മേഖല

യിലേക്കു തിരിഞ്ഞതിൽ ഏറ്റവുമധികം ആഹ്ലാദം അനുഭവിച്ചിട്ടു ണ്ടാവുക മമ്മയായിരിക്കും. വളരെ വൈകിയാണെങ്കിലും മമ്മ പിന്നീടു വിവാഹിതനായി. കുട്ടികളുമുണ്ടായി. പിന്നീടു ക്ഷയരോഗം വന്നു കിടപ്പിലായി.

ഒരിക്കൽ മമ്മയുടെ മകനാണെന്നു തോന്നുന്നു, ആണ്ടാകുള ത്തിനടുത്തു ഞങ്ങൾ താമസിച്ചിരുന്ന വീട്ടിലെന്നെ അന്വേഷിച്ചുവന്നു. അത്യാവശ്യമായി അഞ്ചോ പത്തോ രൂപ വേണം. ഞാൻ ജോലിയൊന്നുമില്ലാതെ കറങ്ങിനടക്കുന്ന സമയം. അഞ്ചുരൂപ പോലും എടുക്കാൻ എന്റെ കൈയിലുണ്ടായിരുന്നില്ല. വെറുംകൈയുമായി കുട്ടിയെ തിരിച്ചയച്ചതു വേദനയോടെയാണ്. പിന്നീടു മമ്മയുടെ മരണവാർത്തയാണു കേട്ടത്! ഇന്നും തീർന്നിട്ടില്ല ആ ഖേദം.

●

15

ഓർമകൾ മേയുന്ന തിരുമുറ്റത്ത്

മട്ടാഞ്ചേരിയുടെ നെഞ്ചിൻകൂടിൽത്തന്നെ ഒരു കൊട്ടാരത്തിന്റെ ഗാംഭീര്യത്തോടെ തലയുയർത്തിനിന്ന ഹാജി ഈസാ ഹാജി മൂസാ ഹൈസ്കൂളിന്റെ മുമ്പിലെത്തുമ്പോൾ, ഓർമകൾ മേയുന്ന തിരുമുറ്റത്തെത്തിയ പ്രതീതിയായിരുന്നു. എന്തെന്ത് ഓർമകളാണിവിടെ തളംകെട്ടിനിൽക്കുന്നത്! തടിച്ച ഗുജറാത്തിപ്പെണ്ണുങ്ങൾ ഉരുണ്ടുരുണ്ടുപോവുന്ന ഗുജറാത്തി തെരുവ് പേരുപോലെത്തന്നെ ഗുജറാത്തി കുടുംബങ്ങൾ താമസിക്കുന്ന ഇടമാണ്. ഗുജറാത്തി ലിപിയിൽ അച്ചടിക്കുന്ന നൗക്കാ പ്രസ്സും ഗുജറാത്തിയായ ദ്വാരകാദാസിന്റെ ദീപ്തി സിനിമാമാസികയുടെ ഓഫിസും ജൈനരുടെ വിളക്കു കത്തിക്കാത്ത അമ്പലവും കച്ചിമേമൻ സേട്ടുമാരുടെ പുരാതനമായ പഴയ പള്ളിയും കായിക്കയുടെ ബിരിയാണി പ്രശസ്തമായ ഹോട്ടലും നാഥം കമ്പനിയുമെല്ലാം ഈ തെരുവിലാണ്. അൽപ്പം കിഴക്കോട്ടു മാറി വ്യത്യസ്ത ഭാഷാഗ്രന്ഥങ്ങളാൽ സമ്പന്നമായിരുന്ന ഇഖ്ബാൽ ലൈബ്രറി.

സ്കൂളിനു തെക്കുവശമുള്ള പാലസ്റോഡിലൂടെ കിഴക്കോട്ടു നടന്നാൽ തമിഴ്ബ്രാഹ്മണരുടെ അഗ്രഹാരവും ക്ഷേത്രവും. കൊച്ചിരാജാവ് താമസിച്ചിരുന്ന ഡച്ച് പാലസിലേക്കുള്ള പ്രവേശനകവാടമായ ആനവാതിൽ. അവിടെയുമുണ്ട് ഒരു ക്ഷേത്രം. അതിന്റെ തൊട്ടു തെക്ക് വെളുത്ത ജൂതരുടെ പരദേശി സിനഗോഗ് സ്ഥിതിചെയ്യുന്ന ജ്യൂ ടൗൺ. മലഞ്ചരക്കുവ്യാപാരത്തിന്റെ കേന്ദ്രം. സദാസമയം ചുക്കിന്റെയും കുരുമുളകിന്റെയും റബറിന്റെയും ഗന്ധം

തങ്ങിനിന്നിരുന്ന ലോകപ്രസിദ്ധമായ ഈ തെരുവിൽ ഇപ്പോൾ കശ്മീരിൽ നിന്നും ഉത്തരേന്ത്യയിൽ നിന്നും വന്ന വ്യാപാരികളുടെ പുരാവസ്തുക്കളും പരവതാനികളുമാണു കച്ചവടത്തിനു പ്രദർശിപ്പിച്ചിരിക്കുന്നത്.

പാലസ് റോഡിലൂടെ പടിഞ്ഞാറോട്ടു നടന്നാൽ കൊങ്ങിണികളുടെയും കുഡുംബികളുടെയും സാമ്രാജ്യമാണ്. തിരുമല ദേവസ്വം ക്ഷേത്രം, ടി.ഡി. ഹൈസ്കൂൾ എന്നിവ നിൽക്കുന്ന ചെറളായിയും പിന്നിട്ട് ഫോർട്ട് കൊച്ചിയുമായി സന്ധിക്കുന്ന അമരവാതിയിലെത്തിയാൽ അവരുടെ തന്നെ മറ്റൊരു ക്ഷേത്രം. പണ്ട് ഇവിടെ ദേവദാസികളുടെ നൃത്തപ്രകടനം നടന്നിരുന്നു. ഇതു പുരാണപരിവേഷമുള്ള അമരാവതിക്ക് ചീത്തപ്പേരു നേടിക്കൊടുത്തു. പെണ്ണുങ്ങൾ തമ്മിൽ വഴക്കിടുമ്പോൾ 'തേവിടിശ്ശി' എന്ന അർഥത്തിൽ 'പോടീ അമരാവതി' എന്നു വിളിക്കുമായിരുന്നത്രേ.

ഈ തെരുവുകളിലൂടെ അരമണിക്കൂർ നടന്നാൽ ഒരുപാടു ഭാഷകളിലെ വാക്കുകൾ കൂടിക്കലർന്നു വായുവിൽ നീന്തിനടക്കുന്നതുപോലെ തോന്നും: ഗുജറാത്തി, മറാത്തി, കച്ചി, ഉർദു, തമിഴ്, ഇംഗ്ലീഷ്, മലയാളം.

കൊച്ചിയിലെ ഏറ്റവും വലിയ സമ്പന്നനായിരുന്ന ഇസ്മായീൽ ഹാജി ഈസാ സേട്ട്, തന്റെ പിതാവിന്റെ ഓർമയ്ക്കായി സ്ഥാപിച്ച ഈ വിദ്യാഭ്യാസസ്ഥാപനത്തിന്റെ ഉദ്ഘാടനം ഇന്ത്യക്ക് സ്വാതന്ത്ര്യം ലഭിക്കുന്നതിന് ഏതാനും വർഷം മുമ്പാണു നടന്നത്. അന്നത്തെ ദിവാനായ സർ ഷൺമുഖം ഷെട്ടിയെക്കൊണ്ട് ഉദ്ഘാടനം നടത്തിക്കണമെന്ന്, മുനിസിപ്പൽ ചെയർമാൻകൂടിയായിരുന്ന അദ്ദേഹം ആഗ്രഹിച്ചു. അതു നടക്കാതിരിക്കാൻ ഗുജറാത്തികളുടെ നേതാവും മറ്റൊരു പണക്കാരനുമായ പോപ്പട്ട്ലാൽ സേട്ടും കൂട്ടരും ശ്രമിച്ചുവെങ്കിലും അതു പരാജയപ്പെട്ടുപോയെന്നാണു പറഞ്ഞുകേട്ടത്. ഒരു നല്ല കാര്യത്തിനു തുനിഞ്ഞിറങ്ങുന്നവർക്കെതിരേ എതിർപ്പുകളുമായി രംഗപ്രവേശം ചെയ്യുന്നവർ അന്നും ഉണ്ടായിരുന്നുവെന്നാണിതു വ്യക്തമാക്കുന്നത്. ഇക്കൂട്ടർ കൊങ്കിണികളെയും ഗുജറാത്തികളെയും തമിഴ് ബ്രാഹ്മണരെയും സംഘടിപ്പിച്ച് ചില പ്രതിഷേധപ്രകടനങ്ങൾ നടത്താൻ ശ്രമിച്ചു വൃഥാവിലായി. വാസ്തവത്തിൽ മുസ്ലിം കുട്ടികളുടെ വിദ്യാഭ്യാസപരമായ പിന്നാക്കാവസ്ഥ ബോധ്യപ്പെട്ടിട്ടാണ് സ്കൂൾ തുടങ്ങാൻ സേട്ട് സാഹിബ് തീരുമാനിച്ചത്. അടുത്തുതന്നെ ടി.ഡി. സ്കൂൾ ഉണ്ടായിരുന്നെങ്കിലും മുസ്ലിം വിദ്യാർഥികൾക്ക് അവിടെ പ്രവേശനം കിട്ടുക അസാധ്യം. അടുത്തുള്ള വെങ്കിടേശ സേവാസമിതിയിൽ നിന്ന് അപേക്ഷാഫോറം വാങ്ങി പൂരിപ്പിച്ചുകൊടുത്താൽ മാത്രമേ അഡ്മി

ഷനുള്ളൂ. പക്ഷേ, അത് എളുപ്പമായിരുന്നില്ല. എങ്കിലും മുൻ മേയർ ടി.എം. അബുവിനെപ്പോലെ ചിലർ ഇവിടെ പഠിച്ചിട്ടുണ്ട്.

എന്നാൽ, ഒരു കാര്യം ഉദ്ദേശിച്ചാൽ അതു ലക്ഷ്യത്തിലെത്തിക്കാതെ പിന്തിരിയുന്ന സ്വഭാവമായിരുന്നില്ല ഇസ്മായീൽ ഹാജി ഈസാ സേട്ടിന്റേത്. ഡച്ച് പാലസിൽനിന്ന് ഗുജറാത്തി തെരുവിലേക്ക് പരിവാരങ്ങളോടെ നടന്നുവന്നാണ് ദിവാൻ ഗംഭീരമായ ഗേറ്റിലെ സ്വർണത്താഴ്, സ്വർണത്താക്കോൽകൊണ്ട് തുറന്ന് ഉദ്ഘാടനം ചെയ്തതെന്നു കേട്ടിട്ടുണ്ട്. ഇതു മുസ്‌ലിംകൾക്കു വേണ്ടി മാത്രമുള്ള വിദ്യാലയമല്ലെന്നും ജാതിമതഭേദമെന്യേ ചുറ്റുവട്ടത്തുള്ള എല്ലാ വിദ്യാർഥികൾക്കും വേണ്ടിയുള്ളതാണെന്നും വ്യക്തമാക്കിയ സേട്ട് സാഹിബ്, പിന്നീട് ആദ്യത്തെ പ്രധാനാധ്യാപകനായ ജോസഫ് മാസ്റ്ററോടൊപ്പം പരിസരത്തുള്ള ഓരോ വീട്ടിലും കയറിയിറങ്ങി മതസൗഹാർദ്ദത്തിന്റെ ഒരു പുതിയ പാലം തീർക്കുകയായിരുന്നു.

ജോസഫ് മാസ്റ്റർക്ക് ശേഷം ഹെഡ്മാസ്റ്ററായ സുബ്രഹ്മണ്യയ്യരെ 'ഓച്ചക്ക' എന്നു വിളിച്ച്, രഹസ്യമായി കുട്ടികൾ പരിഹസിച്ചിരുന്നുവെങ്കിലും അദ്ദേഹത്തിന്റെ ചൂരൽ ഭയന്ന് പരസ്യമായി മിണ്ടാൻ ധൈര്യമില്ലായിരുന്നു. തുടർന്ന് വന്ന ശങ്കരയ്യർ, കുട്ടികളെ എന്തുചെയ്യാനും മടിച്ചിരുന്നില്ല. അദ്ദേഹത്തിന്റെ അടി കിട്ടിയ ലവദാസ് എന്ന വിദ്യാർഥി പനിപിടിച്ചു മരിച്ചത് അക്കാലത്ത് ഒച്ചപ്പാടുണ്ടാക്കിയ സംഭവമായിരുന്നു. ഒരു പാവം വക്കീൽ ഗുമസ്തന്റെ മകനായിരുന്നു ലവദാസ്. വൈപ്പിനിലോ മറ്റോ ആയിരുന്നു അവന്റെ വീട്. രോഗശയ്യയിൽ നിന്നെഴുന്നേറ്റിട്ടേ ഉണ്ടായിരുന്നുള്ളു. നടന്നു തളർന്ന് സ്കൂളിലെത്തിയപ്പോൾ അൽപ്പം വൈകിപ്പോയി. അതായിരുന്നു ക്രൂരമായ പ്രഹരത്തിനു കാരണം.

കൊച്ചങ്ങാടിയിൽ നിന്നു മട്ടാഞ്ചേരിയിലെ സ്കൂളിലെത്താൻ മൈലുകൾ തന്നെ നടക്കാനുണ്ട്. ഒരു ദിവസം ഞാനും എത്തിയപ്പോൾ വൈകിയിരുന്നു. സ്കൂൾ വരാന്തയിലൂടെ നടക്കുകയായിരുന്ന പുതിയ ഹെഡ്മാസ്റ്ററുടെ മുമ്പിലാണ് എത്തിപ്പെട്ടത്. പൂച്ചയുടെ മുന്നിൽ ചെന്നുപെട്ട എലിയെപ്പോലെ പേടിച്ചുവിറച്ചു നിന്നു. അന്നേരം ലവദാസിന്റെ അന്ത്യം ഓർമവന്നു. പേര്, ക്ലാസ്, വൈകിയതിന്റെ കാരണം തുടങ്ങി ഓരോ കാര്യവും ചോദിച്ചറിഞ്ഞുകൊണ്ടിരുന്നു അദ്ദേഹം. ഒടുവിൽ ബാപ്പയുടെ പേരുപറഞ്ഞപ്പോൾ, ആ മുഖത്ത് ആർദ്രമായ ഒരു ഭാവം പരക്കുന്നതു കണ്ടു.

"അങ്ങനെ വരട്ടെ. സൈനുദ്ദീൻ നൈനയുടെ മകനാണല്ലേ, എന്റെ ചങ്ങാതിയായിരുന്നു"

പിന്നെ തോളത്ത് സ്നേഹപൂർവം തട്ടി.

"ഇനി വൈകി വരരുതെട്ടോ."

ഹാജി ഈസാ ഹാജി മൂസാ സ്കൂൾ

ശങ്കരയ്യർക്കു ശേഷം പ്രധാനാധ്യാപകനായി വന്ന കെ.മുഹമ്മദാലി മാസ്റ്ററായിരുന്നു അത്.

ഇരുപതാം നൂറ്റാണ്ടിന്റെ ആദ്യവർഷം തൃക്കാക്കരയിലെ (ഇന്നത്തെ ഇടപ്പള്ളി) സാധാരണ കർഷക ദമ്പതികളുടെ മകനായി ജനിച്ച മുഹമ്മദാലി കഠിനാധ്വാനംകൊണ്ടു പഠിച്ചാണ് കേരളത്തിലെ സമുന്നതനായ വിദ്യാഭ്യാസവിചക്ഷണനായിത്തീർന്നത്. ചെറുപ്പത്തിൽത്തന്നെ ഉമ്മയും ഉപ്പയും നഷ്ടപ്പെട്ട് അനാഥനായി വളർന്ന ബാല്യം. ആലുവയിലെ സെന്റ് മേരീസ് സ്കൂളിൽ പത്താംക്ലാസ് വരെ പഠിച്ചു. ഇടപ്പള്ളിയിൽനിന്ന് ആലുവ വരെയുള്ള നീണ്ട ദൂരം താണ്ടാൻ ഇടവഴികളിലൂടെ ആ കുട്ടി നടന്നു (അതുകൊണ്ടാവാം വൈകിയെത്തിയ എന്നെ ശിക്ഷിക്കാതെ വിട്ടത്.)

വീട്ടിൽ വെളിച്ചമില്ലാത്തതുകൊണ്ട് തെരുവുവിളക്കിന്റെ ചുവട്ടിലായിരുന്നു ഗൃഹപാഠങ്ങൾ ചെയ്തിരുന്നത്. ഈ ഘട്ടത്തിലെല്ലാം കൂടുതൽ പഠിക്കാൻ പ്രചോദനം നൽകിയ മത്തായി മാസ്റ്ററെക്കുറിച്ച് ബാപ്പ പറയുമായിരുന്നുവെന്നു മകൻ ബഷീർ ഓർക്കുന്നു.

എറണാകുളം മഹാരാജാസ് കോളജിൽ നിന്നാണു മുഹമ്മദാലി മാസ്റ്റർ ബിരുദമെടുത്തത്. അന്ന് അവിടത്തെ അധ്യാപകർ മിക്കവാറും ബ്രിട്ടീഷുകാരായിരുന്നു. മദ്രാസ് ടീച്ചേഴ്സ് ട്രെയ്നിങ് കോളജിൽ നിന്ന് അധ്യാപനപരിശീലനം നേടിയ ശേഷം കോഴിക്കോട് എം.എം. സ്കൂൾ, ആലപ്പുഴ മുഹമ്മദൻസ്, വൈക്കം ഗവ. ഹൈസ്കൂൾ, മട്ടാഞ്ചേരി ഹാജി ഈസാ സ്കൂൾ, ഗുജറാത്തി ഹൈസ്കൂൾ എന്നിവിടങ്ങളിലെല്ലാം ഹെഡ്മാസ്റ്ററായും മൂവാറ്റുപുഴയിലും തിരുവല്ലയിലും ഡി.ഇ.ഒ. ആയും സ്കൂൾ ഇൻസ്പെക്ടറായും ജോലി ചെയ്തിട്ടുണ്ട്.

ആലപ്പുഴയിലെ ഒരു സമ്പന്ന വ്യാപാരിയുടെ മകളായ സുഹ്റാബീവിയെയാണു മുഹമ്മദാലി മാസ്റ്റർ വിവാഹം ചെയ്തത്. വിവാഹശേഷമാണു ജോലിയുടെ ഭാഗമായി കോഴിക്കോട്ട് എത്തുന്നത്. അന്നവിടെ സാരി ധരിക്കുന്ന ഏക സ്ത്രീ താനായിരുന്നുവെന്ന് ഉമ്മ പറയാറുണ്ടായിരുന്നതും ബഷീർ ഓർത്തെടുക്കുന്നു. റിട്ടയർ ചെയ്തതിനു ശേഷവും 1970-ൽ മരിക്കുന്നതുവരെ പ്രവർത്തനനിരതമായിരുന്നു ആ ജീവിതം.

സഹീഹുൽ ബുഖാരിയുടെ മലയാള പരിഭാഷയ്ക്കും ഇന്ദിരയുടെ കത്തുകൾ എന്ന പുസ്തകത്തിനും പുറമേ മുഹമ്മദാലി മാസ്റ്ററുടെ ചില ലേഖനങ്ങളും ഹൈസ്കൂൾ ക്ലാസിലെ പാഠപുസ്തകങ്ങളിൽ പഠിക്കാനുണ്ടായിരുന്നു. അക്കാലത്ത് മുഹമ്മദാലി മാസ്റ്റർ കോഴിക്കോട്ടെ ഒരു പ്രമുഖ പത്രത്തിനു സ്വന്തം പേരിൽ എഴുതിയയച്ച ലേഖനം തിരിച്ചയച്ച കഥ പറഞ്ഞുകേട്ടിട്ടുണ്ട്. മറ്റൊരു മതസ്ഥന്റെ പേരിൽ അതുതന്നെ വീണ്ടും അയച്ചപ്പോൾ ഒരു മാറ്റവും വരാതെ ഉടൻതന്നെ പ്രസിദ്ധീകരിച്ചതിനെക്കുറിച്ചു പറഞ്ഞ് അദ്ദേഹം ചിരിക്കാറുണ്ടായിരുന്നു. മരിക്കുമ്പോൾ മികച്ച പുസ്തകങ്ങളുടെ നല്ലൊരു ശേഖരവും സുന്ദരമായ കുറേ പേനകളും മക്കൾക്കായി അദ്ദേഹം ബാക്കിവച്ചിരുന്നു.

മുഹമ്മദാലി മാസ്റ്റർ താമസിച്ചിരുന്നതു കൊച്ചങ്ങാടി ദാറുസ്സലാം മദ്റസയ്ക്കടുത്തുള്ള ഒരു വീട്ടിലായിരുന്നു. അദ്ദേഹത്തിന്റെ ഇളയ മകൻ ബഷീർ എന്റെ ക്ലാസ്മേറ്റുമായിരുന്നു. വീട്ടിൽ കാണാൻ ചെന്നാൽ ചില പുസ്തകങ്ങളൊക്കെ (ഡെയ്‌ലി ലൈഫ് ഓഫ് ആൻഷ്യന്റ് ഇന്ത്യ എന്ന പുസ്തകം ഓർമിക്കുന്നു) അദ്ദേഹം വായിക്കാൻ തരുമായിരുന്നു.

ഗുജറാത്തികളായ ലകംസി മാഗ്ജിയും കമൽ ജസാപരയുടെ സഹോദരീപുത്രനായ സൂര്യകാന്തും മണികാന്ത് പി. ഷായും ദാസും (ഇവർ നാലുപേരും പിന്നീട് ബാങ്ക് ഉദ്യോഗസ്ഥരായി) യഹൂദരായ മെൽക്കയും മൊർഡിക്കായ് മോസസും (ഇവർ ഇസ്രാ

യേലിലേക്കു പോയി) ആംഗ്ലോ ഇന്ത്യനായ റോക്സ് വില്യമും (ഇദ്ദേഹം ഇപ്പോൾ സാമൂഹികപ്രവർത്തകനാണ്) തമിഴ് ബ്രാഹ്മണരായ മുനിസ്വാമി, കൊളുത്തുമണി, ഹരിഹര മണി, ക്രിസ്ത്യാനികളായ പി.ടി. ജോസഫ് (ജോസ് ഇലക്ട്രിക്കൽസ്) ദേവസ്സിക്കുട്ടിയും റാഫേലുമൊക്കെ ഹാജി ഈസാ സ്കൂളിൽ പഠിച്ചവരാണ്. ശിവാജി ഗണേശന്റെ വീരപാണ്ഡ്യകട്ടബൊമ്മനെ അവതരിപ്പിച്ചിരുന്ന മുനിസ്വാമിയെ ഓർക്കുമ്പോൾ ചിരിവരും. ഇന്നു ഹിന്ദുകുട്ടികൾ ചിന്മയ ഹിന്ദുവിദ്യാലയത്തിലേക്കും മുസ്‌ലിം കുട്ടികൾ അൽ അമീൻ സ്കൂളിലേക്കും ക്രിസ്ത്യൻകുട്ടികൾ സെന്റ് സെബാസ്റ്റ്യൻസ്സ്കൂളിലേക്കും പ്രത്യേകം പ്രത്യേകം ബസ്സുകളിൽ പോവുമ്പോൾ, ജാതിയും മതവും മതിലുകളുയർത്താത്ത ആ കാലം ഓർത്തുപോവുന്നു.

ഉച്ചയ്ക്ക് ഭക്ഷണം കഴിക്കാൻ വകയില്ലാതെ അടുത്തുള്ള മാവുകളിൽ നിന്ന് മാങ്ങ എറിഞ്ഞുവീഴ്ത്തി പശിയടക്കുന്ന കുട്ടികളുടെ കൈയിൽ രണ്ടും മൂന്നും അണ വച്ചുകൊടുത്തിട്ട് 'വല്ലതും കഴിച്ചുവാടേ' എന്നു പറയുന്ന മുഹമ്മദാലി മാസ്റ്റർ തന്റെ ശമ്പളത്തിന്റെ നല്ലൊരു ഭാഗം ഇത്തരം കാര്യങ്ങൾക്കുവേണ്ടിയാണു ചെലവാക്കിയത്.

ആയിടെ, കോഴിക്കോട് മുസ്‌ലിം സ്കൂളിൽ നിന്ന് ഒരു മമ്മു മാസ്റ്ററുടെ നേതൃത്വത്തിൽ നാൽപ്പതിലേറെ കുട്ടികൾ ചരിത്രപ്രശസ്തമായ കൊച്ചിനഗരം കാണാനെത്തി. അവർക്കു താമസിക്കാൻ രണ്ടോ മൂന്നോ ക്ലാസ്മുറികൾ ഒരുക്കിക്കൊടുത്തുകൊണ്ട് മുഹമ്മദാലി മാസ്റ്റർ പറഞ്ഞു.

"എല്ലായിടവും കണ്ടുവന്നിട്ട് നിങ്ങൾക്കിവിടെ കിടന്നു സുഖമായുറങ്ങാം."

എന്നിട്ട് സ്കൂൾ സെക്രട്ടറിയായിരുന്ന ലത്തീഫ് സേട്ടിനോട് ഇങ്ങനെ പറഞ്ഞു.

"കോഴിക്കോട്ട് ഞാൻ പഠിപ്പിച്ചിരുന്ന സ്കൂളിലെ കുട്ടികളാണ്. അവർക്ക് ഒരു ബുദ്ധിമുട്ടും വരരുത്."

അതിഥികളായി വന്ന ആ കുട്ടികൾക്കു തങ്ങളെല്ലാം ചേർന്നു കുളിക്കാൻ വെള്ളം കോരി നിറച്ചത് ലത്തീഫ് സേട്ട് ഓർമിക്കുന്നു.

പാവപ്പെട്ട വിദ്യാർഥികളെ കൈയയച്ചു സഹായിക്കുമ്പോഴും, കിട്ടുന്ന ശമ്പളംകൊണ്ട് തന്റെ ആവശ്യങ്ങൾ നിറവേറ്റാൻ മുഹമ്മദാലി മാസ്റ്റർ വിഷമിച്ചു. മൂത്ത മകൻ ശാക്കിർ മെഡിസിനു കോഴിക്കോട് മെഡിക്കൽ കോളജിൽ പഠിക്കുന്ന കാലത്ത് അയാളുടെ ഓരോ കത്തു വരുമ്പോഴും അതിലെ ആവശ്യങ്ങൾ നിർവ

ഹിക്കാനാവാതെ വിഷമിക്കുന്ന പിതാവിന്റെ ഹൃദയവേദന അടുത്തു പെരുമാറിയവരെല്ലാം പറയാതെ തന്നെ അറിഞ്ഞിരുന്നു. സ്റ്റെതസ്കോപ്പ് വേണം, പുതിയ ഷൂ വേണം. സാമ്പത്തിക പ്രാരബ്ധങ്ങളുണ്ടാവുമ്പോഴെല്ലാം സഹായിച്ചിരുന്ന മകൾ ആയിടെ മരിച്ചുപോയി.

അങ്ങനെയാണ് തന്റെ വിദ്യാർഥി കൂടിയായിരുന്ന അന്നത്തെ വിദ്യാഭ്യാസമന്ത്രി പി.പി. ഉമ്മർകോയയെ നേരിൽക്കണ്ട് 'ഇന്ദിരയുടെ കത്തുകൾ' എന്ന തന്റെ പുസ്തകം ഉപപാഠപുസ്തകമാക്കിയാൽ കൊള്ളാമെന്ന് ആഗ്രഹം പ്രകടിപ്പിച്ചത്. ആദ്യപതിപ്പിന്റെ മൂന്നു കോപ്പികൾ അയക്കണമെന്ന നിഷ്കർഷ പാലിക്കാൻ തന്നെ മാസ്റ്റർ വളരെ ബുദ്ധിമുട്ടി. എങ്കിലും അതു പാഠപുസ്തകമായതോടെ സാമ്പത്തികപ്രശ്നങ്ങൾക്ക് അൽപ്പം ആശ്വാസമായി.

മുഹമ്മദാലി മാസ്റ്ററിൽ ആകെക്കൂടി കണ്ട ഒരു ദുശ്ശീലം സിഗരറ്റ് വലിയാണ്. അതും ചാർമിനാർ തന്നെ വേണം. അതിനു ക്ഷാമം വരുമ്പോഴൊക്കെ കാർട്ടനുകൾ തന്നെ വാങ്ങി വീട്ടിൽ സൂക്ഷിക്കുമായിരുന്നു.

മുസ്‌ലിം കുട്ടികളുടെ വിദ്യാഭ്യാസപരമായ പിന്നാക്കാവസ്ഥയിൽ എപ്പോഴും വ്യാകുലനായിരുന്ന മാസ്റ്റർ പറയും.

"കണ്ടിട്ടില്ലേ, റിക്ഷയിൽ വന്നിറങ്ങുന്ന സായിപ്പന്മാരുടെ പിന്നാലെ 'വണ്ണണ സാർ', 'വണ്ണണ സാർ' എന്നു പറഞ്ഞു കെഞ്ചുന്നത്! പിന്നെ എങ്ങനെ സമുദായം നന്നാവും?"

വിദ്യാർഥികളുടെ കലാപരവും കായികവുമായ വാസനകളെ തട്ടിയുണർത്താൻ ഇത്രമാത്രം ശ്രദ്ധിക്കുന്ന ഒരധ്യാപകൻ അക്കാലത്ത് അപൂർവങ്ങളിൽ അപൂർവം. പാഠ്യേതരമേഖലയിൽ എവിടെയൊക്കെ വിദ്യാർഥികൾക്ക് മാറ്റുരയ്ക്കാമോ, അവിടെയെല്ലാം അദ്ദേഹം തന്റെ സ്കൂളിലെ കുട്ടികളെ ആത്മവിശ്വാസത്തോടെ പറഞ്ഞയച്ചു. അവർ സമ്മാനങ്ങൾ വാരിക്കൂട്ടി.

1958ൽ എറണാകുളത്തു വച്ചു നടന്ന കേരളത്തിലെ ആദ്യത്തെ യുവജനോൽസവത്തിൽ ഞങ്ങളുടെ സ്കൂളിനു കൊമ്പുകോർക്കേണ്ടിവന്നത് എറണാകുളം എസ്.ആർ.വി. ഹൈസ്കൂൾ ടീമുമായിട്ടായിരുന്നു. അന്ന് അവിടെ പഠിച്ചിരുന്ന കൺമണി ബാബുസേട്ടും അനുജൻ ഇഖ്ബാൽ സേട്ടും ഞങ്ങളെ പരാജയപ്പെടുത്താൻ പണം വാരിയെറിഞ്ഞു (ഹാജി ഈസാ സ്കൂളിന്റെ സ്ഥാപകന്റെ മക്കളാണ് ഇവരെന്നോർക്കണം.) അതായിരുന്നു മൽസരങ്ങളുടെ സ്പിരിറ്റ്.

കോഴിക്കോട് യുവജനോൽസവത്തിൽ ഒന്നാംസ്ഥാനം നേടിയത് ഞങ്ങളുടെ 'കുഴിവെട്ടി' എന്ന നാടകമാണ്. ഫോർട്ട് കൊച്ചിയിലെ ബർത്തലോമിയോ എന്ന ഒരു അമച്ചർ നാടകകൃത്തിന്റേതാ

ണു രചന. തൃപ്പൂണിത്തുറയിൽ മികച്ച ടാബ്ലോ ആയി തിരഞ്ഞെ ടുക്കപ്പെട്ടത് ഞങ്ങളുടെ 'ക്രിസ്തുവിന്റെ കുരിശുമരണ'മായിരുന്നു. പൊക്കം മുഹമ്മദ് എന്നു ഞങ്ങൾ വിളിച്ചിരുന്ന സഹപാഠി സാക്ഷാൽ ക്രിസ്തുവിനെപ്പോലെ തോന്നിച്ചു. ദീർഘകാലം സ്കൂൾ ക്യാപ്റ്റനായിരുന്ന മുഹമ്മദിന്റെ കൈയക്ഷരം അതിമനോഹരമായിരുന്നു. പല കൈയെഴുത്തുമാസികകളും എഴുതിയിരുന്നതും മുഹമ്മദ് തന്നെ.

ആയിടെ നാടുകാണാനിറങ്ങിയ ചില സായിപ്പന്മാർ ഹൈസ്കൂളിന്റെ മുമ്പിലെത്തി. സ്കൂൾ കണ്ടിട്ട് പള്ളിയോ മറ്റോ ആണെന്ന് അവർക്കു തോന്നിക്കാണും. അവരിൽ ചിലരുടെ കൈയിൽ മദ്യക്കുപ്പിയുള്ളതുകൊണ്ട് എന്തുതരക്കാരാണെന്നു മനസ്സിലായില്ല. എങ്കിലും സ്കൂൾ കാണാൻ ആഗ്രഹം പ്രകടിപ്പിച്ചപ്പോൾ മുഹമ്മദാലി മാസ്റ്റർ അനുവാദം കൊടുത്തു. അവർ എല്ലാ ക്ലാസ്മുറികളിലും കയറിയിറങ്ങി.

"ഇത്രയും വലിയ ഒരു വിദ്യാഭ്യാസസ്ഥാപനം പണിതുയർത്തിയ മഹദ്വ്യക്തിയുടെ ഒരു ഫോട്ടോ ഒരിടത്തുമില്ലാത്തത് എന്തുകൊണ്ടാണ്?"

അവരങ്ങനെ ചോദിച്ചപ്പോൾ എല്ലാവർക്കും അതു സത്യമാണെന്നു തോന്നി. അങ്ങനെ സ്കൂളിന്റെ ചരിത്രത്തെക്കുറിച്ച് അന്വേഷിക്കാൻ തുടങ്ങി. സിൽവർ ജൂബിലി അടുത്തുവെന്ന ചിന്ത അതെങ്ങനെ വർണാഭമാക്കാമെന്ന തകൃതിയായ ആലോചനയിലേക്കുനയിച്ചു.

അങ്ങനെയാണ് ഒരു മഹോൽസവത്തിന്റെ വർണപ്പകിട്ടോടെ 1960ൽ ഹാജി ഈസാ ഹാജി മൂസാ ഹൈസ്കൂളിന്റെ രജതജൂബിലി ആഘോഷിക്കപ്പെട്ടത്. മുഖ്യമന്ത്രി പട്ടം താണുപിള്ള, വിദ്യാഭ്യാസമന്ത്രി പി.പി. ഉമ്മർകോയ, ആഭ്യന്തരമന്ത്രി പി.ടി. ചാക്കോ, കെ.കെ. വിശ്വനാഥൻ എം.എൽ.എ. മഹാകവി ജി. ശങ്കരക്കുറുപ്പ്, ഗവർണർ വി.വി. ഗിരി. പങ്കെടു ത്ത പ്രമുഖരുടെ പട്ടിക നീണ്ടുപോവുന്നു. ഇത്രയും വലിയൊരു മുസ്ലിം വിദ്യാഭ്യാസ സ്ഥാപനത്തിൽ ഒരേയൊരു മുസ്ലിം അധ്യാപകനാണ് ഹെഡ്മാസ്റ്ററെ കൂടാതെ ഉണ്ടായിരുന്നതെന്ന യാഥാർഥ്യം അറിഞ്ഞപ്പോൾ മുഖ്യമന്ത്രി പട്ടംതാണുപിള്ള അതിശയപ്പെട്ടുപോയി.

ആഘോഷങ്ങളിൽ ഒരുദിവസം പൂർവവിദ്യാർഥികൾക്കും അധ്യാപകർക്കുമുള്ളതായിരുന്നു. അന്ന് അവതരിപ്പിച്ച 'അനാർക്കലി' എന്ന നാടകം നിറപ്പകിട്ടാർന്ന സെറ്റിങ്സുകൾകൊണ്ട് കൗതുകമുണർത്തി. അക്ബർ ചക്രവർത്തിയുടെ വേഷം ഡ്രോയിങ് മാസ്റ്ററായ ആർട്ടിസ്റ്റ് വിൻസിയാണ് അണിഞ്ഞത്. കൊട്ടാരം ഗായ

കനായ മിയാൻ താൻസന്റെ വേഷത്തിൽ പിന്നണിഗായകൻ ഹാജി അബ്ദുൽഖാദർ. യഹൂദവിദ്യാർഥിനി മെൽക്ക അനാർക്കലി. സലീമായി ഞങ്ങളുടെ ക്ലാസിൽ പഠിച്ചിരുന്ന ശാന്തകുമാരിയും.

അന്നു വിദ്യാർഥികൾ അവതരിപ്പിച്ച വീരരാഘവൻ നായരുടെ 'വീണമേസ്തിരി' എന്ന നാടകത്തിൽ വീണമേസ്തിരിയായി ഞാനും മരുമകനായി സ്കൂൾ സെക്രട്ടറി ലത്തീഫ് സേട്ടുമാണ് അഭിനയിച്ചത്. വീണകൾ നിർമിച്ചു ജീവിക്കുന്ന ഒരു കലാകാരൻ ശവപ്പെട്ടിപ്പണിക്കാരനായി മാറുന്നതാണു കഥ.

അടുത്ത വർഷം 'വിശക്കുന്ന വയലുകൾ' എന്നൊരു നാടകം ഞാനെഴുതി. നിർമാണത്തിലെ അഴിമതി കാരണം മഴക്കാലത്ത് ഒരു സ്കൂൾ തകർന്നുവീഴുന്നതായിരുന്നു പ്രമേയം. ശക്തമായ കാറ്റും പേമാരിയും മൂലം ഒരു കൊച്ചുകുടിൽ ആടിയുലയുന്ന രംഗമുണ്ട് അതിൽ. സ്റ്റേജിൽ അതെങ്ങനെ അവതരിപ്പിക്കണമെന്ന് അറിഞ്ഞുകൂടാ. പ്രശസ്ത നാടകകൃത്തായിരുന്ന സി.പി. ആന്റണിയെ കരിപ്പാലത്തുള്ള വീട്ടിൽപോയി കൂട്ടിക്കൊണ്ടുവന്നാണ് ആ രംഗം സൃഷ്ടിച്ചത്.

ലോകം ചുറ്റി സഞ്ചരിച്ചുവരുന്ന പ്രതീതിയുളവാക്കി ജ്യോഗ്രഫി പഠിപ്പിച്ചിരുന്ന ജോസഫ് മാസ്റ്റർ, അൽപ്പം സാഹിത്യത്തിന്റെ മേമ്പൊടിയോടെ സയൻസ് ക്ലാസെടുത്തിരുന്ന (പിൽക്കാലത്ത് കൊച്ചിയിലെ ഡെപ്യൂട്ടി മേയറായി) വെൻസസ് ളാവോസ്, മഹാകവി ജിയുടെ അനുജൻ ചന്ദ്രശേഖരക്കുറുപ്പ്, സംഖ്യാശബ്ദനിഘണ്ടുപോലെ പിൽക്കാലത്ത് വൈജ്ഞാനികസാഹിത്യത്തിനു മുതൽക്കൂട്ടായ റഫറൻസ് ഗ്രന്ഥങ്ങൾ രചിച്ച എൻ.പി. രാമചന്ദ്രൻമാസ്റ്റർ, ചെവി പൊന്നാക്കി കണക്കു പഠിപ്പിച്ച ഗോവിന്ദൻകുട്ടി മാസ്റ്റർ–അങ്ങനെ മറക്കാനാവാത്ത എത്രയോ അധ്യാപകർ.

പിൽക്കാലത്ത് ഫാറൂഖ് സ്കൂൾ ഹെഡ്മാസ്റ്ററായി പോയ ലത്തീഫ്മാസ്റ്റർ കുറച്ചുകാലം ഞങ്ങളെ പഠിപ്പിച്ചിരുന്നു. നടൻ സത്യനെപ്പോലിരിക്കും. ശാരദ ടീച്ചർ മിസ് കുമാരിയെപോലെയും. 'നീലക്കുയിൽ' റിലീസായ കാലമാണ്. ഇരുവരെയും കുട്ടികൾ സത്യനും മിസ് കുമാരിയുമായി വിശേഷിപ്പിക്കും.

എസ്.എസ്.എൽ.സി. കഴിഞ്ഞപ്പോഴേക്കും ഹെഡ്മാസ്റ്റർ മാറി, കുട്ടികൾ 'ബാപ്പ' എന്നു സരസമായി വിളിച്ച ജോസഫ് മാസ്റ്റർ സ്ഥാനമേറ്റു. എസ്.എസ്.എൽ.സി. ബുക്ക് വാങ്ങാൻ ചെന്നപ്പോൾ എന്റെ ഒപ്പുകണ്ട് ജോസഫ് മാസ്റ്റർ കളിയാക്കി.

"എടാ, ഇത് മജിസ്ട്രേറ്റിന്റെ ഒപ്പാണല്ലോ."

അന്നും ഇന്നും പിലാപ്പിള്ളിൽ സൈനുദ്ദീൻ മുഹമ്മദ് ജമാൽ എന്ന പേരിന്റെ മലയാളത്തിലെ ഇനീഷ്യൽ ഉപയോഗിച്ചാണ്

ഞാൻ ഒപ്പിടുന്നത്.

കൊച്ചി കായലിലൂടെ ഒരുപാടു വെള്ളം അറബിക്കടലിലേക്ക് ഒഴുകിപ്പോയി. നാലുപതിറ്റാണ്ടായി ഞാൻ കോഴിക്കോട്ടു സ്ഥിര താമസക്കാരനാണ്. എങ്കിലും കൊച്ചിയിൽ പോവുമ്പോഴൊക്കെ സ്കൂളിലേക്കുള്ള വഴിയിലൂടെ സഞ്ചരിക്കും. ഒരു ദിവസം പൂർവ വിദ്യാർഥിസമ്മേളനമെന്നു കണ്ട് ഒന്നുപോയിനോക്കാമെന്നു തോന്നി.

ചെന്നപ്പോൾ, ഗാംഭീര്യം നിറഞ്ഞുനിന്ന പഴയ ഹാജി ഈസാ ഹാജി മൂസാ ഹൈസ്കൂളിന്റെ മുഖച്ഛായ തന്നെ മാറിയിരുന്നു. റോഡിനോടു ചേർന്ന ഭാഗങ്ങളെല്ലാം കടകളായി മാറിയിരിക്കുന്നു. ദേവതാരുമരങ്ങളും പ്രാവിൻകൂടുമെല്ലാം എവിടെയോ പോയ്മറഞ്ഞിരിക്കുന്നു. ആ സ്ഥാനത്ത് തകരഷീറ്റിട്ട ഒരു ഷെഡ്.

ഉള്ളിന്റെ ഉള്ളിൽനിന്ന് ഒരു ഗദ്ഗദം കണ്഼ഠനാളത്തിൽ വന്നുനിറയുന്നതു ഞാനറിഞ്ഞു. 'ഒരുവട്ടം കൂടിയെന്നോർമകൾ മേയുന്ന തിരുമുറ്റത്തെത്തുവാൻ' ഇപ്പോൾ ഒട്ടുമേയില്ല. മോഹം.

●

16

മെയ്ഡ് ഫോർ ഈച്ച് അദർ

സത്യജിത് റേയുടെ 'അപൂർ സൻസാർ' എന്ന സിനിമയിലെ ആ രംഗം ഇടയ്ക്കിടെ ഓർമയിൽ വരും. ബിഭൂതി ഭൂഷൺ ബന്ദോപാധ്യായയുടെ പ്രശസ്തമായ നോവൽത്രയത്തിലെ രണ്ടാമത്തെ കഥയുടെ ഗതി നിർണയിക്കുന്ന സന്ദർഭമാണത്. നഗരങ്ങളിൽ നിന്നൊഴിഞ്ഞ് ഭൈരവ് നദീതീരത്തെ മനോഹരമായ ഗ്രാമം. സ്നേഹിതൻ പ്രണബിന്റെ അമ്മാവന്റെ മകളുടെ വിവാഹത്തിൽ പങ്കെടുക്കാനാണ് അപ്പു അവിടെ എത്തുന്നത്. ആഭിജാത്യമുള്ള കുടുംബം. പിറ്റേന്നാണു വിവാഹം. കല്യാണപ്പന്തൽ ഉയർന്നുകഴിഞ്ഞു. വിവാഹത്തിന്റെ ഒരുക്കങ്ങളിൽ വീട്ടിലെ ഒരംഗത്തെപ്പോലെ അപ്പുവും പങ്കെടുത്തു. പത്തുപന്ത്രണ്ടു നാഴിക അക്കരെയുള്ള മറ്റൊരു ഗ്രാമത്തിലെ പ്രമാണിയുടെ മകനാണു വരൻ. പിറ്റേന്നു മുഹൂർത്തസമയത്തുതന്നെ വഞ്ചിയിൽ വരനും സംഘവും എത്തി. പല്ലക്കിലാണ് എഴുന്നൊള്ളത്ത്. വീട്ടുമുറ്റത്തെത്തിയപ്പോൾ വരൻ മുഴുക്കിറുക്കന്റെ ഗോഷ്ടികൾ കാണിക്കുന്നു. കല്യാണം കൂടാൻ വന്ന ഗ്രാമീണരൊന്നടങ്കം പരിഭ്രാന്തരായി. തന്റെ മകളെ ഈ ഭ്രാന്തന്റെ കൈകളിൽ ഏൽപ്പിക്കുകയാണെങ്കിൽ അവളെയും കൊന്നു താനും ചാകുമെന്നു പറഞ്ഞ് അപർണയുമായി അമ്മ മുറിയിൽ കയറി വാതിലടച്ചു.

ദേഹത്തു മഞ്ഞൾപുരട്ടി മുഹൂർത്തത്തിനുള്ളിൽ വിവാഹം നടന്നില്ലെങ്കിൽ പിന്നെ ആ പെൺകുട്ടിയെ മറ്റാരും സ്വീകരിക്കില്ല. അല്ലെങ്കിൽ അവിടെ ഒരു കൊലപാതകം നടക്കും. നിങ്ങൾ വിചാരിച്ചാൽ ഈ പ്രതിസന്ധിയിൽ ആ പെൺകുട്ടിയെ രക്ഷിക്കാൻ സാധിക്കും; ഒരു കുടുംബത്തെയും-ആരോ അപ്പുവിനോടു പറഞ്ഞു. ആലോചിച്ചു നിൽക്കാൻ സമയമില്ല. പെട്ടെന്നൊരു തീരുമാനമെടുക്കണം. ആ അഭ്യർഥന നിരസിക്കാം. പക്ഷേ, നിർണായകമായ ആ നിമിഷത്തിൽ അപ്പു പറഞ്ഞു. ശരി, ഞാൻ എന്താ ചെയ്യേണ്ടതെന്നു പറഞ്ഞാൽ മതി. അങ്ങനെയാണ് അപർണ അയാളുടെ ജീവിതത്തിന്റെ ഭാഗമാവുന്നത്.

ഇത്തരം നാടകീയരംഗങ്ങൾ പിന്നീടു പല സിനിമകളിലും നാം കണ്ടിട്ടുണ്ട്. നാടകീയമായ വഴിത്തിരിവുകൾക്കു വേണ്ടി തിരക്കഥാകൃത്തുക്കൾ സൃഷ്ടിക്കുന്നവയാണു പല രംഗങ്ങളും. പക്ഷേ, ജീവിതത്തിലും അപൂർവമായി അത്തരം ചിലതു സംഭവിക്കാറുണ്ട്. എന്റെ ഇക്കാക്കയുടെ വിവാഹത്തെക്കുറിച്ച് ആലോചിക്കുമ്പോൾ 'അപൂർസൻസാറി'ലെ രംഗം മനസ്സിൽ ഓടിയെത്തുന്നത് അതുകൊണ്ടാണ്.

ബാപ്പയും ഉമ്മയും മരിച്ചിട്ട് അധികനാളായിട്ടില്ല. ഇക്കാക്ക ജോലിയിൽ പ്രവേശിച്ചിട്ട് കഷ്ടിച്ചു രണ്ടു വർഷമേ ആയിട്ടുള്ളൂ. അധികം അകലെയൊന്നുമല്ല. കൊച്ചങ്ങാടിയിലെ തന്നെ ഒരഭിജാതകുടുംബത്തിൽ നിന്നാണ്. വ്യാപാരിയായ അബ്ദുൽ ഖാദർ നൈനയുടെ മകൾ ഹലീമ. അഞ്ചു സഹോദരൻമാർക്ക് ഒരു പെങ്ങൾ. മൂത്ത സഹോദരൻ ഒഴികെ മറ്റുള്ളവരെല്ലാം അവിവാഹിതർ. പ്രതിശ്രുതവരൻ അധ്യാപകനും അറിയപ്പെടുന്ന എഴുത്തുകാരനുമാണ് (ഇപ്പോൾ ജീവിച്ചിരിപ്പില്ല). വിവാഹദിവസം അടുത്തടുത്തു വരുന്നു. ഏതാനും നാളുകൾ മാത്രമേയുള്ളൂ. ആ സമയം വരന്റെ ആളുകൾ വധുവിന്റെ വീട്ടിലെത്തി, വിവാഹാലോചനയിൽ നിന്ന് തങ്ങൾ പിൻമാറുകയാണെന്ന് അറിയിച്ചു. കാരണമെന്തെന്നല്ലേ? ഹലീമയുടെയും രണ്ടാമത്തെ സഹോദരന്റെയും വിവാഹം ഒരേദിവസമാണു നിശ്ചയിച്ചിരുന്നത്. അതു പറ്റില്ലത്രേ! സഹോദരൻമാർ തമ്മിൽ ആലോചിച്ചു. നിസ്സാരമായ കാരണം പറഞ്ഞ് ഒരു വിവാഹം മുടക്കുന്നതിനോട് അവർക്കു യോജിക്കാൻ കഴിഞ്ഞില്ല. അവർക്കും വാശിയായി.

അങ്ങനെയാണ് ഇക്കാക്കയുടെ അടുത്തു വിവാഹാലോചനയുമായി ആരോ വരുന്നത്; നിങ്ങൾ വിചാരിച്ചാൽ ഈ പ്രതിസന്ധിയിൽ ഒരു പെൺകുട്ടിയെ രക്ഷിക്കാൻ സാധിക്കും; ഒരു കുടുംബത്തെയും അമ്പതുകളുടെ ആദ്യപകുതിയിലാണ്. അൽപ്പം പുരോ

ഗമനാഭിമുഖ്യമുള്ള ഒരു ചെറുപ്പക്കാരനെ സംബന്ധിച്ചിടത്തോളം അത്രയധികം ആലോചിക്കാൻ ഒന്നുമുണ്ടായിരുന്നില്ല. സ്വന്തം കാലിൽ നിൽക്കാനുള്ള ജോലിയുണ്ട്. കുടുംബത്തിലെ യാഥാസ്ഥിതികരായ നൈനമാരിൽ ചിലർ എതിർത്തുനോക്കി. തങ്ങൾ ഖുറൈശികളും ശുജായികളുമാണെന്നു കരുതുന്നവർ. അന്നൊക്കെ ഒരു വിവാഹാലോചന തെറ്റിപ്പോകാൻ നിസ്സാര കാരണങ്ങൾ മതി. വാക്കുകൊടുക്കലിനും നിശ്ചയത്തിനും ക്ഷണിച്ചില്ലെങ്കിൽ, നേരിട്ടുകണ്ട് വിളിച്ചില്ലെങ്കിൽ, പുതിയാപ്ല ഇറങ്ങും നേരം സമ്മതം ചോദിച്ചില്ലെങ്കിൽ, ക്ഷണിക്കുന്നയാൾ തന്നെ നേരിട്ടുചെന്നു വിളിച്ചില്ലെങ്കിൽ-ഇതൊക്കെ അക്ഷന്തവ്യമായ അപരാധമായി കരുതി വിവാഹാഘോഷം അവർ ബഹിഷ്കരിച്ചുകളയും.

വധുവിന്റെ കുടുംബത്തിൽ നിന്നാരോ പുറത്തുനിന്നു വിവാഹം കഴിച്ചിട്ടുണ്ടെന്നായിരുന്നു പരിശുദ്ധ നൈനമാരുടെ ആക്ഷേപം. പക്ഷേ, അതൊന്നും വരൻ വകവെച്ചില്ല. ഉമ്മയുടെ തറവാടായ പടിഞ്ഞാറേ നാച്ചിയ വീട്ടിൽ നിന്നാണു പുതിയാപ്ല ഇറങ്ങിയത്. പെങ്ങൾ ജീവിച്ചിരിക്കുന്നകാലം. കോളാമ്പി സ്പീക്കറും ഗ്രാമഫോൺ റെക്കോർഡുമൊക്കെയായി അൽപ്പം ആഘോഷമായി തന്നെയായിരുന്നു വിവാഹം. കോഴിക്കോടൻ പുതിയാപ്ലമാരുടേതുപോലെ അങ്കിയും കുർത്തയും ആയിരുന്നു വരന്റെ വേഷം. കൊച്ചങ്ങാടി ചെമ്പിട്ടപള്ളിയിലെ ഖതീബായിരുന്ന അജ്ജീനാ വെള്ളിയാഴ്ച മിംബറിൽ കയറുമ്പോൾ ധരിക്കുന്ന അറബിവസ്ത്രം. അതു കടമായി വാങ്ങിയാണ് വരൻ ധരിക്കുക. രാത്രിയാണു വിവാഹം. അങ്ങാടിയിലൂടെ വരനും സംഘവും ഘോഷയാത്രയായിട്ടാണു വധൂഗൃഹത്തിലേക്കുപോവുക. പെട്രോമാക്സുകളുമായി ചെക്കന്മാർ. ഇടയ്ക്കിടെ വഴിമധ്യത്തിൽ വായനശാലയുടെയോ സാംസ്കാരിക സംഘടനയുടെയോ ആഭിമുഖ്യത്തിൽ സ്വീകരണം. ഹാരാർപ്പണവും സർബത്തുകുടിയും.

14 മഹല്ലുകളിലെ ഖാസിയായിരുന്ന ചെറുകുഞ്ഞിക്കോയ തങ്ങളുടെ കാർമികത്വത്തിലാണു നിക്കാഹ്. അന്നു നൈനമാരുടെ നിക്കാഹ് നടത്താൻ തങ്ങൾ തന്നെ വേണം. അതിനിടെ ഒച്ചപ്പാടും ബഹളങ്ങളുമുണ്ടായി. കൊച്ചങ്ങാടി മുസ്‌ലിം യുവജനസംഘത്തിന്റെ പ്രവർത്തകർ അവർ കമ്മ്യൂണിസ്റ്റ് ആഭിമുഖ്യമുള്ളവരായിരുന്നു. വായിച്ചു സമർപ്പിച്ച മംഗളപത്രത്തിൽ കമ്മ്യൂണിസ്റ്റ് വിരുദ്ധന്മാർക്കെതിരേ പ്രകടമായ വിമർശനങ്ങളുണ്ടായിരുന്നു. മംഗളപത്രം സ്വീകരിക്കരുതെന്നു പറഞ്ഞു. ചിലർ ഇറങ്ങിപ്പോയി.

അന്നൊക്കെ സുപ്രയിട്ടായിരുന്നു വിവാഹസദ്യ. ഒരു വലിയ താലത്തിൽ നെയ്ച്ചോറും ഇറച്ചിക്കറിയും വിളമ്പുന്നു. ഒരേ പാത്രത്തിൽ നിന്ന് ആറുപേർ ഊണുകഴിക്കുന്നു. സദ്യ ആരംഭിക്കും മുമ്പ്

കിണ്ടിയിൽ വെള്ളവും കോളാമ്പിയുമായി വധുവിന്റെ ബന്ധുക്കൾ അതിഥികളെ കൈകഴുകിക്കുന്നു. ഇന്നു ഭിക്ഷാംദേഹികളെപ്പോലെ ബഫേ കൗണ്ടറുകളിൽ പാത്രവുമായി നിരന്നുനിൽക്കേണ്ടിവരുന്നു വിരുന്നുകാർ.

മലബാറിലെപ്പോലെ പുതിയാപ്ല ഭാര്യവീട്ടിൽ താമസിക്കുന്ന സമ്പ്രദായം നൈനമാർക്കുമുണ്ടായിരുന്നു. അങ്ങനെയാണ് കാതിയാരകത്തു കുടുംബത്തിൽ ഞാനും അംഗമാവുന്നത്. നാലു സഹോദരൻമാർ കൂടി വിവാഹം കഴിച്ചുവന്നതോടെ ആ കുടുംബം വിപുലമായി. മുൻവശം നിരപ്പലകയിടുന്ന ഏതാനും കടകൾക്കു നടുവിൽ പഴയ രീതിയിലുള്ള ആർക് ഗേറ്റ് കടന്നാൽ മുറ്റം. ഔട്ട് ഹൗസ്, വിശാലമായ കോലായ, ബഡാപ്പുറം. അവിടെ ഇക്കാക്ക പൊറുതിയാരംഭിച്ചു. അവർക്ക് ഏഴു മക്കൾ. മറ്റൊരു മകനായി ഞാനും. ചൊറിപിടിച്ച, മെലിഞ്ഞ ഇവനെ ഇത്ത സോപ്പും ചകിരിയും തേച്ചു കുളിപ്പിച്ചുതന്നു. വസ്ത്രങ്ങൾ അലക്കിത്തന്നു. അങ്ങനെ അവർ സഹോദരിയും ഉമ്മയുമൊക്കെയായി.

അറുപതു വർഷമായി ആ ദാമ്പത്യം അഭംഗുരം തുടർന്നു. സ്നേഹത്തിൽ അണുത്തൂക്കം കുറവില്ല. എല്ലാം ഒരു നിമിഷനേരത്തെ തീരുമാനം. ഇന്നു നമ്മുക്കതു വിപ്ലവകരമായി തോന്നില്ലായിരിക്കാം. ഇങ്ങനത്തെ ചെറിയ ചെറിയ ചലനങ്ങളാണ് സമൂഹത്തിൽ വലിയതോതിലുള്ള മാറ്റങ്ങളുണ്ടാക്കിയത്.

ദാമ്പത്യബന്ധത്തിൽ ഇണക്കങ്ങളും പിണക്കങ്ങളുമുണ്ടാവും. പരസ്പരം വിട്ടുവീഴ്ചകൾക്കു തയ്യാറാവുമ്പോഴേ ബന്ധങ്ങൾ ഉലയാതെ നിൽക്കുകയുള്ളൂ. കാര്യങ്ങൾ തുറന്നുപറയാനുള്ള ആർജ്ജവം ഇല്ലാത്തിടത്ത് അതു ദുർബലമായിപ്പോവുന്നു. പ്രണയവിവാഹങ്ങളായാലും ആലോചിച്ചുറപ്പിച്ച വിവാഹങ്ങളായാലും ചെറിയചെറിയ തെറ്റുകൾ പൊറുക്കാനും വിട്ടുവീഴ്ച ചെയ്യാനുമുള്ള മനസ്സാണു പ്രധാനം. മെയ്ഡ് ഫോർ ഈച്ച് അദർ എന്നത് ഒരു സിഗരറ്റ് പായ്ക്കറ്റിലെ പരസ്യവാക്യം മാത്രമല്ല (സിഗരറ്റ് പരസ്യത്തിൽ ഈ വാക്യത്തിന്റെ പ്രസക്തിയെന്തെന്ന് ഇനിയും എനിക്കു മനസ്സിലായിട്ടില്ല). മാതൃകാ കുടുംബം എന്ന സങ്കൽപത്തോടു ചേർന്നുനിൽക്കുന്ന വാക്യമാണത്. അമ്പതും അറുപതും വർഷം നീണ്ടുനിൽക്കുന്ന ദാമ്പത്യബന്ധങ്ങൾ അനാവരണം ചെയ്യുന്നതു പരസ്പരം പൊറുക്കാനുള്ള സന്നദ്ധത തന്നെയാണ്. കുടുംബം എന്ന സ്ഥാപനത്തിനെതിരേ വാളോങ്ങിനിൽക്കുന്നവർ ഇതാലോചിക്കുന്നില്ല.

അതേസമയം, രക്തബന്ധുക്കൾ തമ്മിലുള്ള വിവാഹബന്ധത്തെ ആധുനികശാസ്ത്രം പ്രോൽസാഹിപ്പിക്കുന്നില്ല. മിക്ക പാശ്ചാ

ത്യരാജ്യങ്ങളിലും അതു നിരോധിക്കപ്പെട്ടിരിക്കുന്നു. ഇക്കാര്യത്തിൽ അമേരിക്കയ്ക്കും ചൈനയ്ക്കും ഒരേ നിലപാടാണ്. ഒരേ ജനിത കശൃംഖലകളിലെ ജീനുകൾ പിൻഗാമികളിൽ ജനിതകവൈകല്യമു ണ്ടാക്കുന്നുവെന്നു പറഞ്ഞാണ് ജീവശാസ്ത്രജ്ഞർ ഇതു നിരുൽ സാഹപ്പെടുത്തുന്നത്. ഫസ്റ്റ് കസിൻ, സെക്കന്റ് കസിൻ എന്നിങ്ങ നെ ജനിതകശ്രേണിയിൽ വിവാഹപ്പൊരുത്തം വിലക്കുന്ന പട്ടിക കൾ തന്നെ അവരുണ്ടാക്കിയിട്ടുണ്ട്. നവജാതശിശുക്കളുടെ ആ രോഗ്യത്തെ ബലപ്പെടുത്താൻ പുതിയ ജീനുകൾ ജൈവഘടന യിൽ സന്നിവേശിപ്പിക്കേണ്ടിയിരിക്കുന്നുവെന്നു ശാസ്ത്രജ്ഞർ അഭിപ്രായപ്പെടുന്നു. കുടുംബത്തിനും ഗോത്രത്തിനും പുറത്തുനി ന്നാവുമ്പോൾ പുതിയ ജീനുകൾക്ക് അവസരം ലഭിക്കുന്നു. എ ന്നാൽ, മനുഷ്യവംശത്തിലെ 80 ശതമാനം ആളുകളും അടുത്ത ബ ന്ധുക്കളുമായിട്ടാണു വിവാഹബന്ധത്തിലേർപ്പെട്ടിരുന്നതെന്നു നരവംശ ശാസ്ത്രജ്ഞർ അഭിപ്രായപ്പെടുന്നു. ഡാർവിന്റെയും ഐൻസ്റ്റൈന്റെയും മോർഗന്റെയുമൊക്കെ ഭാര്യമാർ അടുത്തബ ന്ധുക്കളായിരുന്നു. എന്തിന്, ലാറ്റിനമേരിക്കൻ സാഹിത്യകാരനായ മരിയ വർഗാസ് യോസയും ഇതിനപവാദമല്ല. മുസ്ലിം രാജ്യങ്ങളി ലാണു രക്തബന്ധുക്കൾ തമ്മിലുള്ള വിവാഹബന്ധങ്ങൾ വ്യാപക മായി കാണുന്നതെന്നു പഠനങ്ങൾ തെളിയിക്കുന്നു. ഖുർആൻ വി വാഹയോഗ്യത വിലക്കിയ ബന്ധുക്കളുടെ കൂട്ടത്തിൽ ഈ കസി നുകളെ എടുത്തു പറഞ്ഞിട്ടില്ലാത്തതുകൊണ്ടാണ് ആ സമൂഹ ങ്ങൾ അതു പ്രോൽസാഹിപ്പിക്കുന്നത്.

പ്രവാചകൻ തന്നെ ഒരനുയായിയെ ഉപദേശിച്ചതു മറ്റൊരു ഗോത്രത്തിൽനിന്നു വിവാഹം ചെയ്യാനാണ്. രണ്ടു പുത്രന്മാരോടു വ്യത്യസ്തമായ രണ്ടു ഗോത്രങ്ങളിൽനിന്നു വധുക്കളെ തിരഞ്ഞെ ടുക്കാനും അദ്ദേഹം നിർദേശിച്ചതായി കേട്ടിട്ടുണ്ട്. രക്തബന്ധുക്ക ളിൽ നിന്നുതന്നെ ഇണകളെ കണ്ടെത്തണമെന്ന് ഇസ്ലാം നിർബ ന്ധിക്കുന്നില്ല. നൂറ്റാണ്ടുകൾക്കു മുമ്പുള്ള സാമൂഹികഘടനയെ യും സമകാലിക സമൂഹത്തെയും ഒരേ കണ്ണടയിലൂടെ മാത്രമേ കാണാവൂ എന്നു ശഠിക്കുന്നതു യുക്തിപൂർവകമാവില്ല.

ഇക്കാക്ക എന്നന്നേക്കുമായി പോയതറിഞ്ഞിട്ടൊ അറിയാതെ യൊ തിക്തരോഗശയ്യയിൽ ബോധാബോധങ്ങൾക്കിടയിൽ കിട ക്കുന്നത് കാണുമ്പോൾ ഉള്ളുപിടയുന്നു.

●

17

ആദ്യചുവടുകൾ

അറുപതുകളുടെ ആദ്യം. അന്നെനിക്ക് പത്തുപതിനെട്ടു വയസ്സ്. സ്കൂൾ ഫൈനൽ കഴിഞ്ഞതേയുള്ളൂ. നാടകവും കലയുമൊക്കെയായി കൂട്ടുകൂടി കറങ്ങിനടക്കുന്ന നാളുകൾ. ഭാവിയെക്കുറിച്ചു വലിയ ചിന്തകളൊന്നുമില്ല. ഇക്കാക്കയാണ് എട്ടാം വയസ്സുമുതൽ എന്നെ വളർത്തിയതും പഠിപ്പിച്ചതുമൊക്കെ. ഏക സഹോദരൻ. ഇക്കാക്കയ്ക്ക് ഭാര്യയും ഏഴു മക്കളുമുള്ള വലിയൊരു കുടുംബത്തെ പോറ്റേണ്ടതുണ്ട്. സ്ക്വയർഫെഡിൽ ജോലിയുള്ളതുകൊണ്ട് കഷ്ടിച്ചു ജീവിതം മുന്നോട്ടു കൊണ്ടുപോവുന്നു. ഇക്കാക്കയ്ക്ക് ഇനിയും ഒരു ഭാരമാവാതെ എന്തെങ്കിലും ഒരു ജോലി സമ്പാദിക്കണമെന്ന വിചാരം സ്കൂളിൽനിന്നു പുറത്തിറങ്ങിയപ്പോൾ തന്നെ മനസ്സിലുണ്ട്. പക്ഷേ, എന്തു ജോലിയാണ് എനിക്കു ചെയ്യാനാവുക? അതും അശുവായ എനിക്ക് ആരു ജോലി തരാൻ? അക്കാലത്ത് ഞങ്ങൾ, എന്റെ സമപ്രായക്കാർ ഒരു കലാസമിതി തുടങ്ങി -ഡാഗ് ആർട്സ് ക്ലബ്ബ്.

ഡാഗിന്റെ ആഭിമുഖ്യത്തിൽ ചില ഏകാങ്കനാടകങ്ങളൊക്കെ മൽസരത്തിന് അയച്ചു. ഞാനായിരുന്നു നാടകകൃത്ത്. നാടകങ്ങൾ മാത്രമല്ല, ഞാനന്ന് കഥകളും ലേഖനങ്ങളുമൊക്കെ എഴുതുമായിരുന്നു.

സ്കൂൾ വിടുന്നതിനു മുമ്പുതന്നെ എന്റെ ആദ്യ പുസ്തകവും പുറത്തിറങ്ങുകയുണ്ടായി-അഞ്ചും മൂന്നും ഒന്ന്. പിൽക്കാലത്ത് ഡെപ്യൂട്ടി സ്പീക്കറും കൊച്ചിയിലെ ഡെപ്യൂട്ടി മേയറുമൊക്കെയായിത്തീർന്ന സക്കരിയാ സേട്ടിന്റെ അഞ്ചു കഥകൾ, എന്റെ മൂന്നു കഥകൾ-അങ്ങനെയാണ് അഞ്ചും മൂന്നും ഒന്ന് എന്ന പുതിയ സമവാക്യമുണ്ടാവുന്നത്. സക്കരിയാ സേട്ട് തന്നെ മുൻകൈയെടുത്തു തട്ടിക്കൂട്ടിയ മലനാട് പബ്ലിക്കേഷൻസ് അതു പ്രസിദ്ധീകരിച്ചു. അന്നു കൊച്ചങ്ങാടിയിൽ പ്രവർത്തിച്ചിരുന്ന യങ്മെൻ അസോസിയേഷന്റെ നേതാവും സക്കരിയാ സേട്ട് തന്നെ. ഞാനും അതിന്റെ ഒരെളിയ പ്രവർത്തകൻ. അന്നേ മുസ്‌ലിം സ്റ്റുഡന്റ്സ് ലീഗിന്റെ നേതൃത്വത്തിൽ സക്കരിയ ഉണ്ടായിരുന്നു. പിന്നീടാണ് മുഴുസമയ രാഷ്ട്രീയത്തിലേക്ക് ഇറങ്ങുന്നത്. സ്കൂളിൽ പഠിക്കുന്ന കാലത്ത്

ഞാനും എന്റെ ചങ്ങാതി സിദ്ദീഖ് എന്ന മഹ്മുവും ചേർന്ന് 'വെളിച്ചം' എന്ന കൈയെഴുത്തു മാസിക നടത്തിയിരുന്നു. അതിനു പുറമേ എന്റെ മലയാളം അധ്യാപകനും പ്രശസ്ത ഭാഷാഗവേഷകനുമായിരുന്ന പ്രഫ. എൻ.പി. രാമചന്ദ്രൻനായരെ (ആദ്യം ഹൈസ്കൂൾ അധ്യാപകനായിരുന്ന അദ്ദേഹം പിൽക്കാലത്താണ് കൊച്ചിൻ കോളജിലെ പ്രഫസറാവുന്നത്) ചില വാരികകളുടെ എഡിറ്റിങ്ങിൽ സഹായിച്ചിരുന്നതൊഴിച്ചാൽ പത്രപ്രവർത്തനത്തിൽ എനിക്ക് പരിചയമൊന്നുമില്ല. എറണാകുളത്തുനിന്നു പുറത്തിറങ്ങിയിരുന്ന 'കേരളനാദം' സായാഹ്നപത്രത്തിൽ ആഴ്ചതോറും എന്റെ ഒരു കോളം പ്രസിദ്ധീകരിച്ചിരുന്നു. 'വെളിച്ചം വെളിച്ചം.' വളരെ ചെറിയ ലേഖനങ്ങളാണ്. നല്ല ജീവിതത്തെക്കുറിച്ചുള്ള ആശയങ്ങൾ. തപാലിൽ അവ ആഴ്ചതോറും അയക്കുകയും കൃത്യമായി അതു പ്രസിദ്ധീകരിക്കുകയും ചെയ്യുന്നതിൽ കവിഞ്ഞു പത്രാധിപരുമായി ബന്ധമൊന്നുമില്ല. പതിഫലവുമില്ല. 'കേരളനാദ'ത്തിന്റെ എഡിറ്റർ സി.പി. മമ്മു എന്നയാളാണെന്ന് എനിക്കറിയാം. ടി.കെ. പരീക്കുട്ടിയോടും സാലേ മുഹമ്മദ് സേട്ടിനോടുമൊപ്പം ഡൽഹിയിൽ പോയപ്പോൾ എടുത്ത മമ്മുക്കയുടെ ഫോട്ടോകൾ അച്ചടിച്ചുവന്നതു കണ്ടിട്ടുണ്ട്.

'കേരളനാദ'ത്തിൽ ചേർന്നു പത്രപ്രവർത്തനം പഠിച്ചാലോ എന്ന ആശയം ഞാൻ ആദ്യമായി പങ്കുവെച്ചത് സുഹൃത്ത് എ.എ. മജീദിനോടാണ്. മജീദ് ഡാഗ് ആർട്സ് ക്ലബ്ബിന്റെ സെക്രട്ടറിയാണ്. ഇൻഡോമറൈൻ ഏജൻസീസിലെ ജീവനക്കാരനുമാണ്. വിദേശത്തേക്കു കയറ്റുമതി ചെയ്യാനുള്ള ചെമ്മീനിന്റെ സാംപിളുകളുമായി മജീദ് എറണാകുളത്ത് എക്സ്പോർട്ട് ഇൻസ്പെക്ഷൻ ഓഫിസിൽ പോവുമ്പോൾ കൂടെ ഞാനും ഉണ്ടാവും.

ബസ് യാത്ര എനിക്ക് ഇഷ്ടമായിരുന്നു. ഈ യാത്രയിൽ പല കാര്യങ്ങളും ചർച്ചചെയ്യുന്ന കൂട്ടത്തിൽ 'കേരളനാദ' വുമായി എങ്ങനെ ബന്ധപ്പെടുമെന്നതും വിഷയമായി. മജീദ് പറഞ്ഞു.

"മമ്മുക്ക താമസിക്കുന്ന സ്ഥലം എനിക്കറിയാം. മാർക്കറ്റ് റോഡിൽ ലോ കോളജ് ഹോസ്റ്റലിനടുത്താണ്. നമുക്ക് പോയി പറഞ്ഞു നോക്കാം. പോയാൽ ഒരു വാക്കല്ലേ? കിട്ടിയാൽ ഒരു തൊഴിലും."

അങ്ങനെയാണ് ഒരു ദിവസം ഉച്ചയ്ക്ക് ഞങ്ങളിരുവരും മമ്മുക്കയുടെ വീട്ടിലെത്തുന്നത്. മമ്മുക്കയും ഒരതിഥിയും നിലത്ത് സുപ്രയിട്ടിരുന്ന് ഉണ്ണുകയാണ്. ഞങ്ങളെ ഉണ്ണാൻ ക്ഷണിച്ചെങ്കിലും വേണ്ടെന്നു പറഞ്ഞതിനാൽ അടുത്ത മുറിയിലിരിക്കാൻ നിർദ്ദേശിച്ചു. ഊണുകഴിഞ്ഞ് അതിഥിയെ പറഞ്ഞുവിട്ടശേഷം മമ്മുക്ക ഞങ്ങളിരുന്ന മുറിയിലേക്കു വന്നു. അന്നും തടിച്ച ശരീരപ്രകൃതിയാ

ണ്. കണ്ടാൽ ഒരു കച്ചവടക്കാരനാണെന്നേ തോന്നൂ. മമ്മുക്കയെക്കുറിച്ചുള്ള കൂടുതൽ വിവരങ്ങളൊക്കെ പിന്നീടു മാത്രമാണ് അറിയാൻ കഴിഞ്ഞത്. എറണാകുളത്തെ പ്രമുഖ പത്രപ്രവർത്തകനായിരുന്ന സി.പി. ഉമ്മറിന്റെ അനുജനാണ്. കൊല്ലത്തുനിന്നു പ്രസിദ്ധീകരിച്ചിരുന്ന 'പ്രഭാതം' എന്ന ദിനപത്രത്തിന്റെ ലേഖകനായിരുന്ന കാലത്ത് ആർ. ശങ്കർ മന്ത്രിസഭയുടെ പതനത്തെകുറിച്ച് സ്കൂപ്പ് റിപ്പോർട്ട് ചെയ്തു പ്രശസ്തനായ വ്യക്തിയാണ്.

'കേരളനാദ'ത്തിൽ കോളമെഴുതുന്നയാളാണ് ഞാനെന്ന് മജീദ് പരിചയപ്പെടുത്തിയപ്പോൾ മമ്മുക്ക ആശ്ചര്യം പ്രകടിപ്പിച്ചു. വളരെ ചെറുപ്പമാണല്ലോ? പിന്നീട്, പത്രപ്രവർത്തനംപോലുള്ള കാര്യങ്ങൾക്കായി മുസ്‌ലിം ചെറുപ്പക്കാർ മുന്നോട്ടുവരാത്തതിൽ തനിക്കുള്ള എതിർപ്പ് വ്യക്തമാക്കുകയും ചെയ്തു.

ഏതായാലും എന്നെ നിരുൽസാഹപ്പെടുത്തിയില്ല. പിറ്റേദിവസം ചെല്ലാൻ പറഞ്ഞു. പിറ്റേന്നു ചെന്നപ്പോൾ അഭിമുഖമായി ഒരു കസേരയിലിരുത്തി എനിക്ക് ഒരു വാർത്താശകലം പറഞ്ഞുതന്നു. ഞാൻ അതെഴുതിയെടുത്തു. പത്രപ്രവർത്തനത്തിലെ എന്റെ എഴുത്തിനിരുത്തായിരുന്നു അത്; വിദ്യാരംഭം. ആ ദിവസം ഒരിക്കലും മറക്കാനാവില്ല; ജീവിതത്തിന്റെ ഗതി തിരിച്ചുവിട്ട സംഭവം.

രാവിലെ 9 മണിക്കെത്തണം. ഉച്ചവരെയേയുള്ളൂ ജോലി. പത്രമിറങ്ങിക്കഴിഞ്ഞാൽ പോവാം. തുടക്കത്തിൽ ശമ്പളമോ സ്റ്റൈപ്പന്റോ ഒന്നും തരാനാവില്ല. പിന്നീട് നോക്കിയിട്ട് വേണ്ടതു ചെയ്യാം; കാര്യങ്ങൾ വെട്ടിത്തുറന്നു പറയുന്ന മമ്മുക്കയുടെ രീതി പുതിയ ഒരനുഭവമായിരുന്നു. പിന്നീട് അടുത്ത മുറിയിലിരുന്നിരുന്ന പ്രശസ്ത പത്രപ്രവർത്തകനും നാടകകൃത്തുമായിരുന്ന ഏരൂർ വാസുദേവിന്റെ മുമ്പിൽ കൊണ്ടുപോയിരുത്തി. ചെയ്യേണ്ടതെല്ലാം വാസ്വേട്ടൻ പറഞ്ഞുതരും.

'ജീവിതം അവസാനിക്കുന്നില്ല' എന്ന നാടകത്തിന്റെ രചയിതാവിന്റെ മുമ്പിലാണല്ലോ ഞാനിരിക്കുന്നതെന്ന് ഒരമ്പരപ്പോടെയും അൽപ്പം ആഹ്ലാദത്തോടെയും ഞാൻ ഓർത്തു. സാഹിത്യകാരനായിത്തീരുകയെന്ന എന്റെ ജീവിതലക്ഷ്യം മനസ്സിലാക്കാനും വഴികാണിച്ചുതരാനും കഴിവുള്ള ഒരാളുടെ മുമ്പിൽ തന്നെയാണല്ലോ എത്തിപ്പെട്ടതെന്ന ആശ്വാസം പക്ഷേ, അധികം നീണ്ടു നിന്നില്ല. ഏരൂർ വാസുദേവ് എന്ന ആ സാഹിത്യകാരൻ ഒന്നു കണ്ണട ഉയർത്തി എന്നെ നോക്കിയിട്ട് എഴുതിക്കൊണ്ടിരുന്നത് തുടരുകയല്ലാതെ ഒന്നും സംസാരിച്ചില്ല. ഒന്നും പറഞ്ഞുതന്നതുമില്ല.

ഫോണിലൂടെ മറ്റു ലേഖകർ വിളിച്ചുപറയുന്ന വാർത്തകൾ എഡിറ്റ് ചെയ്യുക, എഡിറ്റോറിയൽ എഴുതുക, പിറ്റേദിവസത്തെ

ഉൾപ്പേജിലേക്കുള്ള ലേഖനങ്ങളും പ്രസ് കട്ടിങ്ങുകളും എടുത്തു വയ്ക്കുക ഇതൊക്കെയാണ് എഡിറ്ററുടെ ജോലി. പിന്നീട് സേതു മാധവൻ എന്ന എഡിറ്റർ വന്നപ്പോഴാണ് വല്ലതുമൊക്കെ മനസ്സി ലാക്കാൻ തുടങ്ങുന്നത്.

അന്നു പ്രധാനമായും റേഡിയോ ആണ് വാർത്തകൾക്ക് ആ ശ്രയിക്കുക. പിന്നെ ഇംഗ്ലീഷ് പത്രങ്ങളിൽ വന്ന, മലയാള പത്രങ്ങളി ലില്ലാത്ത വാർത്തകൾ ഭാഷാന്തരപ്പെടുത്തി എഴുതും. ഇതിനൊ ക്കെയുള്ള ആദ്യപരിശീലനവും ആത്മവിശ്വാസവും കിട്ടുന്നത് സേ തുവിൽ നിന്നായിരുന്നു. എന്നെക്കൊണ്ട് ആദ്യമായി എഡിറ്റോറി യൽ എഴുതിച്ചതും സേതുതന്നെ. വിലക്കയറ്റത്തെക്കുറിച്ചായിരു ന്നു അതെന്നും ഓർക്കുന്നു. സി.പി.ഐ. പ്രവർത്തകനോ അനുഭാ വിയോ ആയിരുന്നു സേതു. സോവിയറ്റ് എംബസിയിൽ നിന്ന് ടൈപ്പ് ചെയ്ത ധാരാളം വാർത്താക്കുറിപ്പുകൾ അന്ന് എല്ലാ പത്ര മാപ്പീസിലും വരും. അവ എഡിറ്റ് ചെയ്ത് തലക്കെട്ടു മാറ്റിയാണ് ടാബ്ലോയ്ഡ് സൈസിലുള്ള സായാഹ്നപത്രത്തിന്റെ രണ്ട് ഉൾപ്പേ ജുകളും നിറയ്ക്കുന്നത്. എഴുതിക്കിട്ടിയ മറ്റു ചില ലേഖനങ്ങളും ഉണ്ടാവും. പ്രഭാത് ബുക്ഹൗസിനു വേണ്ടി ലഘുലേഖകളുടെയും പുസ്തകങ്ങളുടെയും വിവർത്തനവും ചെയ്തിരുന്നു സേതു. പ്ര ശസ്തിയൊന്നും സേതുവിനെ പ്രലോഭിപ്പിച്ചില്ല. എപ്പോഴും വായിൽ നിറയെ മുറുക്കാനുണ്ടാവും.

'കേരളനാദം' ആദ്യം അച്ചടിച്ചിരുന്നത് മാർക്കറ്റ് റോഡിലെ ശോഭ പ്രിന്റിങ്ങ് പ്രസ്സിലാണ്. എറണാകുളം ജില്ലയുടെ വ്യാപാരകേന്ദ്രമാണ് ഈ റോഡ്. ശബ്ദമുഖരിതമായ അന്തരീക്ഷം, പൊടിപടലങ്ങൾ, പ്രസ്സിന്റെ പടിഞ്ഞാറുവശത്തുള്ള ചെറിയ കുടു സ്സുമുറിയാണ് പത്രമാപ്പീസ്. രണ്ടുപേർക്കിരിക്കാനുള്ള സ്ഥലസൗ കര്യമേയുള്ളൂ. മുൻവശത്ത് ഹാഫ്ഡോറുണ്ട്. രാവിലെ എത്തു മ്പോൾ അതിനു മുമ്പിൽ കിടന്ന് അജസുന്ദരികൾ സുഖമായുറ ങ്ങുന്നുണ്ടാവും. അവയെ ഓടിക്കുമ്പോൾ ആട്ടിൻ കാഷ്ഠം പടി യിൽ അവശേഷിച്ചിരിക്കും.

ആദ്യദിവസം തന്നെ പരിചയപ്പെട്ട മറ്റൊരാൾ ശങ്കരേട്ടനാണ്, എ. ശങ്കരൻ. ശങ്കരേട്ടനോടൊപ്പമാണ് മമ്മുക്ക 'കേരളനാദം' തുട ങ്ങിയത്. പിന്നീട് പാർട്ണർഷിപ്പ് വേർപെടുത്തി പൂർണമായ അവ കാശം നേടുകയായിരുന്നു. ശങ്കരേട്ടൻ കൊച്ചിയിലെ ഒരുപാട് പ ത്രങ്ങളുടെ നാമകർത്താവാണ്. ഇടയ്ക്കിടെ അപേക്ഷകൾ അയ ച്ച് പ്രസ് രജിസ്ട്രാറിൽനിന്നു പുതിയ പ്രസിദ്ധീകരണങ്ങൾക്കു ടൈറ്റിൽ വാങ്ങുകയും പിന്നീടതു വിൽക്കുകയുമാണ് ശങ്കരേട്ട

ന്റെ പതിവ്. 'സമത' മാത്രമാണ് അദ്ദേഹം ദീർഘകാലം നടത്തിയത്. പിന്നീടത് മരുമകൻ വിശ്വനാഥനു വിട്ടുകൊടുത്തു.

ഉച്ചയ്ക്ക് ശങ്കരേട്ടനുമായി അടുത്ത ഹോട്ടലിൽ പോയി ഊണു കഴിച്ചു. ഹോട്ടലിൽ നിന്ന് ആദ്യമായി ഊണു കഴിക്കുകയായിരുന്നു. മുമ്പിൽ മേശപ്പുറത്തു വച്ച വാഴയില വെള്ളമൊഴിച്ചു കഴുകി വൃത്തിയാക്കി, അതിൽ വിളമ്പിയ പച്ചക്കറികൾ കൂട്ടി ഊണുകഴിക്കുന്നത് ആദ്യാനുഭവം.

വലതു കൈയിൽ ആറു വിരലുള്ള ദേവസ്യേട്ടനാണ് ശോഭ പ്രസ്സിന്റെ ഉടമസ്ഥൻ. കംപോസിങ്ങിന്റെ ഫോർമാൻ രവിയും. പത്രം അച്ചടിച്ചു കഴിഞ്ഞാൽ തപാലിൽ അയക്കാനുള്ള കോപ്പികൾ മടക്കി റാപ്പറൊട്ടിച്ച് അടുക്കിവയ്ക്കേണ്ടതെങ്ങനെയെന്ന് ശങ്കരേട്ടൻ കാണിച്ചുതന്നു. കോംപ്ലിമെന്ററി അയക്കാനുള്ളവയാണ് ഈ പത്രങ്ങൾ. മദിരാശിയിലെ കണ്ണിമാറ തുടങ്ങിയ പബ്ലിക് ലൈബ്രറികളിലേക്കു നിർബന്ധമായും കോപ്പി അയക്കണമെന്നുണ്ട്. ഈ സമയത്തൊക്കെ മമ്മുക്ക സൈക്കിളിൽ നഗരം ചുറ്റുന്നുണ്ടാവും. എറണാകുളത്തെ എല്ലാ പ്രമുഖ പത്രപ്രവർത്തകരുമായും പൊതുപ്രവർത്തകരുമായും ബന്ധമുള്ളതുകൊണ്ട് വാർത്ത കിട്ടാൻ വലിയ പ്രയാസമില്ല.

മറ്റു സായാഹ്നപത്രങ്ങൾക്കിടയിൽ 'കേരളനാദ'ത്തിന് ഒരന്തസ്സുണ്ടായിരുന്നു. മഞ്ഞപ്പത്രങ്ങളിലേതുപോലുള്ള സെൻസേഷണലിസത്തിന് അതൊരിക്കലും അടിപ്പെട്ടില്ല. ചെറുതെങ്കിലും പത്ര പ്രവർത്തനത്തിലെ മാന്യതയും അന്തസ്സും നിലനിർത്തണമെന്ന് മമ്മുക്കയ്ക്ക് നിർബന്ധമുണ്ടായിരുന്നു. അതുകൊണ്ട് 'കേരളനാദ'ത്തിലാണെന്ന് തലയുയർ ത്തി പറയാം. വാർത്തകളുടെ ഔചിത്യമനുസരിച്ച് അവസരത്തിനൊത്തുയരാനും മമ്മുക്ക ശ്രദ്ധിച്ചു.

1964 മെയ് 21ന് ഇന്ത്യൻ പ്രധാനമന്ത്രി ജവഹർലാൽ നെഹ്റു അന്തരിച്ച വിവരം റേഡിയോയിലൂടെ അറിയുമ്പോൾ പത്രം അച്ചടിച്ചുകഴിഞ്ഞിരുന്നു. എന്നാൽ, പെട്ടെന്ന് ഒരു അനുബന്ധം അച്ചടിച്ച് സൗജന്യമായി വിതരണം ചെയ്തു.

റേഡിയോ കേട്ട് വാർത്ത എഴുതുമ്പോൾ എന്റെ കൈകൾ വിറയ്ക്കുന്നുണ്ടായിരുന്നു. നെഹ്റുവിനു ശേഷം പ്രളയം എന്നു കരുതിയ കാലമായിരുന്നു അത്.

ലോ കോളജ് ഹോസ്റ്റലിനടുത്തുള്ള സി.പി. ഉമ്മർ മെമ്മോറിയൽ പ്രസ് തുടങ്ങിയപ്പോൾ 'കേരളനാദ'ത്തിന്റെ അച്ചടി അങ്ങോട്ടു മാറ്റി. അടുത്തുതന്നെയാണല്ലോ മമ്മുക്കയുടെ വീട്. എം.പി. കൃഷ്ണപിള്ള, പി.എ. കുരുവിള, പെരുന്ന തോമസ്, കെ.ടി. തര്യൻ,

നൈനാൻ, പി.എസ്. ജോൺ തുടങ്ങിയ അന്നത്തെ കൊലകൊമ്പന്മാരായ പത്രക്കാരെല്ലാം ഇടയ്ക്കിടെ അവിടെ വരും. എല്ലാവരും മമ്മുക്കയുടെ ചങ്ങാതിമാർ.

ലോ കോളജിൽ പഠിക്കുന്ന ചില വിദ്യാർഥികൾ പത്രപ്രവർത്തനത്തിൽ ആകൃഷ്ടരായി വരാറുണ്ട്. അവരിൽ മിക്കവരും പരിമിതസൗകര്യങ്ങൾ മനസ്സിലാക്കി മടങ്ങിപ്പോകും. എന്നാൽ, കൂട്ടത്തിലൊരാളെ ഒരിക്കലും മറക്കാനാവില്ല-ഹക്കീം എന്ന യുവാവ്. നിയമവിദ്യാർഥിയായിരിക്കെത്തന്നെ 'മനോരമ'യിൽ പാർട്ട്ടൈം ആയി ജോലി കിട്ടി. 'കേരളനാദ'ത്തിലും വരും. വിലപ്പെട്ട സമയം പാഴാക്കാതെ പരമാവധി പ്രയോജനപ്പെടുത്താൻ ശ്രമിക്കുന്ന പ്രകൃതം. 'കേരളനാദം' ആദ്യമായി വാർഷികപ്പതിപ്പ് ഇറക്കിയപ്പോൾ അതിന്റെ ചുമതല എനിക്കായിരുന്നു. (പിന്നീട് എത്രയോ വാർഷികപ്പതിപ്പുകൾ സംവിധാനം ചെയ്യാൻ എനിക്കു കരുത്തുനൽകിയത് ഇതാവണം). അതിലേക്ക് ഹക്കീം ഒരു ചെറുകഥ എഴുതിത്തന്നു.

"വായിച്ചു നോക്കിയിട്ട് നല്ലതാണെങ്കിൽ കൊടുത്താൽ മതി." ഞാനിന്നും ഓർമിക്കുന്നുണ്ട്. 'നീലിമ' എന്നായിരുന്നു ആ കഥയുടെ പേര്. ഒരു പ്രണയകഥ.

ആ കഥപോലെത്തന്നെ ദുരന്തപര്യവസായിയായ ഒരു പ്രണയകഥ ഹക്കീമിനുമുണ്ടായിരുന്നു. ഒരുചാൺ കയറിൽ അയാൾ ജീവിതം അവസാനിപ്പിച്ചതു കേട്ടു ഞാൻ ഞെട്ടിപ്പോയി! ഹക്കീമിന്റെ പ്രണയിനിയുടെ വിവാഹം നടന്ന ദിവസമായിരുന്നു ആ ദുരന്തം. കൊച്ചങ്ങാടിയിലെ എന്റെ പരിചയക്കാരനായിരുന്നു ഭർത്താവ്. നിരവധി വർഷങ്ങൾ കഴിഞ്ഞ് അയാളും ആത്മഹത്യ ചെയ്യുകയായിരുന്നുവെന്നറിഞ്ഞു- മറ്റെന്തോ കാരണത്താൽ.

'കേരളനാദ'ത്തിൽ സ്ഥിരമായി സിനിമാറിവ്യൂ എഴുതിയിരുന്ന കെ.എം.എ. ലത്തീഫ് പിന്നീട് കൊച്ചി കോർപറേഷനിലെ ഉന്നതോദ്യോഗസ്ഥനും ജി.സി.ഡി.എയുടെ സെക്രട്ടറിയുമൊക്കെയായി ഉയർന്നു. ഇങ്ങനെ 'കേരളനാദ'ത്തിലൂടെ വളർന്നവർ പലരുമുണ്ട്.

കൃത്യം 12.30 ആവുമ്പോഴേക്കും 'പേജായോ' എന്നു ചോദിച്ച് എഡിറ്ററുടെ അടുത്തെത്തുന്ന, ബനിയനിലും മുണ്ടിലും കൈയിലുമെല്ലാം അച്ചടിമഷിയുടെ കറുപ്പ് പുരണ്ട ഫോർമാൻ കുമ്പാരി ജോണിനെയും പ്രിന്റർ ജോസഫിനെയുമെല്ലാം ഇന്നും എനിക്ക് ഓർമയുണ്ട്; കണ്ടിട്ടു കാലം വളരെയായെങ്കിലും. വൈറ്റിലക്കാരനാണ് ജോസഫ്. വാർഷികപ്പതിപ്പിലേക്ക് ഞങ്ങളുടെ ദേശത്തുകാരനായ ഒരാളുടെ കഥയുണ്ട് എന്നു പറഞ്ഞ് ഒരു കവർ നീട്ടി ഒരി

ക്കൽ ജോസഫേട്ടൻ. ജോസഫ് വൈറ്റിലയായിരുന്നു അന്നത്തെ ആ യുവകഥാകൃത്ത്.

പ്രസ്സിന്റെ ചുമതലകൾ വഹിക്കാൻ മമ്മുക്ക അന്നു മദിരാശിയിൽ ചന്ദ്രതാര പ്രൊഡക്ഷൻസിലെ ഉദ്യോഗസ്ഥനായിരുന്ന ബന്ധു ആർ.കെ. മുഹമ്മദിനെ കൊണ്ടുവന്നു. പ്രസ് കാര്യങ്ങൾ മാത്രമല്ല, പത്രത്തിന്റെ മുഴുവൻ കാര്യങ്ങളും ആത്മാർഥമായി ആർ.കെ. നോക്കും. എഡിറ്റർ വന്നില്ലെങ്കിൽ പരിഭാഷ ഉൾപ്പെടെ എല്ലാ കാര്യങ്ങളും ചെയ്യും. 'കേരളനാദ'ത്തെ നടുനിവർത്തിനിർത്തിയ നട്ടെല്ലായിരുന്നു ആർ.കെ. പിന്നീടു വളരെ കഴിയും മുമ്പ് തൊഴിലാളിസമരം കാരണം പ്രസ് അടച്ചുപൂട്ടി.

തൊഴിൽരഹിതനായ ഞാൻ പല സായാഹ്നപത്രങ്ങളിലും ജോലി ചെയ്തു. പിന്നെ പാർട്ട്ടൈം ആയി ചില സിനിമാമാസികകൾ, ഫിലിംനാദം പോലുള്ള വാരികകൾ-ഇവയിലെല്ലാം പ്രവർത്തിച്ചു. ഈ പത്രങ്ങളെപ്പോലെത്തന്നെ എന്റെ പത്രപ്രവർത്തനജീവിതത്തിനും സ്ഥായിയായ ഒരു സ്വഭാവമുണ്ടായില്ല. സിനിമയിലും നാടകത്തിലും ചേക്കേറി. കുറച്ചുനാൾ സാഹിത്യ പരിഷത്ത് ഓഫിസ് സെക്രട്ടറിയായി കൂടി. ചരിത്രകാരനായ പി.എ. സെയ്തുമുഹമ്മദിന്റെ കൂടെ കുറച്ചുനാൾ പ്രവർത്തിച്ചു. ഇക്കാലത്താണ് എഴുത്തുകാരുമായും മറ്റും കൂടുതൽ അടുക്കാൻ കഴിഞ്ഞത്. അവ്യവസ്ഥാപിതമായ ഈ ജീവിതം കൊണ്ട് കാര്യമില്ലെന്നും ഭാവിയിലേക്കു പ്രയോജനപ്പെടുംവിധം എന്തെങ്കിലും ചെയ്യണമെന്നും തോന്നിയത് എഴുപതുകളുടെ പകുതിയിലാണ്. അങ്ങനെ ജ്യൂ ടൗണിൽ സിനഗോഗിൽ നിന്നകലെയല്ലാതെ ഇംപ്രിന്റ് എന്നൊരു ചെറിയ പ്രസ് തുടങ്ങി. ലോൺ കൃത്യമായി അടയ്ക്കാൻ കഴിയാതെ പലിശ കുന്നുകൂടി. എന്റെ പ്രകൃതത്തിനു പറ്റുന്ന തൊഴിലല്ല ബിസിനസ്സെന്നു മനസ്സിലാക്കാൻ വൈകിപ്പോയി.

ഇതിനിടയ്ക്ക് എറണാകുളത്തു പോവുമ്പോൾ തരപ്പെട്ടാൽ മമ്മുക്കയെ കാണും. പരസ്പരം സുഖവിവരം കൈമാറും. മമ്മുക്കയുടെ രണ്ടു പെൺമക്കളും കുടുംബസമേതം അമേരിക്കയിലാണ്. അവരെ സന്ദർശിക്കാൻ അമേരിക്കയിൽ പോയപ്പോൾ ആ അനുഭവങ്ങളെല്ലാം കുത്തിക്കുറിച്ചു വച്ചിട്ടുണ്ട്, അതൊന്ന് പുസ്തകരൂപത്തിലാക്കിക്കൊടുക്കണമെന്ന് മമ്മുക്ക പറഞ്ഞു. അദ്ദേഹം എന്തുപറഞ്ഞാലും അതു ചെയ്യുന്നതിൽ സന്തോഷമേ ഉണ്ടായിരുന്നുള്ളൂ. പത്രപ്രവർത്തനത്തിൽ എനിക്ക് അക്ഷരമാല പഠിപ്പിച്ചുതന്ന ആദ്യ ആൾരൂപമാണല്ലോ.

ഇതിനിടെ എന്റെ വിവാഹം കഴിഞ്ഞിരുന്നു. പ്രസ്സിന്റെ ബാധ്യതകളും പ്രാരബ്ധങ്ങളും വർധിച്ചുവന്നു. ഒരിക്കൽ കണ്ടപ്പോൾ മമ്മുക്ക ചോദിച്ചു.

"ജമാലിന്റെ ഭാര്യവീട് കോഴിക്കോട്ടല്ലേ? കോഴിക്കോട്ടു നിന്നിറങ്ങുന്ന 'ലീഗ് ടൈംസി'ൽ ജോലി കിട്ടിയാൽ പോവാൻ തയ്യാറാണോ?"

എനിക്ക് സമ്മതമായിരുന്നു. ഒരു പ്രഭാതപത്രത്തിൽ ജോലി ചെയ്യണമെന്ന ആഗ്രഹം എന്റെ മനസ്സിലുണ്ട്.

അഖിലേന്ത്യാ മുസ്‌ലിം ലീഗിന്റെ മുഖപത്രമായിരുന്നു 'ലീഗ് ടൈംസ്'. നാഷനൽ മുസ്‌ലിം ലീഗുമായി തെറ്റിപ്പിരിഞ്ഞവരുടെ സംഘടനയായിരുന്നു ഇത്. ലീഗ് നേതാവ് ഉമർ ബാഫഖി തങ്ങൾ എറണാകുളത്തു വന്നപ്പോൾ മമ്മുക്ക എന്നെ പരിചയപ്പെടുത്തി. തങ്ങൾ 'ലീഗ് ടൈംസ്' എഡിറ്റർക്ക് ഒരു കത്തു തന്നു. കെ.കെ. മുഹമ്മദായിരുന്നു എഡിറ്റർ. കത്തു വായിച്ച ഉടനെ കെ.കെ. എന്നോട് മെയിൻ ഡെസ്കിൽ ജോലി തുടങ്ങാൻ നിർദേശിച്ചു. ഇന്റർവ്യൂവോ പരീക്ഷയോ ഒന്നുമുണ്ടായിരുന്നില്ല. എന്റെ പേര് കേട്ടിട്ടുണ്ട്. എന്നിൽ അദ്ദേഹത്തിനു പൂർണവിശ്വാസമുള്ളതായിട്ടാണ് അനുഭവപ്പെട്ടത്. അതു കൊണ്ടുതന്നെ ഒന്നാംപേജിന്റെ ചുമതല എന്നെയും ഉമർ പാണ്ടികശാലയെയും ഏൽപ്പിച്ചു. വെള്ളിയാഴ്ചതോറും പ്രസിദ്ധീകരിച്ചിരുന്ന ഫ്രൈഡേ ഫീച്ചർ ഏൽപ്പിച്ചതും എന്നെയും പോക്കർ കടലുണ്ടിയെയുമാണ്.

'ലീഗ് ടൈംസി'ലെ കാരണവരായ മാനുസാഹിബ് എന്ന പി.കെ. മുഹമ്മദ്, കെ.പി. കുഞ്ഞിമ്മൂസ, നിയമസഭാലേഖകനായ ടി.പി. ചെറൂപ്പ, കോഴിക്കോട് ലേഖകൻ കെ. മൊയ്തീൻകോയ, അന്ന് സബ് എഡിറ്ററായിരുന്ന സി. അബ്ദുർറഹ്മാൻ- ലീഗ് ടൈംസിലെ പഴയ സഹപ്രവർത്തകരിൽ പലരുമായുള്ള ബന്ധവും സൗഹൃദവും ഇന്നും തുടരുന്നു. യശശ്ശരീരനായ ഇ.കെ. മുഹമ്മദിനെയും ഓർക്കുന്നു. പോക്കർ കടലുണ്ടിയും ഈയിടെ മരിച്ചു. രണ്ട് മുസ്‌ലിം ലീഗുക ളും യോജിച്ചപ്പോൾ 'ലീഗ് ടൈംസ് ചന്ദ്രികയിൽ' ലയിച്ചു. പാർട്ടിക്കാരായ പത്രപ്രവർത്തകരെ 'ചന്ദ്രിക'യിലേക്കെടുത്തു. പാർട്ടിക്കാരനല്ലാത്തതുകൊണ്ട് ഞാൻ തഴയപ്പെട്ടു.

കൃത്യമായ ശമ്പളമൊക്കെ കിട്ടാൻ വിഷമമായിരുന്നുവെങ്കിലും 'ലീഗ് ടൈംസി'ലെ നാളുകൾക്ക് ഒരു കുടുംബജീവിതത്തിന്റെ ഇഴയടുപ്പമുണ്ടായിരുന്നു. ഒരു പത്രപ്രവർത്തകനെന്ന നിലയിൽ തികഞ്ഞ ആത്മവിശ്വാസം നൽകിയത് 'ലീഗ് ടൈംസാ'ണ്. ആയിടെ 'ലീഗ് ടൈംസി'ന്റെ മാനേജിങ് എഡിറ്ററായി ചുമതലയേറ്റ എന്റെ പഴയ സഹഗ്രന്ഥകാരൻ സക്കറിയാ സേട്ട് അവിടത്തെ പ്രശ്നങ്ങൾ ചോദിച്ചറിയുമായിരുന്നു. അതിനു കാരണക്കാരനായ മമ്മു

ക്കയെ തികഞ്ഞ കടപ്പാടോടുകൂടിയല്ലാതെ ഓർമിക്കാനാവില്ല. 'ലീഗ് ടൈംസി'ലായിരുന്നപ്പോഴും പിന്നീടു 'മാധ്യമ'ത്തിൽ ചേർന്നപ്പോഴും മമ്മുക്ക എന്റെ പേരിൽ ലേഖനങ്ങൾ അയച്ചുതരും-'ഇതിൽ എന്തു മാറ്റം വരുത്താനും ജമാലിന് അധികാരമുണ്ട്' എന്ന ആമുഖത്തോടെ. എന്റെ കഴിവുകളിൽ പൂർണവിശ്വാസമുള്ളതുകൊണ്ടാണല്ലോ അങ്ങനെ എഴുതുന്നത്. 'മാധ്യമ'ത്തിൽ നിന്നു ഞാൻ റിട്ടയർ ചെയ്തപ്പോൾ അദ്ദേഹം എഴുതി: 'ഇനി കൊച്ചിയിൽ തിരിച്ചുവന്നു ജമാലിനു ചിലതെല്ലാം ചെയ്യാനുണ്ട്.'

മമ്മുക്കയ്ക്ക് എന്നെക്കുറിച്ചുണ്ടായിരുന്ന പ്രതീക്ഷകളും എന്നിലുള്ള വിശ്വാസവും ബോധ്യമുണ്ടായിരുന്നുവെങ്കിലും അവ സഫലീകരിക്കാൻ കഴിഞ്ഞില്ല. ഒന്നാമത് സെയ്തു മുഹമ്മദിക്കയെയോ കരീം സാഹിബിനെയോപോലുള്ള സംഘടനാശേഷിയൊന്നും എനിക്കില്ലെന്ന് എനിക്കറിയാം. അതിൽ താൽപര്യവുമില്ലായിരുന്നു. ഹിസ്റ്ററി അസോസിയേഷനും സാഹിത്യപരിഷത്തുമൊക്കെയായി ബന്ധപ്പെട്ട് ഒരുകാലത്ത് പ്രവർത്തിച്ചിരുന്നതാണല്ലോ.

നാൽപ്പതു വർഷമായി ഞാൻ കോഴിക്കോട്ടുകാരനായി തുടരുന്നു. 'കേരളനാദം' നിലച്ചെങ്കിലും അതുപോലെ ഒരു സായാഹ്ന പത്രം സ്വന്തമായി നടത്താനും മമ്മുക്ക എന്നെ പ്രേരിപ്പിച്ചു. അതിലും എനിക്ക് താൽപര്യം തോന്നിയില്ല. എറണാകുളത്തു പോവുമ്പോഴെല്ലാം പഴയ ആ ഗുരുവിനെ പോയി കാണുമായിരുന്നു. അവസാനമായപ്പോൾ കാഴ്ച കുറഞ്ഞുകുറഞ്ഞ് തീരെ ഇല്ലാതായി. വൈകുന്നേരങ്ങളിൽ ഒരു ഊന്നുവടിപോലെ സൈനബാത്തയുടെ കൈപിടിച്ചു നഗരത്തിലൂടെ നടന്നുപോവുന്നതു കണ്ടിട്ടുണ്ട്. വാർധക്യകാലത്ത് അമേരിക്കയിൽ മക്കളുടെ അടുത്തുപോയി സുഖമായി ജീവിച്ചുകൂടേയെന്ന് ഒരിക്കൽ ഞാൻ സൂചിപ്പിച്ചു. 'അവിടെ മിണ്ടാനും പറയാനും ആരാണ് ജമാലേ' എന്ന മറുചോദ്യത്തിന് എനിക്ക് ഉത്തരമുണ്ടായിരുന്നില്ല.

പുതിയകാല വാർധക്യം അനുഭവിക്കുന്ന സംഘർഷത്തിന്റെ മറുവശമായിരുന്നു അത്. മമ്മുക്കയുടെ മരണവാർത്തയറിഞ്ഞ് കോഴിക്കോട്ടുനിന്ന് ട്രെയിനിൽ എറണാകുളത്തേക്കു യാത്രചെയ്യുമ്പോൾ നാലഞ്ചു പതിറ്റാണ്ടുകാലത്തെ ഗുരുശിഷ്യബന്ധത്തിന്റെ ആഴം ഞാൻ ഓർത്തെടുക്കുകയായിരുന്നു. പ്രതിസന്ധിഘട്ടങ്ങളിൽ എന്നെ രക്ഷപ്പെടുത്തിയ കച്ചിത്തുരുമ്പുപോലെ എന്നും മനസ്സിൽ ഈ ഗുരുവുണ്ട്, എന്റെ വളർച്ചയുടെ എല്ലാ ഘട്ടങ്ങളിലും മുന്നോട്ടുനയിക്കുന്ന രാസത്വരകം ഓർമകളിലൂടെ പകർന്നുകൊണ്ട്.

●

18

കഥയുടെ കഥ

"ഒരു കഥയെഴുതിത്തരാമോ?"

ചോദിക്കുന്നത് ഏഴാംക്ലാസിൽ പഠിക്കുന്ന സഹപാഠി മജീദ് -സി.എ. അബ്ദുൽ മജീദ് എന്ന മജീദ് പനയപ്പിള്ളി. സായിപ്പിനെപ്പോലെ വെളുവെളുത്തു ചുവന്നുതുടുത്തിരിക്കുന്ന മജീദും പള്ളക്കൽ ഹുസൈനും കൂടി 'ഉദയചന്ദ്രൻ' എന്നൊരു കൈയെഴുത്തു മാസിക ഇറക്കുന്നുണ്ട്. അതിലേക്കാണു കഥ.

"കഥയോ? എന്തു കഥ?"

ഞാനമ്പരന്നു. ആകെക്കൂടി ഞാൻ വായിച്ചിട്ടുള്ളത് ഒരുദിവസം ഇക്കാക്ക കൊണ്ടുതന്ന 'അമ്പിളിമാമൻ' എന്ന ബാലമാസികയുടെ ഒറ്റ ലക്കം മാത്രം. അതിൽ നിറയെ ചിത്രങ്ങളാണ്. പിന്നെ തറവാട്ടിലെ മുതിർന്ന പെണ്ണുങ്ങൾ പറഞ്ഞുകേട്ട, അലിഫ് ലൈല എന്ന ആയിരത്തൊന്നു രാവുകളിലെ കഥകൾ. പക്ഷേ, കഥയെഴുതുക എന്ന കാര്യം കിനാവിൽപ്പോലും കണ്ടിട്ടില്ല.

"അതേ. പണ്ടുപണ്ട് എന്നു പറഞ്ഞ് കഥ തുടങ്ങരുത്. അന്ന് ആ നാട്ടിൽ എന്നുവേണം തുടങ്ങാൻ."

മജീദ് കഥയെഴുത്തിന്റെ ആദ്യപാഠം പറഞ്ഞുതന്നു. കഥാരചനയിലെ ആദ്യപാഠം അതുതന്നെയാണല്ലോ-പാരമ്പര്യവഴികളിൽ നിന്നു കുതറിമാറി സ്വന്തമായ വഴിയിലൂടെ സഞ്ചരിക്കുക; പൂർവമാതൃകകളെ നിരാകരിക്കുക.

അങ്ങനെ ഞാനും കഥയെഴുതാൻ തുടങ്ങി. മജീദുമായുള്ള ചങ്ങാത്തം തുടങ്ങുന്നതും അങ്ങനെയാണ്. 'ഉദയചന്ദ്ര'ന്റെ സഹപത്രാധിപരാണു ഹുസൈൻ. ആയിടെ താൻ സുന്നത്ത് (മാർക്കം) കഴിഞ്ഞുകിടക്കുമ്പോൾ കുറേ മാമ്പഴങ്ങളുമായി ഞാൻ കാണാൻ ചെന്ന കഥ, കാണുമ്പോഴൊക്കെ പറഞ്ഞു ചിരിക്കാറുണ്ട് ഹുസൈൻ. 'ഉദയചന്ദ്രനി'ൽ ഞാൻ നിരന്തരം എഴുതിക്കൊണ്ടിരുന്നു. കൊച്ചങ്ങാടിയിൽ നിന്നു മട്ടാഞ്ചേരിയിലെ സ്കൂളിലേക്കുള്ള പോക്ക് പനയപ്പിള്ളിയിൽ മജീദിന്റെ വീടു വഴിയായി. ക്രമേണ പഠനവിഷയങ്ങളിൽ ശ്രദ്ധ കുറഞ്ഞു. കണക്കു സാറായ അപ്പുക്കുട്ടൻ മാസ്റ്റർ പറയും.

"നിനക്കൊക്കെ കടപ്പുറത്തു പോയി തിരയെണ്ണാൻ പാടല്ലേ?"

അങ്ങനെ കഥപറഞ്ഞു കഥപറഞ്ഞു ഞങ്ങൾ ഫോർട്ട് കൊച്ചി ബീച്ചിലെത്തും. അറബിക്കടലിൽ സൂര്യൻ കുളിക്കാനിറങ്ങുന്നതുവരെ കഥപറച്ചിൽ തന്നെ. ഒരിക്കൽ മജീദ് ഒരു കാമറ കൊണ്ടുവന്നു. യാഷിക്കയോ മറ്റോ ആണ്. പല പോസുകളിൽ നിന്ന് ഞങ്ങൾ ഫോട്ടോയെടുത്തു.

ഇങ്ങനെ കൈയെഴുത്തുമാസികയിൽ മാത്രമെഴുതിയിട്ട് എന്തുകാര്യം? ഏതിലെങ്കിലും ഒന്നിൽ പേര് അച്ചടിച്ചുവരണ്ടേ? വിളിപ്പാടകലെ സ്കൂൾ നിൽക്കുന്ന ഗുജറാത്തി റോഡിൽനിന്നു തന്നെ ഒരു സിനിമാ മാസിക പ്രസിദ്ധീകരിച്ചിരുന്നു. ദ്വാരകാദാസ് സേട്ടിന്റെ 'ദീപ്തി'. (ഗുജറാത്തിയിൽ നിന്നു മലയാളത്തിലേക്കും മലയാളത്തിൽ നിന്നു ഗുജറാത്തിയിലേക്കും നിരവധി നോവലുകൾ വിവർത്തനം ചെയ്ത കമൽ ജസാപരയുടെ സഹോദരനാണ് ദ്വാരകാദാസ്ജി). 'ദീപ്തി'യിലെ ചോദ്യോത്തരപംക്തി കൈകാര്യം ചെയ്തിരുന്നത് ചക്രധാരി എന്ന തൂലികാ നാമധാരിയായ ഹുസൈൻ സേട്ടാണ്. (സുബൈദ എന്ന സിനിമയുടെ തിരക്കഥാകൃത്താണ് ഇദ്ദേഹം). രണ്ടും കൽപ്പിച്ച് ഒരുഗ്രൻ ചോദ്യം 'ദീപ്തി' യിലേക്കയച്ചു: ഈത്തപ്പഴം-ഒരുനിർവചനം? ഈത്തപ്പഴം എന്നു പരിഹാസപ്പേരുള്ള ഒരു സഹപാഠി അന്നു ക്ലാസിലുണ്ടായിരുന്നു. അവനോടു കുറുമ്പു തോന്നിക്കാണും. പക്വതയില്ലാത്ത പ്രായമല്ലേ? ചോദ്യം പ്രസിദ്ധീകരിച്ചുവെന്നുമാത്രമല്ല, അതിന് എൻസൈക്ലോപീഡിയ സ്റ്റൈലിലുള്ള മറുപടിയും കിട്ടി. 'ഈത്തപ്പനയുടെ പഴം.'

പിന്നീടു ഞാൻ പത്രപ്രവർത്തനത്തിന്റെ വഴിയിലേക്കു തിരിഞ്ഞ് കുറച്ചു വർഷങ്ങൾ കഴിഞ്ഞ് ഹുസൈൻ സേട്ട എന്നെ കണ്ടപ്പോൾ ചോദിച്ചു.

"ദീപ്തിയുടെ എഡിറ്റിങ് ഏറ്റെടുക്കാമോ? എനിക്ക് എമ്പാടും പണികളുണ്ട്."

സേട്ട് സാഹിബ് അന്ന് ഇൻഡോമറൈൻ ഏജൻസീസ് എന്ന ചെമ്മീൻ കയറ്റുമതി സ്ഥാപനത്തിലെ ചീഫ് അക്കൗണ്ടന്റാണ്. മുൻ എം.പി. സാലേ മുഹമ്മദ് സേട്ടിന്റെ കമ്പനിയാണത്.

ഞാൻ ധൈര്യപൂർവം 'ദീപ്തി' ഏറ്റെടുത്തു. 'ദീപ്തി' മാത്രമല്ല, 'സിനിമ' എന്ന മറ്റൊരു മാസികയും. സായാഹ്നപത്രത്തിലെ ജോലിക്കിടെ സമയം ധാരാളം കിട്ടുന്നതുകൊണ്ടും പ്രതിഫലം തുച്ഛമായതുകൊണ്ടും കിട്ടുന്ന പണി ഒഴിവാക്കാനാവുമായിരുന്നില്ല.

ആദ്യമായി പേര് അച്ചടിച്ചുവന്നപ്പോൾ സ്റ്റൈലിനു വേണ്ടി തൂലികാനാമം സ്വീകരിച്ചു. അന്നു 'ബ്രദർ കൊച്ചങ്ങാടി' എന്ന പേരിൽ അൽപ്പമൊക്കെ എഴുതുന്ന ഒരു മുഹമ്മദാലിക്ക ഞങ്ങളുടെ ദേശത്തുണ്ടായിരുന്നു. അത് അനുകരിക്കുകയാണു ഞാൻ ചെയ്തത്. കെ. ബാലകൃഷ്ണന്റെ കൗമുദി ആഴ്ചപ്പതിപ്പിലെ ബാലപംക്തിയായ കൗമുദി ലീഗിൽ ആദ്യകഥകൾ അച്ചടിച്ചുവന്നു. 'ഞാനാണപരാധി', 'മണ്ണടിഞ്ഞ അഭിലാഷങ്ങൾ'. അന്നു കൗമുദി ലീഗിൽ ശ്രീകുമാരൻ തമ്പിയുടെ കവിതകൾ വന്നിരുന്നത് ഓർക്കുന്നു. ബാലേട്ടന്റെ ഭാര്യ ചന്ദ്രികചേച്ചിയാണു പംക്തി കൈകാര്യം ചെയ്തിരുന്നത്. ബാലപംക്തിയിൽ നിന്നു മുതിർന്നവരുടെ പേജിലേക്കു

കയറ്റം കിട്ടാനായി പിന്നെ ശ്രമം. എങ്ങനെയാണതു സാധിക്കുക എന്നറിഞ്ഞുകൂടാ. ചില അച്ചടിമാസികകളിൽ ഏതാനും കഥകളെഴുതിയ ഒരു ഡ്രോയിങ് മാസ്റ്റർ ഞങ്ങൾക്കുണ്ടായിരുന്നു-ആർട്ടിസ്റ്റ് വിൻസി. അദ്ദേഹം ഉപദേശിച്ചു.

"ഫുൾസ്കാപ്പ് പേപ്പർ വാങ്ങി നെടുനീളത്തിൽ കീറുക. അതിന്റെ ഒരു വശം മാത്രം കഥ എഴുതുക. അവസാനം പേരും വിലാസവും ഒപ്പും വയ്ക്കാൻ മറക്കരുത്. പ്രസിദ്ധീകരിച്ചില്ലെങ്കിൽ തിരിച്ചയക്കാൻ സ്വന്തം വിലാസമെഴുതിയ സ്റ്റാമ്പൊട്ടിച്ച കവറും വയ്ക്കണം."

അങ്ങനെ ആ നിർദേശങ്ങൾക്കനുസരിച്ച് ആദ്യമായി ഒരു കഥ 'ചന്ദ്രിക' വാരികയ്ക്കയച്ചു: 'ഒരു മയ്യത്തും കുറേ മനുഷ്യരും.' സ്കൂൾ വാർഷികമൽസരത്തിൽ ഒന്നാംസ്ഥാനം കിട്ടിയ കഥയാണ്. അത് അച്ചടിച്ചുവന്നപ്പോൾ മറ്റു പ്രസിദ്ധീകരണങ്ങളിലേക്കും കഥകളയക്കാൻ തുടങ്ങി. അന്ന് ആലുവയിൽ നിന്നു തോട്ടുംമുഖം ബാലകൃഷ്ണന്റെ പത്രാധിപത്യത്തിൽ 'പ്രണയം' എന്നൊരു മാസിക പ്രസിദ്ധീകരിച്ചിരുന്നു. അതിലൊരു കഥ വന്നു. 'സിസ്റ്റർ ആനി.'

ആയിടെ, എനിക്കു തൊണ്ടവേദനയോ മറ്റോ വന്നപ്പോൾ മട്ടാഞ്ചേരിയിലെ സലീം നഴ്സിങ് ഹോമിലെ ഡോ. സലീമിനെ കാണിക്കാൻ പോയി. പട്ടാളത്തിൽ നിന്നു റിട്ടയർ ചെയ്ത ഡോക്ടറാണ്. കപ്പടാമീശ. ടോൺസലൈറ്റിസാണു രോഗമെന്നും അതു നീക്കം ചെയ്തില്ലെങ്കിൽ പ്രശ്നമാണെന്നും ഡോക്ടർ പറഞ്ഞു. മാരകായുധങ്ങൾ വായിൽ കടത്തി ഒരു മാംസപിണ്ഡം പറിച്ചെടുത്തു. പ്രാണവേദനകൊണ്ടു നിലവിളിച്ചപ്പോൾ വായ തുറന്നു തന്നെയിരിക്കാൻ മൗത്ത് കീ എന്നോ മറ്റോ പറയുന്ന ഒരുപകരണം വായിൽ തിരുകി.

അങ്ങനെ അവിടെനിന്ന് എങ്ങനെയോ ചികിൽസ കഴിഞ്ഞു രക്ഷപ്പെട്ടപ്പോൾ ഒരു കഥയുടെ ആശയം മനസ്സിൽ മുളച്ചുവന്നു. വെറും ഭാവനയാണ്. ഡോ. സലീമും നഴ്സ് ആനിയും പ്രണയബദ്ധരാണ്. നഴ്സിങ്ഹോമിൽ സമദ് എന്ന ഒരു മനോരോഗിയെ പ്രവേശിപ്പിക്കുന്നു. ഇയാളുടെ രോഗശാന്തിക്ക് ഡോക്ടർ ഒരു സൈക്കോഡ്രാമ അഭിനയിക്കാൻ അഥവാ പ്രണയമഭിനയിക്കാൻ ആനിയോട് ആവശ്യപ്പെടുന്നു. രോഗിയും നഴ്സും തമ്മിലുള്ള പ്രണയനാടകം യാഥാർഥ്യമായി മാറുന്നു. അവർ ഒളിച്ചോടിപ്പോവുന്നു. ഭാവന മാത്രമായ കഥയിലെ പാത്രങ്ങൾക്കു വെറും രസത്തിനു വേണ്ടിയാണു യഥാർഥ വ്യക്തികളുടെ പേരു കൊടുത്തത്. അത് അച്ചടിച്ചുവന്നപ്പോൾ കളി കാര്യമായി. സിസ്റ്റർ ആനിയെ ജോലിയിൽ നിന്നു പിരിച്ചുവിട്ടതായി ആരോ പറഞ്ഞു. ഭയം, കുറ്റബോധം. യഥാർഥത്തിൽ സംഭവിച്ചതെന്തെന്ന് ഇന്നും അറിയില്ല. (ഏ

താനും വർഷം മുമ്പ്) ഈ കഥയിലെ രോഗി എവിടെ നിന്നോ ഫോൺ ചെയ്യുന്നു.

"നിങ്ങളുടെ ഒരു പഴയ കഥാപാത്രമാണു ഞാൻ. ഓർമയില്ലേ? സമദ്."

"പിന്നെ ഓർക്കാതിരിക്കാനാവുമോ?"

മുജാഹിദീൻ സ്കൂളിലെ അറബി അധ്യാപകൻ. മകൻ ഏതോ ചാനലിൽ ജോലി ചെയ്യുന്ന വിവരമൊക്കെ പറഞ്ഞു ഫോൺ താഴെ വച്ചു).

കഥയെഴുത്തു തുടങ്ങിയപ്പോൾ കൊച്ചിയുടെ കഥാകാരനായിത്തീരണം എന്നായിരുന്നു ആഗ്രഹം. തുറമുഖനഗരത്തിന്റെ ജീവിതം നിറഞ്ഞ കഥകൾ. ആദ്യസമാഹാരത്തിലെ കഥകൾ ആ ലക്ഷ്യംവച്ചെഴുതിയതായിരുന്നു. സ്കൂൾ ഫൈനലിനു പഠിക്കുമ്പോഴാണു പുസ്തകം പുറത്തിറങ്ങുന്നത്. അഞ്ചും മൂന്നും ഒന്ന്. മൂന്നു കഥകൾ എന്റേത്. അഞ്ചെണ്ണം എം.ജെ. സക്കരിയാ സേട്ടിന്റേത്. അതേ, നിയമസഭാ ഡെപ്യൂട്ടി സ്പീക്കറും നഗരസഭാ ഡെപ്യൂട്ടി മേയറുമൊക്കെയായിരുന്ന എം.ജെ. സക്കരിയാ സേട്ട് തന്നെ. അദ്ദേഹം അന്ന് കൊച്ചങ്ങാടി യങ്മെൻ അസോസിയേഷൻ വായനശാലയുടെ സാരഥിയാണ് (ഇന്നുമുണ്ട് ആ സ്ഥാപനം). അന്ന് എം.എസ്.എഫ്. നേതാവായിരുന്നു. ഇടക്കാലത്ത് കഥയെഴുത്തിൽ അൽപ്പം ഭ്രമം തോന്നി. 'കേരള ടൈംസി'ന്റെ വാരാന്ത്യപതിപ്പിലേക്കു കഥകൾ അയക്കും. എല്ലാം പ്രേമകഥകളാണ്. പക്ഷേ, ഒന്നും പ്രസിദ്ധീകരിച്ചുവന്നില്ല. ഞാൻ പറഞ്ഞു.

"ഒരു ഡക്ക്‌വേലയുണ്ട്. പേരിലെ സേട്ടിനെ അങ്ങ് ഗളച്ഛേദം ചെയ്യുക. കഥകൾ അച്ചടിച്ചുവരും."

ഉപദേശം അച്ചട്ട് ഫലിക്കുകതന്നെ ചെയ്തു. അതോടെ സേട്ടിന് ഒരു പുസ്തകം ഇറക്കണമെന്നായി. അങ്ങനെയാണു ഞങ്ങളിരുവരുടെയും കഥകളടങ്ങുന്ന ഒരു സമാഹാരം പ്രസിദ്ധീകരിക്കുന്നത്–'അഞ്ചും മൂന്നും ഒന്ന്.' വില ഒരു രൂപ മാത്രം. നല്ല പോസ്റ്റോഫീസ് റെഡിലെഴുതിയ അക്ഷരങ്ങൾ മാത്രമാണ് കവറിൽ. വർഷം 1961. സ്കൂൾ ഫൈനലിനു പഠിക്കുന്ന ഒരു കുട്ടിയെ സംബന്ധിച്ചിടത്തോളം അക്കാലത്തു സ്വപ്നം കാണാനാവാത്ത ഭാഗ്യമാണ് ഒരു ഗ്രന്ഥകാരനാവുകയെന്നത്.

പിന്നെയും ഇടയ്ക്കിടെ കഥകളെഴുതിക്കൊണ്ടിരുന്നു. കൗമുദി, ചന്ദ്രിക, മാതൃഭൂമി, ലൈബ്രറി ന്യൂസ്, ചില സുവനീറുകൾ, വാർഷികപ്പതിപ്പുകൾ. പക്ഷേ, ഓരോ കഥയ്ക്കിടയിലും നീണ്ട ഇടവേളകൾ. പത്രപ്രവർത്തനം തൊഴിലായി സ്വീകരിച്ചപ്പോൾ പത്രഭാഷ കടന്നുവരുമോ എന്ന ഭയംകൊണ്ടു പലപ്പോഴും മടിച്ചു. അമ്പതു

വർഷത്തിനുശേഷം മറ്റൊരു സമാഹാരമിറക്കാൻ ശ്രമിച്ചപ്പോഴേക്കും പലതും നഷ്ടപ്പെട്ടുപോയിരുന്നു. ഒരുപിടി കഥകൾ മാത്രമാണു കൈയിൽ കിട്ടിയത്. ഇവയിൽ ചിലതൊക്കെ ശ്രദ്ധിക്കപ്പെട്ടിരുന്നു. ചന്ദ്രികയിൽ വന്ന 'സ്രാങ്ക്' എന്ന കഥ സിനിമയാക്കാൻ തീരുമാനിച്ചപ്പോൾ സംവിധായകനായ പി.എ. ബക്കറിന് അതൊന്നു വായിച്ചുകേൾക്കണം. 1979 ലാണ് എറണാകുളം ട്രാൻസ്പോർട്ട് സ്റ്റേഷനടുത്തുള്ള ഹോട്ടൽ ലൂസിയയിൽ വച്ചു വായിക്കുമ്പോൾ ബക്കറിനൊപ്പം പി. ഗോവിന്ദപ്പിള്ളയുമുണ്ടായിരുന്നു. കഥ കേട്ടു പി.ജി. എന്നെ കെട്ടിപ്പിടിച്ചു. സിനിമയ്ക്കു വേണ്ടി പേര് 'ചാപ്പ' എന്നാക്കി മാറ്റിയതു ബക്കറാണ്.

സിനിമയായപ്പോൾ പേരു മാത്രമല്ല, കഥയും ആകെ മാറിപ്പോയി. അതു മറ്റൊരു കഥ. 1984-ൽ മാതൃഭൂമി ആഴ്ചപ്പതിപ്പിൽ 'ദാനിയേലു കോച്ച' എന്ന കഥ വന്നതിനടുത്ത ദിവസം ഞാൻ മദ്രാസിലെ ഹോട്ടൽ പാംഗ്രോവിൽ ഫാസിലിന്റെ 'മറക്കില്ലൊരിക്കലും' എന്ന ചിത്രത്തിൽ പാട്ടെഴുതാൻ പോയതാണ്. അപ്പോൾ അവിടെ പുനത്തിൽ കുഞ്ഞബ്ദുല്ലയുടെ കഥയെ അവലംബിച്ച് പള്ളിക്കര വി.പി. മുഹമ്മദ് സംവിധാനം ചെയ്ത 'കത്തി'യുടെ മിനുക്കുപണികൾ നടന്നുകൊണ്ടിരിക്കുന്നു. റഷസ് കാണാൻ വന്നതാണു കഥാകൃത്ത്. സംസാരത്തിനിടെ തീവണ്ടിയാത്രയിൽ താൻ വായിച്ച 'ദാനിയേലു കോച്ച'യെ പുനത്തിൽ പരാമർശിച്ചു. എഴുതിയ ആളെ അറിയുമോ എന്നു ചോദിച്ചു. ഉടനെ വി.പി. എന്നെ വിളിപ്പിച്ച് പരിചയപ്പെടുത്തി. അതൊരു നല്ല ബന്ധത്തിന്റെ തുടക്കമായിരുന്നു. 'ദാനിയേലു കോച്ച' വായിച്ച് ജോർജ് ജോസഫ് കെ. എഴുതിയ കത്തും എന്നെ അഗാധമായി സ്പർശിച്ചിട്ടുണ്ട്. ജ്യൂ ടൗണിലെ നാനൂറിലേറെ വർഷം പഴക്കമുള്ള പരദേശി സിനഗോഗിനടുത്തുള്ള യഹൂദഭവനത്തിന്റെ വരാന്തയിലിരുന്ന ആ വെളുത്ത ജൂതന്റെ ചിത്രം ഇപ്പോഴും മനസ്സിലുണ്ട്. കഥ ഭാവനാത്മകമാണെങ്കിലും.

ഇതൊന്നും വലിയ കാര്യമായി പറയാനൊന്നുമില്ലായിരിക്കാം. ഇതിനേക്കാൾ മികച്ച എത്രയോ കഥകൾ പുതിയ കഥാകാരന്മാർ എഴുതിക്കൊണ്ടിരിക്കുന്നു. പക്ഷേ, കഥയെഴുത്തിൽ പൂർണശ്രദ്ധ കേന്ദ്രീകരിച്ചിരുന്നെങ്കിൽ കഥാചരിത്രത്തിൽ എനിക്കും ഇടം കിട്ടുമായിരുന്നില്ലേ? പല രംഗങ്ങളിൽ കൈവച്ചതുകൊണ്ടായിരിക്കാം ഒന്നിലും വേണ്ടത്ര സംഭാവനകൾ ഉണ്ടാവാതെ പോയതിനു കാരണം.

പത്രപ്രവർത്തനവും സാഹിത്യവും ഒരുമിച്ചു വിജയകരമായി കൊണ്ടുപോവാൻ കഴിഞ്ഞ പ്രതിഭാശാലികളുണ്ട്. ആഗോളതലത്തിൽ ഏണസ്റ്റ് ഹെമിങ്‌വേയും മാർക്വേസും ഉദാഹരണങ്ങൾ. മലയാളത്തിൽ എം.ടിയും ഒ.വി. വിജയനും.

അവരുടെ രചനകളെ പത്രഭാഷ അൽപ്പംപോലും ബാധിച്ചില്ല ല്ലോ. പത്രപ്രവർത്തനത്തിനു വേണ്ടി കഥാരചനയെ ബലികൊടു ത്ത പലരുണ്ട്. എ. സഹദേവനെയും വി.ആർ. ഗോവിന്ദനുണ്ണിയെ യും പോലെ ചിലരെ ഓർമ വരുന്നു. ഏറ്റവും ഒടുവിൽ എന്റെ ചെ റുകഥ അച്ചടിച്ചു വന്നത് 2012-ൽ സമകാലിക മലയാളത്തിലാണ് -'പൊട്ട്.' മാധ്യമജീവിതത്തിൽ നിന്നുള്ള ഒരു യഥാർഥ അനുഭവം. ചിത്രം വരയ്ക്കാൻ കഥ കിട്ടിയപ്പോൾ ആർട്ടിസ്റ്റ് ചന്ദ്രശേഖരൻ (ചാൻസ്) വിളിച്ചുപറഞ്ഞു.

"ഒരു നല്ല കഥ വരയ്ക്കാൻ കിട്ടി. എന്തുകൊണ്ടാണ് കഥയെ ഴുതാതിരിക്കുന്നത്?

നൂറുനൂറു കഥകളുണ്ട് മനസ്സിൽ. കഥയിൽ വന്നിട്ടുള്ള, വന്നു കൊണ്ടിരിക്കുന്ന മാറ്റങ്ങൾ ജോലിയുടെ ഭാഗമായിത്തന്നെ നിരീ ക്ഷിച്ചുകൊണ്ടിരിക്കുന്നുമുണ്ട്. പ്രസാധകരുടെ സമ്മർദ്ദത്തിനു വഴി പ്പെട്ട് നോൺ ഫിക്ഷനിലേക്കും വിവർത്തനത്തിലേക്കും ശ്രദ്ധ ചി തറിപ്പോയി എന്നതൊരു സത്യമാണ്. മുപ്പതോളം പുസ്തകങ്ങൾ അങ്ങനെ പിറന്നവയാണ്.

ഞാനെഴുതിയ പുസ്തകങ്ങളുടെ ഓരോ കോപ്പി വീതം ഞ ങ്ങളുടെ ദേശത്തെ മൗലാന ആസാദ് സോഷ്യോ കൾച്ചറൽ സെന്റ റിനു സംഭാവന ചെയ്യുന്ന ചടങ്ങു കഴിഞ്ഞ് ഞാൻ പള്ളുരുത്തി യിൽ ഇക്കാക്കയുടെ വീട്ടിലേക്കു പോവാൻ ബസ്സിൽ കയറി. അ താ മുൻസീറ്റിലിരിക്കുന്നു പഴയ ചങ്ങാതി മജീദ് പനയപ്പിള്ളി. ക ണ്ടപ്പോൾ വലിയ സന്തോഷം തോന്നി. കുശലപ്രശ്നങ്ങൾക്കു ശേ ഷം മജീദ് കീശയിൽ നിന്നൊരു കടലാസെടുത്തു കാണിച്ചു. ഏ തോ പ്രസാധനശാലയുടേതാണ്. പുതിയ കഥാകൃത്തുക്കളുടെ സ മാഹാരം പ്രസിദ്ധീകരിക്കാൻ സന്നദ്ധത പ്രകടിപ്പിച്ചുകൊണ്ടുള്ള കത്തിൽ വലിയൊരു തുക മുടക്കണമെന്ന് ആവശ്യപ്പെട്ടിരിക്കു ന്നു. പണമയച്ചുകൊടുക്കാമോ? വിശ്വസിക്കാവുന്ന പാർട്ടിയാണോ?

മജീദിന്റെ സാമ്പത്തികസ്ഥിതി എനിക്കു നന്നായറിയാം. നി ത്യനിദാനച്ചെലവുകൾ തന്നെ നിർവഹിക്കാൻ ക്ലേശിക്കുന്ന മനു ഷ്യൻ. ഒരു കെണിയിൽ ചെന്നുചാടിയാൽ! പക്ഷേ, ഒരു കഥാസ മാഹാരം പ്രസിദ്ധീകരിക്കുക എന്ന മോഹം ഇപ്പോഴും മജീദ് കൊണ്ടു നടക്കുന്നുണ്ടല്ലോ എന്നോർത്തപ്പോൾ വേദന തോന്നി. എന്നെ ആ ദ്യമായി കഥയിലേക്കു ക്ഷണിച്ചയാളാണ്, ആ സ്വപ്നം സാ ക്ഷാൽക്കരിക്കാൻ ഒന്നും ചെയ്യാനാവുന്നില്ലെന്ന ഖേദം ഇപ്പോഴു മുണ്ട്.

'ചാപ്പ' എന്ന പേരിൽ എന്റെ കഥകളുടെ പുതിയ സമാഹാരം എൻ.ബി.എസ്. പ്രസിദ്ധീകരിച്ചപ്പോൾ അത് സമർപ്പിച്ചത് മജീദിനാണ്.

അനുബന്ധം

19

അച്ഛൻമാർ മക്കളിലൂടെ...

റിസബാവ

അഫ്സൽ

ഡയാന സിൽവിസ്റ്റർ

റിസബാവ

തിരുവനന്തപുരം സംഘചേതനയുടെ 'സ്വാതിതിരുനാൾ' നാടകം ഇരുനൂറാമത്തെ അവതരണം-മട്ടാഞ്ചേരി നെഹ്റു മെമ്മോറിയൽ ടൗൺഹാളിൽ ഇസ്ക്രയുടെ ആഭിമുഖ്യത്തിൽ. നാടകം കഴിഞ്ഞു സ്വാതിതിരുനാളായി അഭിനയിച്ച നടനെ അഭിനന്ദിക്കാനാണ് ആ പഴയ കലാകാരൻ ഗ്രീൻറൂമിലേക്കു ചെന്നത്. ഹസ്തദാനം ചെയ്തു തിരിച്ചുപോവാൻ ഭാവിക്കുമ്പോൾ സ്വാതിതിരുനാളിന്റെ വേഷത്തിൽ നിൽക്കുന്ന മകൻ വിളിക്കുന്നു.

"ഉപ്പാ."

ഇസ്മായിൽ എന്ന കലാകാരൻ വിശ്വസിക്കാനാവാതെ തരിച്ചുനിന്നുപോയി. യുദ്ധഭൂമിയിൽ റുസ്തമും സൊറാബും പരസ്പരം തിരിച്ചറിഞ്ഞതുപോലുള്ള നാടകീയ മുഹൂർത്തം.

"കീപ്പിറ്റ് അപ് മൈ ഡിയർ സൺ; അയാം പ്രൗഡ് ഓഫ് യു."

അതുവരെ സായ്കുമാറാണ് സ്വാതിതിരുനാളായി അഭിനയിച്ചുകൊണ്ടിരുന്നത്. അദ്ദേഹം സിനിമയിൽ ചാൻസ് കിട്ടി പോയപ്പോഴാണു സംഘചേതന റിസബാവയെ പകരം കണ്ടെത്തിയത്. 760 സ്റ്റേജുകളിൽ റിസബാവ സ്വാതിതിരുനാളായി. സംഘചേതനയുടെ 'ഇന്ദുലേഖ' നാടകാവിഷ്കാരത്തിലും റിസബാവ സുപ്രധാന വേഷത്തിൽ അഭിനയിച്ചു.

കൊച്ചങ്ങാടിയിലെ പഴയകാല നാടകകലാകാരന്മാരിലൊരാളായിരുന്നു ഞങ്ങൾ തടിയൻ ബാവ എന്നു വിളിച്ചിരുന്ന കെ.ഇ. എം. ഇസ്മായിൽ. പണ്ട് അദ്ദേഹം അഭിനയിച്ചിരുന്നുവെന്നൊക്കെ അറിയാമായിരുന്നെങ്കിലും അതൊന്നും നേരിൽക്കാണാൻ കഴിഞ്ഞിരുന്നില്ല. കൊച്ചിയുടെ ആദ്യത്തെ നഗരസഭാ മേയർ കൊച്ചുണ്ണി മാസ്റ്ററുടെ ഗൃഹസദസ്സിൽ വച്ചു കാണുമ്പോഴൊക്കെ ബാവക്ക പറയും.

"ഞാനും സത്യനും തമ്മിൽ പണ്ടൊരു പോട്ടാപോട്ടി നടത്തിയതാണ്."

ആ കഥയിങ്ങനെ: മദിരാശിയിലെ ഒരു സിനിമാകമ്പനിയിൽ നടന്മാരെ തിരഞ്ഞെടുക്കുന്നതിനുള്ള ഇന്റർവ്യൂവിന് ചെന്നപ്പോഴാണു പിൽക്കാലത്തു പ്രശസ്ത ചലച്ചിത്രതാരമായിത്തീർന്ന സത്യനെ ബാവക്ക പരിചയപ്പെടുന്നത്. രണ്ടുപേരും മൽസരാർഥികളായി ചെന്നതാണ്. പിന്നീട് അഭിനയിക്കാൻ ചെല്ലുന്നതിനു ക്ഷണിച്ചുകൊണ്ടുള്ള സിനിമാകമ്പനിയുടെ കത്തു വന്നപ്പോൾ ബാവക്ക ആശയക്കുഴപ്പത്തിലായി. അതേയവസരത്തിൽ തന്നെയാണു വെല്ലിങ്ടൺ ദ്വീപിലെ നേവൽ സ്റ്റോർ ഡിപ്പോയിൽ ഡ്രൈവർ നിയമ

നത്തിനുള്ള കാർഡ് വന്നതും. ഏതു തിരഞ്ഞെടുക്കും? ബാവക്ക യ്ക്കേ ആശയക്കുഴപ്പമുണ്ടായിരുന്നുള്ളൂ; ബാപ്പ അഹമ്മദ് ബാവ എന്ന ഹോട്ടൽ കച്ചവടക്കാരനു സംശയമേ ഉണ്ടായിരുന്നില്ല. മദി രാശിയിൽ നിന്നുള്ള കത്ത് അദ്ദേഹം താഴെ ചീന്തിയിട്ടു.

അതിനുശേഷം ഒരുദിവസം ബാവക്ക ഇടക്കൊച്ചി പാലത്തി ലൂടെ നടന്നുവരുകയായിരുന്നു. അപ്പോൾ ഒരു കാർ അടുത്തുവ ന്നു നിർത്തി. ഒരു കറുത്തയാളാണു വണ്ടിയോടിച്ചിരുന്നത്. ഡോർ തുറന്ന് അയാൾ പറഞ്ഞു.

"കയറൂ."

ആരെന്നു മനസ്സിലാവാതെ സംശയിച്ചുനിന്നപ്പോൾ ചിരിച്ചു കൊണ്ട് അയാൾ പറയുന്നു.

"ഞാൻ സത്യനേശൻ. മദിരാശിയിൽ സിനിമാകമ്പനിയുടെ ഇന്റർവ്യൂവിനു വന്നതോർമയില്ലേ!"

അപ്പോഴാണറിയുന്നത് തനിക്കു നഷ്ടപ്പെട്ട നറുക്കുകിട്ടിയത് പിന്നീട് പ്രശസ്ത താരമായിത്തീർന്ന സത്യനായിരുന്നുവെന്ന്.

പതിനെട്ടാം വയസ്സിൽ സൈനിക സേവനത്തിനു പോയ ബാ വക്ക രണ്ടാം ലോകയുദ്ധത്തിലൊക്കെ പങ്കെടുത്തിട്ടുണ്ട്. പട്ടാള ജീവിതം മടുത്ത് അദ്ദേഹം ഒളിച്ചോടുകയായിരുന്നു. കൊച്ചിയിൽ തിരിച്ചെത്തിയശേഷം പൊതുരംഗത്തും കലാപ്രവർത്തനങ്ങളിലു മൊക്കെ സജീവമായി. കൊച്ചി തുറമുഖ തൊഴിലാളി യൂണിയന്റെ രൂപീകരണഘട്ടത്തിൽ കൊച്ചുണ്ണി മാസ്റ്ററുടെയും സുലൈമാൻ മാസ്റ്ററുടെയും ഒപ്പം ബാവക്കയുമുണ്ടായിരുന്നു. യൂനിയന്റെ ആ ദ്യത്തെ സെക്രട്ടറി അന്നത്തെ അറിയപ്പെടുന്ന ഗായകനായിരുന്ന ഹാജി അബ്ദുൽ ഖാദറായിരുന്നു. രാഷ്ട്രീയത്തിൽ വരുന്നതിനു മുമ്പേ കെ.എച്ച്. സുലൈമാൻ മാസ്റ്ററും നാടകകൃത്തും ഗാനരച യിതാവുമൊക്കെയായിരുന്നു. ഇംഗ്ലീഷും ഹിന്ദിയും സുഗമമായി സംസാരിക്കാൻ കഴിയുമെന്നതായിരുന്നു ബാവക്കയുടെ സൈ നികജീവിതം നൽകിയ വലിയ നേട്ടം. അതുകൊണ്ടുതന്നെ ഇന്ദി രാഗാന്ധിയും സക്കീർ ഹുസൈനുമെല്ലാം മട്ടാഞ്ചേരിയിൽ വന്ന പ്പോൾ അവരെ സ്വീകരിക്കാൻ ബാവക്ക മുൻനിരയിൽ തന്നെയു ണ്ടായിരുന്നു.

എന്നാൽ, മൂപ്പർക്കു നാടകത്തിലായിരുന്നു കൂടുതൽ താൽ പര്യം. ടി.എസ്. മുത്തയ്യ, എഡ്ഡി മാസ്റ്റർ, പി.ജെ. ആന്റണി, എൻ. ഗോവിന്ദൻകുട്ടി, ജെ.എ.ആർ. ആനന്ദ്, ഡോ. മുഹമ്മദ് താഹിർ, യൂസഫ് സേട്ട്-ഇവരൊക്കെയാണന്ന് കൊച്ചിയിൽ നിറഞ്ഞുനി ന്ന കലാകാരന്മാർ. ബാവക്കയുടെ കൊച്ചങ്ങാടി ചെമ്പിട്ടപള്ളിക്ക

ടുത്തുള്ള വീട്ടിൽ തിക്കുറിശ്ശി, പി. ഭാസ്കരൻ, തിരുവനന്തപുരത്തെ നാടകനടൻ വിക്രമൻനായർ തുടങ്ങിയവരൊക്കെ വരാറുണ്ടായിരുന്നുവെന്ന് റിസബാവ ഓർമിക്കുന്നു. ഉപ്പ ഒരു ഹിന്ദി സിനിമയിൽ അഭിനയിച്ചിരുന്നതായി പഴയ കൂട്ടുകാരൻ ജോസഫേട്ടൻ പറഞ്ഞുകേട്ടതല്ലാതെ റിസയ്ക്ക് ഉറപ്പില്ല. എസ്.കെ. പൊറ്റെക്കാട്ടിന്റെ 'പുള്ളിമാൻ' എന്ന കഥ ആസ്പദമാക്കി ടി.കെ. പരീക്കുട്ടി നിർമിക്കാനിരുന്ന ചിത്രത്തിൽ നായകനായി ബാവക്കയെയാണു തീരുമാനിച്ചിരുന്നതത്രേ. പിന്നീട് മറ്റാരോ 'പുള്ളിമാൻ' സിനിമയാക്കിയപ്പോൾ മധുവായി നായകൻ.

തടിയൻ ബാവ എന്നു ഞങ്ങൾ വിളിച്ചിരുന്നെങ്കിലും അത്ര തടിയനൊന്നുമായിരുന്നില്ല ബാവക്ക. ഇപ്പോഴത്തെ റിസബാവയുടെ അത്രയൊക്കെയേ ഉണ്ടായിരുന്നുള്ളൂ. സിംപ്ലൻ പക്ഷേ, ആ ശരീരത്തിനിണങ്ങുന്നതായിരുന്നില്ല മൂപ്പരുടെ ശാരീരം. അതൽപം സ്ത്രൈണമായിരുന്നു. അതുതന്നെയായിരിക്കാം അഭിനയജീവിതത്തിൽ ശാപമായിത്തീർന്നത്. ശരീരവും ശാരീരവും തമ്മിലുള്ള പൊരുത്തക്കേട്. അതുകൊണ്ടാവണം നേവൽബേസിൽ നേവി ഡേയ്ക്ക് അഭിനയിച്ച നാടകത്തിൽ സ്ത്രീവേഷം കെട്ടേണ്ടിവന്നത്.

ശ്യാമൾ എന്നായിരുന്ന ബാവക്കയുടെ സ്റ്റേജ് നെയിം. കൂട്ടുകാർ ശ്യാം എന്നു വിളിച്ചു. ഉപ്പയുടെ ജനിതകത്തിൽ നിന്നാവാം തനിക്ക് അഭിനയസിദ്ധി കിട്ടിയതെന്നു റിസ വിശ്വസിച്ചിരുന്നു. കൊച്ചിയിലെ അമചർ നാടകങ്ങളിൽ കളിച്ചായിരുന്നു റിസയും വളർന്നത്. പി.ജെ. കൊച്ചങ്ങാടി എന്ന അബ്ദുവിന്റെ (ഇപ്പോൾ ജീവിച്ചിരിപ്പില്ല) നാടകമായിരുന്നു തുടക്കം. പിന്നീട് എം.ജി. മാത്യു, എം.ജി. ബേബി എന്നിവരുടെ നാടകങ്ങളിൽ അഭിനയിച്ചു. കൊച്ചി അനശ്വര, കൊല്ലം അനശ്വര, ചേർത്തല കലാകേന്ദ്രം തുടങ്ങിയ പ്രൊഫഷനൽ കലാസമിതികളിലാണു പിന്നീടു ചേക്കേറിയത്. സംഘചേതനയിലെത്തിയതോടെ അറിയപ്പെടുന്ന നടനായി. വേണുക്കുട്ടൻ നായരായിരുന്നു അവരുടെ സംവിധായകൻ.

ദൂരദർശനിലെ മുതുകുളം മോഹനനാണ് തനിക്ക് ആദ്യമായി സിനിമയിലേക്കു വഴിയൊരുക്കിയതെന്ന് റിസബാവ ഓർമിക്കുന്നു–ഷാജി കൈലാസിന്റെ 'ഡോ. പശുപതിയിലെ' നായകവേഷം. അഞ്ചു ചിത്രങ്ങളിൽ കഥാനായകനായെങ്കിലും 'ഇൻ ഹരിഹർ നഗറിലെ' ജോൺ ഹോനായ് എന്ന വില്ലൻ വേഷത്തിലാണു റിസ തിളങ്ങിയത്. പിന്നെ തിരിഞ്ഞുനോക്കേണ്ടിവന്നില്ല. 180 പടങ്ങൾ, 50 സീരിയലുകൾ. രഘുവരനുവേണ്ടി കരുതിവെച്ച ഈ റോളിലേക്ക് റിസയുടെ പേര് നിർദേശിച്ചതു കൊച്ചങ്ങാടിക്കാരനായ സുഹൃത്ത്

കലാഭവൻ അൻസാർ. നല്ലൊരു ഡബ്ബിങ് ആർട്ടിസ്റ്റ് കൂടിയാണ് റിസ. ഷേക്സ്പിയറുടെ ഹാംലറ്റിനെ അടിസ്ഥാനമാക്കി ആവിഷ്കരിച്ച 'കർമയോഗി'യിൽ തലൈവാസലിനുവേണ്ടിയും 'പ്രണയ'ത്തിൽ അനുപം ഖേറിനു വേണ്ടിയും ശബ്ദം നൽകിയ റിസ ഇരുപത്തഞ്ചു വർഷമായി സിനിമയിൽ തുടരുന്നു.

അറിയപ്പെടുന്ന ഒരു നടനാകണമെന്ന ഉപ്പയുടെ ആഗ്രഹമാവാം തന്നിലൂടെ സാക്ഷാൽക്കരിക്കപ്പെട്ടതെന്നു റിസ വിശ്വസിക്കുന്നു. ഉപ്പയുടെ അന്ത്യം തന്റെ മടിയിൽ കിടന്നായിരുന്നുവെന്നു പറയുമ്പോൾ റിസയുടെ തൊണ്ടയിടറും. അതിനും ഒരു നാടകീയമുഹൂർത്തത്തിന്റെ ഛായ ഉണ്ടായിരുന്നു. സ്വന്തമായി ഒരു വീടു വാങ്ങാൻ അഡ്വാൻസ് കൊടുത്തതിന്റെ സന്തോഷത്തിലായിരുന്നു ബാവക്ക. കാറിൽ മടങ്ങുമ്പോൾ എന്തോ പറഞ്ഞു ചിരിച്ചു. ചിരിച്ചു ചിരിച്ചു വീണത് എന്റെ മടിയിലേക്ക്. അപ്പോൾ അത് ഉപ്പയുടെ അവസാനത്തെ ചിരിയാണെന്ന് ഓർത്തതേയില്ല–റിസ വിതുമ്പി.

ചിരിച്ചുകൊണ്ട് ജീവിതത്തിൽനിന്നിറങ്ങിപ്പോവാനാവുക. എത്ര ഭാഗ്യമാണ്, റിസാ. ഞാൻ മനസ്സിൽ ഓർത്തു.

അപ്പോഴും മനസ്സിലേക്കു വന്നത് ബാവക്കയുടെ വാക്കുകളാണ്.

"ഞാനും സത്യനും തമ്മിൽ പണ്ടൊരു പോട്ടാപോട്ടി നടത്തിയതാണ്." (ഈ പ്രൂഫ് നോക്കികൊണ്ടിരിക്കെ 2021 സെപ്തംബർ 14ന് റിസയുടെ ചരമവാർത്ത കേൾക്കേണ്ടിവന്നു)

അഫ്സൽ

പത്തു പതിനഞ്ചു വർഷം മുമ്പാണ്. കോഴിക്കോട് വെള്ളിമാടുകുന്നിൽ ഞാൻ താമസിക്കുന്ന കാലം. ഒരുദിവസം കോളിങ് ബെൽ ശബ്ദിക്കുന്നതു കേട്ട് വാതിൽ തുറന്നു. രണ്ടു ചെറുപ്പക്കാർ. ഒരാളെ എനിക്കറിയാം. കൊച്ചങ്ങാടിക്കാരനായ സുഹൃത്ത് ഹമീദിന്റെ മകൻ. രാജേഷ് ഖന്നയുടെ അവതാരമായി നടന്നിരുന്ന ഹമീദ് കൊച്ചിയിലും കോഴിക്കോട്ടും എന്റെ അയൽവാസി. (ഇപ്പോൾ ജീവിച്ചിരിപ്പില്ല. ഒന്ന് രണ്ട് സീരിയലിൽ മുഖം കാണിച്ച് എങ്ങുമെത്താതെ അവസാനിച്ച ജീവിതം).

ഹമീദിന്റെ മകൻ കൂട്ടുകാരനെ പരിചയപ്പെടുത്തി.

"അഫ്സൽ. പിന്നണിഗായകൻ. എസ്.എം. ഇസ്മായിലിക്കയുടെ മകൻ."

"ഓ, പുതിയ കാലത്തിന്റെ പാട്ടുകാരൻ."

'രാക്ഷസീ, ഇഷ്ടമല്ലെടാ' തുടങ്ങിയ പാട്ടുകളിലൂടെ അഫ്സൽ അതിനകം പോപ്പുലറായിക്കഴിഞ്ഞിരുന്നു. എങ്കിലും ഈ യുവഗായകനെക്കുറിച്ച് എനിക്കൊന്നുമറിയില്ലല്ലോ എന്നു ഞാൻ ഖി

ന്നനായി. പുതിയ സിനിമാഗാനങ്ങളുടെ കാര്യത്തിൽ ഞാൻ തിക ച്ചും ഒരജ്ഞാനിയാണ്. എന്നാൽ, അഫ്സലിന്റെ ബാപ്പ ഇസ്മാ യിലിക്കയെക്കുറിച്ച് എനിക്കു കുറേയൊക്കെ പറയാനുണ്ടായിരുന്നു.

മെലഡികൾ നിറഞ്ഞ ഒരു ഹൃദയം കൊണ്ടുനടന്ന എസ്.എം. ഇസ്മായിൽ. സംഭാഷണപ്രിയനായിരുന്ന അദ്ദേഹം ചുള്ളിക്കലെ കടയിൽ പിടിച്ചിരുത്തി എത്രനേരം വേണമെങ്കിലും സംസാരിക്കു മായിരുന്നു.

കണ്ണൻ ദേവൻ തേയിലയുടെ കൊച്ചിയിലെ വിതരണക്കാര നായിരുന്നു ഇസ്മായിലിക്കയുടെ ബാപ്പ സുലൈമാൻ. മനുഷ്യൻ വലിക്കുന്ന റിക്ഷയിൽ പണം നിറച്ച ചാക്കുമായി യാത്ര ചെയ്തി രുന്ന പിതാവിനെക്കുറിച്ചു പറയുമ്പോൾ ഇസ്മായിലിക്ക വാചാല നാവും. പക്ഷേ, പതിമൂന്നാം വയസ്സിൽ ബാപ്പ മരിച്ചതോടെ കുടും ബം അനാഥമായി. ഒരു പുതിയ ജീവിതം തേടി പട്ടാളത്തിൽ ചേരു മ്പോൾ വയസ്സു പതിനെട്ട്. സൈനികജീവിതത്തിൽ നിന്നാണ് ഹി ന്ദുസ്ഥാനി ഭാഷയും സംഗീതവും പകർന്നുകിട്ടിയത്.

നാലു വർഷത്തിനുശേഷം നാട്ടിൽ തിരിച്ചെത്തിയപ്പോൾ ജീ വിക്കാൻ പല വേഷങ്ങളും കെട്ടി. അച്ചാർ വിൽപന വരെ. ഒടു വിൽ എക്സ്സർവീസ് ലൂബ്രിക്കേഷൻ ഓയിലിന്റെ ചെറിയ ഒരു കട. ഈ ബദ്ധപ്പാടുകൾക്കിടയിലും കലാഹൃദയം കൈമോശം വ രാതെ സൂക്ഷിക്കാൻ കഴിഞ്ഞു. കൊച്ചിയിലെ പഴയ സംഗീതജ്ഞ രുടെ കേന്ദ്രമായ ഇക്ബാൽ മ്യൂസിക് ക്ലബ്ബിന്റെ സജീവ പ്രവർത്ത കനായിരുന്നു. പിന്നെ ചില നാടകങ്ങൾക്കൊക്കെ സംഗീതം നൽ കിയിരുന്നു. പൂർണമായി അതിലേക്കിറങ്ങിച്ചെല്ലാൻ ധൈര്യമു ണ്ടായിരുന്നില്ല. എന്നാൽ, പത്തു മക്കളിൽ ഒമ്പതുപേരും സംഗീത ത്തിൽ തന്നെയാണു ജീവിതം കണ്ടെത്തിയത്. ഷംസുദ്ദീനും അഷ് റഫും സാക്കിറുമെല്ലാം ഏതെങ്കിലുംവിധത്തിലുള്ള സംഗീതോപ കരണങ്ങൾ കൈകാര്യം ചെയ്യുന്നവരായി. സാക്കിറിനെ എനിക്കു നേരത്തേ അറിയാം. യേശുദാസിന്റെ ഓർക്കസ്ട്രയിലുണ്ടായിരു ന്നു. ഏതാനും ചിത്രങ്ങൾക്കു സംഗീതവും നൽകിയിട്ടുണ്ട്. അൻ സാർ കണ്ണൻ ദേവൻ കമ്പനി സ്പോൺസർ ചെയ്ത മലയാളത്തി ലെ ആദ്യത്തെ റിയാലിറ്റി ഷോയിൽ സമ്മാനാർഹൻ എന്ന നില യിൽ പ്രശസ്തനായി (നോക്കണേ, ഒരു തേയിലക്കമ്പനി മൂന്നു ത ലമുറകളിൽ ഇടപെടുന്നതിന്റെ വൈചിത്ര്യം).

വാസ്തവത്തിൽ ഇസ്മായിലിക്കയുടെ രക്തത്തിൽത്തന്നെ സംഗീതമുണ്ടായിരുന്നു. ഉപ്പൂമ്മയ്ക്കു നന്നായി കർണാടകസംഗീ തമറിയാം. ആങ്ങളമാരിലൊരാൾ മൃദംഗവിദഗ്ധൻ. മറ്റൊരാൾ

വായ്പാട്ടുകാരൻ. തിരുവനന്തപുരം മഹാരാജാവിന്റെ ദർബാറിൽ മധുരയിൽനിന്നു വന്ന സഹോദരിമാരുടെ സംഗീതമൽസരം നടക്കുമ്പോൾ വരുത്തിയ അബദ്ധം തിരുത്തിയതിനു രാജാവിന്റെ വീരശൃംഖല കിട്ടിയ കലാകാരൻ. ഈ ജനിതകപാരമ്പര്യം വെറുതെയാവുമോ?

സംഗീതത്തിൽ എന്തൊക്കെയോ ചെയ്യണമെന്ന് ഇസ്മായിലിക്ക ആഗ്രഹിച്ചിരുന്നു. ചുള്ളിക്കലെ വഴിച്ചുവരുകളിൽ യേശുക്രിസ്തുവിന്റെ ചിത്രങ്ങളുമായി പതിഞ്ഞുകിടക്കുന്ന ക്രിസ്തീയ ഭക്തിഗാന പോസ്റ്ററുകൾ കാണുമ്പോൾ മൂപ്പരു പറയും.

"ഈ പള്ളിപ്പാട്ടുകളേക്കാൾ മികച്ച മെലഡികൾ നമുക്കുണ്ടാക്കാനാവും. കുറച്ചു പാട്ടുകളെഴുതിത്തരാമോ?"

അങ്ങനെയാണ് നാൽപ്പതു വർഷം മുമ്പ് 'അന്ത്യപ്രവാചകൻ' എന്ന കാസറ്റ് രൂപം കൊള്ളുന്നത്. മുഹമ്മദ് നബിയുടെ ജീവിതത്തിൽ നിന്നു തിരഞ്ഞെടുത്ത പത്തു നാടകീയ മുഹൂർത്തങ്ങളുടെ സംഗീതാവിഷ്കാരം. ഞാൻ പറഞ്ഞു.

"ഇതു വെറും മാപ്പിളപ്പാട്ടുകൾ മാത്രമായിക്കൂടാ, ഗസലും ഖവാലിയും സെമിക്ലാസിക്കലുമെല്ലാം വേണം. നമുക്കൊട്ടും തിടുക്കമില്ല. സാവകാശം സമയമെടുത്തു ചെയ്താൽ മതി."

എഴുപതുകളിൽ ഞാൻ ജ്യൂ ടൗണിൽ ഇംപ്രിന്റ് എന്ന കൊച്ചു പ്രസ്സുമായി കഴിയുന്ന കാലമാണ്.

പത്തു പാട്ടുകൾക്കും ഇസ്മായിലിക്ക നൽകിയത് വ്യത്യസ്തവും മനോഹരവുമായ ഈണങ്ങൾ. താരാട്ടുപാട്ടും പ്രണയഗാനവും മിസ്റ്റിക്ക് കവിതയും വിരഹഗീതവുമെല്ലാം മെലഡിയാർന്ന, ഈണങ്ങൾ കൊണ്ട് അദ്ദേഹം ധന്യമാക്കി. കൊച്ചിൻ ഇബ്രാഹിം, കോറഫ് പീറ്റർ, എ.എസ്. മനോഹരൻ, ജെൻസി തുടങ്ങിയവരാണു പാടിയത്. ഇസ്മായിലിക്കയുടെ ചുള്ളിക്കലുള്ള വീടിന്റെ നിരത്തോട് ചേർന്ന മുറിയിൽ, ജനാലകളെല്ലാം അടച്ചിട്ടാണ് റെക്കോർഡ് ചെയ്തത്. എന്നിട്ടും അതിന്റെ കാസറ്റ് വളരെയേറെ ജനപ്രീതി നേടി. 'മക്കാ നഗരമേ, കരയൂ' എന്ന ഗാനം എരഞ്ഞോളി മൂസ പാടി പ്രശസ്തമായി.

അങ്ങനെയാണ് അബ്ബാസ് കാളത്തോട് എന്ന നാടകപ്രവർത്തകൻ ആ കാസറ്റിന് ദൃശ്യാവിഷ്കാരം നൽകാനുള്ള ഒരു പ്രൊജക്ടുമായി വരുന്നത്. കോഴിക്കോട്ടെ തനിമ എന്ന സാംസ്കാരിക വേദിയാണ് നിർമാതാക്കൾ. പാടിയതും, പാടി അവതരിപ്പിച്ചതുമെല്ലാം അഫ്സലും അൻസാറും സഹോദരങ്ങളും. പക്ഷേ, ഒന്നും എന്റെ അനുവാദം വാങ്ങാതെയായിരുന്നു. ആ രീതിയിൽ തന്നെ

സിഡിയും അവർ പുറത്തിറക്കി. അതിൽ സംഗീതരചയിതാവിന്റെ പേര് പോലുമില്ലായിരുന്നു. ഒടുവിൽ എനിക്ക് നിയമത്തിന്റെ വഴി സ്വീകരിക്കേണ്ടി വന്നു. ഏതാനും ലക്ഷം രൂപ ചെലവാക്കി ചിത്രീകരിച്ച ദൃശ്യങ്ങൾ പെട്ടിയിൽ പൂട്ടിവയ്ക്കുകയും ചെയ്തു. ഇതെല്ലാം മനസ്സിനെ വല്ലാതെ വിഷമിപ്പിച്ച സംഭവങ്ങളായിരുന്നു.

എഫ്.എം. ഇസ്മായിൽ എന്ന സംഗീതസ്രഷ്ടാവിന്റെ പ്രതിഭ തെളിയിക്കാൻ അവശേഷിക്കുന്നത് ഈ സംഗീതശിൽപം മാത്രം.

ഡയാന

മലയാളികളായ ഇന്ത്യൻ കാർട്ടൂണിസ്റ്റുകളെ കുറിച്ച് ഒരു ഫീച്ചർ തയ്യാറാക്കാൻ ഡൽഹിയിലെത്തിയതാണു ഞാൻ. കൂടെ പത്രപ്രവർത്തക സുഹൃത്ത് എം.സി.എ. നാസറുമുണ്ട്. ഡൽഹി പ്രസ് ക്ലബ്ബിൽ വച്ചു കണ്ടപ്പോൾ നീണ്ട് കിളരമുള്ള, നേർത്ത താടിവച്ച ഒരു ചെറുപ്പക്കാരൻ മുന്നോട്ടുവന്ന് കൈനീട്ടി.

"ജമാലല്ലേ. ഞാൻ ബോണി. പോഞ്ഞിക്കരയാണു സ്വദേശം. റാഫി മാസ്റ്റർ പലപ്പോഴും താങ്കളെപ്പറ്റി പറയാറുണ്ട്."

പോഞ്ഞിക്കര റാഫിയെ പറ്റിയാണു പറയുന്നത്. കഥാകാരനും ദാർശനികനുമായിരുന്ന റാഫി മാസ്റ്റർ സാഹിത്യപരിഷത്തിൽ ഭാരവാഹിയായിരിക്കുമ്പോൾ ഞാൻ ഓഫിസ് സെക്രട്ടറിയാണ്. ദിവസവും കാണും, പഴയ കാര്യങ്ങൾ പറയും. ഫിലോസഫി പറയും. കൂടക്കൂടെ പോഞ്ഞിക്കരയിലെ 'ആർക്ക്'എന്ന വീട്ടിലും ഞാൻ പോവുമായിരുന്നു. റാഫി മാഷിനും സബീന ടീച്ചർക്കും കുടുംബാംഗത്തെപ്പോലെ സ്നേഹമായിരുന്നെന്നോട്.

അന്നുച്ചയ്ക്ക് തന്റെ വീട്ടിൽ ലഞ്ചിനു ചെല്ലണമെന്ന് ബോണിക്കു നിർബന്ധം. അങ്ങനെയാണു ഞാനും എം. സി.എ. നാസറും ബോണിയുടെ ഫ്ളാറ്റിൽ ചെല്ലുന്നത്. ഡൈനിങ്ങ് ടേബിളോ കസേരകളോ ഇല്ല. നിലത്തു പായ വിരിച്ചാണു ഭക്ഷണം വിളമ്പിയിരിക്കുന്നത്. സുപ്രയിട്ട് കഴിച്ചിരുന്ന പഴയകാലം ഓർമ വന്നു. സാധാരണ നസ്രാണിവീടുകളിൽ കാണാറുള്ളതുപോലെ താറാവിറച്ചിയും സ്റ്റൂവുമൊന്നുമില്ല. പലതരം മീൻവിഭവങ്ങൾ. എനിക്കേറ്റവും ഇഷ്ടപ്പെട്ട ചെമ്മീൻപൊടി ചമ്മന്തിയുമുണ്ട്. കൊച്ചിയിൽ മുസ്‌ലിം വീടുകളിലൊക്കെ വയ്ക്കുന്ന കറിയുടെ സ്വാദ്. ആസ്വദിച്ചു തിന്നു.

"നല്ല പുണ്യമുള്ള കൈകൾ"

ഭാര്യയെ പരിചയപ്പെടുത്തിയപ്പോൾ ഞാനറിയാതെ പറഞ്ഞു പോയി.

"ഡയാന നിങ്ങളുടെ നാട്ടുകാരിയാണ്. ശരിക്കും പറഞ്ഞാൽ കൊച്ചങ്ങാടിക്കാരി."

“ഞാനറിയാത്ത കൊച്ചങ്ങാടിക്കാരിയോ? അപ്പന്റെ പേരെന്താണ്?”

“സിൽവസ്റ്റർ.”

“ഓ നമ്മുടെ സിൽവി!” ഞാൻ അതിശയപ്പെട്ടു.

‘ഡോ. ആനി വർഗീസിന്റെ സിൽവി’ എന്നാണു ഞങ്ങൾ പറയുക. ആനി വർഗീസ് ഞങ്ങളുടെ കുടുംബ ഡോക്ടർ ആണ്. ഏതു രോഗത്തിനും അവരോടാലോചിക്കാതെ ചികിൽസയില്ല. തടിച്ചുരുണ്ട, സൗമ്യയായി രോഗവിവരങ്ങൾ ചോദിക്കുന്ന ഡോക്ടർ ദത്തെടുത്തു വളർത്തിയതാണു സിൽവിയെ.

എറണാകുളം സെന്റ് ആർബർട്സ് കോളജിൽ ബി.എക്കു പഠിക്കുമ്പോൾ കലാകായികരംഗങ്ങളിലെല്ലാം സജീവമായിരുന്നു സിൽവി. മദ്രാസ് യൂനിവേഴ്സിറ്റി ഫുട്ബോൾ മൽസരത്തിൽ സെന്റ് ആൽബർട്സ് ടീം ക്യാപ്റ്റനായി രാജ്കുമാരി അമൃത് കൗറിൽനിന്ന് ട്രോഫി ഏറ്റുവാങ്ങി സിൽവി.

പിന്നീടു ബോംബെയിൽ ഓട്ടോമൊബൈൽ എൻജിനീയറിങ് ഫസ്റ്റ്ക്ലാസോടെ പാസായി. ബോംബെയിൽതന്നെ ട്രാൻസ്പോർട്ടിൽ ജോലിയും കിട്ടി. പക്ഷേ, നാടുവിട്ടു നിൽക്കാനുള്ള പ്രയാസം കൊണ്ട് കുറച്ചുനാൾ കഴിഞ്ഞു തിരിച്ചുപോന്നു. അമ്പതുകളുടെ ആദ്യത്തിലാണ്, എട്ടുവർഷത്തെ സുദീർഘമായ പ്രണയത്തിനു ശേഷം എയ്മി പോളിനെ ജീവിതപങ്കാളിയുമാക്കി.

പ്രണയകാലത്ത് എയ്മി സെന്റ് തെരേസാസ് കോളജിൽ പഠിക്കുകയായിരുന്നു. പിന്നീട് ഫോർട്ട് കൊച്ചി സാന്റാക്രൂസ് ഹൈസ്കൂളിൽ അധ്യാപികയായി കുറച്ചുനാൾ ജോലികിട്ടി. യൂനിയൻ ബാങ്കിൽ ക്ലാർക്കായി ചേർന്നതോടെ ജീവിതം ഭദ്രവുമായി.

ആദ്യകാലത്തൊക്കെ കലാകാരൻമാരായ കൂട്ടുകാരുമായങ്ങനെ ഉഴപ്പിനടക്കാനായിരുന്നു സിൽവിക്കിഷ്ടം. എച്ച്. മെഹ്ബൂബ്, യേശുദാസ്, ബഹദൂർ, പി.ജെ. ആന്റണി, ഗോവിന്ദൻകുട്ടി തുടങ്ങിയ കലാകാരൻമാരൊക്കെ വീട്ടിൽ വരുമായിരുന്നു. വീട്ടിലെന്നും നാടക റിഹേഴ്സലും പാട്ടും ബഹളവും. മെഹ്ബൂബ് ഭായി ദിവസങ്ങളോളം വീട്ടിൽ താമസിച്ചിട്ടുണ്ട്.

ടിപ്ടോപ്പ് ആർട്സിന്റെ നാടകകൃത്തും നടനും സംവിധായകനുമായ കെ.എ. അസീസായിരുന്നു സിൽവിയുടെ ആത്മസുഹൃത്ത്. അസീസിന്റെ എല്ലാ നാടകങ്ങളിലും സിൽവിക്ക് ഒരു പ്രധാന വേഷമുണ്ടായിരിക്കും. ‘ഗുസ്തി പഠിക്കേണ്ട’ നാടകത്തിൽ ചായക്കടക്കാരന്റെ സഹായി, ‘നിങ്ങൾക്കൊക്കെ ശാകുന്തളം മതി’യിൽ

വയോജനവിദ്യാലയത്തിൽ പഠിക്കാൻ വരുന്ന ഡിക്രൂസ് എന്ന ആംഗ്ലോ ഇന്ത്യൻ. ഡിക്രൂസാണ് ശകുന്തളയായി കുട്ടികൾ അവതരിപ്പിക്കുന്ന നാടകത്തിൽ വേഷം കെട്ടുന്നത്. വിക്കിവിക്കി സംസാരിക്കുന്ന പ്രിയംവദയായി മുഹമ്മദ് യൂസഫ്, അനസൂയയായി പി.ജി. ആന്റണി, കണ്വമഹർഷിയായി അസീസ് തന്നെ. സി.പി. ആന്റണി, എം.കെ. അർജുനൻ, പി.സി. സേവ്യർ, നെൽസൺ, എഡ്ഡി മാസ്റ്റർ. അന്നത്തെ കൊച്ചിയിലെ നാടകകലാകാരൻ മാരെല്ലാം വീട്ടിൽ നിത്യസന്ദർശകരായിരുന്നു. കലാകാരൻമാരുടെ തോളിൽ കൈയിട്ടു നടക്കാനായിരുന്നു സിൽവിക്കു ഇഷ്ടം.

“ഇങ്ങനെ കളിച്ചും ചിരിച്ചും നടന്നാൽ മാത്രം പോരല്ലോ, കുട്ടികൾ മൂന്നുപേരും വളരുകയല്ലേ. രണ്ടും പെൺകുട്ടികൾ. നാളേക്ക് എന്തെങ്കിലും കരുതണ്ടേ?”-എയ്മി ഇടയ്ക്കു ചോദിക്കും.

അങ്ങനെയാണ് ദമ്മാമിലെ ഒരു ഓട്ടോമൊബൈൽ കമ്പനിയിൽ ഒമ്പതുവർഷം ജോലിചെയ്തത്. അതിനുശേഷം ഒരു വീട് വെയ്ക്കണമെന്നു തീരുമാനിച്ചപ്പോൾ അതു കൊച്ചങ്ങാടിയിലായിരിക്കണമെന്നു സിൽവിക്കു നിർബന്ധമായിരുന്നു. കൊച്ചങ്ങാടി മുസ്‌ലിംഭൂരിപക്ഷ പ്രദേശമാണ്. കുറച്ചു പടിഞ്ഞാറോട്ടു മാറിയാൽ ചുള്ളിക്കൽ എന്ന ക്രിസ്ത്യാനികൾ തിങ്ങിപ്പാർക്കുന്ന സ്ഥലമാണ്. പക്ഷേ, സിൽവി പറഞ്ഞു.

“തക്യാവിനും കപ്പലണ്ടിമുക്കിനും ഇടയ്ക്കായിരിക്കണം നമ്മുടെ വീട്.”

അത്രമാത്രം ആ പ്രദേശത്തോടു താദാത്മ്യം പ്രാപിച്ചതായിരുന്നു സിൽവിയുടെ മനസ്സ്. ഡയാനയും പറയും.

“ഇവിടം വിട്ടുപോവാൻ ഒരിക്കലും തോന്നാറില്ല. രാത്രികളില്ലാത്ത ഈ പ്രദേശത്ത് എപ്പോഴും ജീവിതം ഒരാഘോഷംപോലെയാണ്.”

ആഗ്രഹിച്ചതുപോലെത്തന്നെ കൊച്ചങ്ങാടിയിൽ പത്തു സെന്റ് ഭൂമി വാങ്ങി വീടുവച്ചു. ആ വീട്ടിൽ കുട്ടികൾക്കു കർക്കശമായ നിയന്ത്രണമൊന്നുമുണ്ടായിരുന്നില്ല. മകൻ ജെയ്സൻ എന്ന റോജർ ചുവരുകൾ സിനിമാതാരങ്ങളുടെ ചിത്രങ്ങൾകൊണ്ട് നിറയ്ക്കുമ്പോൾ അപ്പൻ നോക്കിയിരുന്നാസ്വദിക്കും. ഡയാന ഡ്രം പഠിക്കണമെന്നാഗ്രഹിച്ചപ്പോൾ എസ്.എം. ഇസ്മായിലിക്കയുടെ മകൻ സാക്കിറിന്റെ കീഴിൽ ഏർപ്പാടാക്കിക്കൊടുത്തു. എം.ജി. യൂനിവേഴ്സിറ്റിയിലെ ആദ്യത്തെ ലേഡി ഡ്രമ്മറായിരുന്നു ഡയാന.

സെന്റ് തെരേസാസിൽ ബി.എ. പാസായശേഷം സെന്റ് ആൽബർട്ട്സിൽ എം.എക്കു ചേർന്നതാണ് ഡയാന. അപ്പോഴാണ് അമേരിക്കയിൽ കംപ്യൂട്ടർ പഠിക്കാൻ ഒരവസരം കിട്ടുന്നത്.

അവിടെ എയ്മിയുടെ ചേച്ചി ഗ്ലാഡിസുണ്ട്. കംപ്യൂട്ടർ അവിടെ വ്യാപകമായി പ്രചരിച്ചിട്ടില്ലാത്ത കാലം. പക്ഷേ, ഡയാനയ്ക്ക് മീഡിയാ കമ്മ്യൂണിക്കേഷൻസിലായിരുന്നു താൽപര്യം. അങ്ങനെയെങ്കിൽ അങ്ങനെ. ഗ്ലാഡിസ് അവളെ അതിനുചേർത്തു. അതിൽ എം.എ. ബിരുദവുമായി തിരിച്ചുവരാൻ കഴിഞ്ഞതുകൊണ്ടാണു ഡയാനയ്ക്ക് ഏഷ്യാനെറ്റ് ആരംഭിച്ചപ്പോൾത്തന്നെ ജോലി കിട്ടുന്നത്.

ഡയാനയ്ക്ക് അമേരിക്കൻ ജീവിതശൈലി അത്ര ഇഷ്ടമായിരുന്നില്ല; മകളെ വിട്ടുനിൽക്കാൻ ഡാഡിക്കും. ടെലിഫോണിന്റെ ഇരുതലയ്ക്കലുമിരുന്ന് അപ്പനും മകളും കരയുമ്പോൾ ആശ്വസിപ്പിക്കുക എയ്മിയാണ്.

"സിൽവി വളരെ ലോലഹൃദയനാണ്. എപ്പോഴും സെന്റിമെന്റ്സ്. കുറേക്കൂടി വിൽപവർ എനിക്കാണുള്ളത്."-എയ്മി പറയാറുണ്ട്.

ഒരു പ്രോഗ്രാം പ്രൊഡ്യൂസറെന്ന നിലയിൽ ഏഷ്യാനെറ്റിന്റെ പ്രശസ്തി വർധിപ്പിക്കുന്നതിൽ ഡയാനയുടെ 'സിനിമാല'യ്ക്കു വലിയ പങ്കുണ്ട്. ആഴ്ചതോറും കാലികസംഭവങ്ങളെ ആക്ഷേപഹാസ്യത്തിൽ ചാലിച്ചവതരിപ്പിക്കുന്ന 'സിനിമാല'യെ അനുകരിച്ച് ഇന്ന് എല്ലാ ചാനലുകളും കോമഡിഷോകൾ ടെലികാസ്റ്റ് ചെയ്യുന്നു. എന്നാൽ, അവയിൽനിന്നെല്ലാം ഭിന്നമായി 'സിനിമാല'യ്ക്ക് സ്വന്തമായ ഒരു ശൈലിയുണ്ട്. ഒരുപാട് ഹാസ്യതാരങ്ങളെ രംഗത്തു കൊണ്ടുവരാനും 'സിനിമാല'യ്ക്കു കഴിഞ്ഞു. ആയിരാമത്തെ എപ്പിസോഡിലെത്തിയപ്പോൾ 'സിനിമാല'യെക്കുറിച്ച് ഡോ. ബാബുപോൾ എഴുതിയതോർമിക്കുന്നു: ആഴ്ചതോറും മുടങ്ങാതെ ഞാൻ കാണുന്നത് 'സിനിമാല' മാത്രമാണ്.

ഡയാനയ്ക്കു മാത്രമല്ല, സഹോദരങ്ങൾക്കും സിൽവി-എയ്മിമാരുടെ നർമബോധവും കലാസ്നേഹവും കിട്ടിയിട്ടുണ്ട്. റോജർ എന്നു വിളിക്കുന്ന ജെയ്സൺ എം.ബി.എ. പാസായി ആസ്ത്രേലിയയിൽ ടൊയോട്ടോ കമ്പനിയിൽ ക്വാളിറ്റി കൺട്രോൾ ഓഫിസറായി ജോലിചെയ്യുന്നു. പഠിക്കുന്ന കാലംതൊട്ടേ നല്ലൊരു ഗായകനുമാണ് റോജർ. സഹോദരി റയാന കൊച്ചങ്ങാടിയിൽ തന്നെയുള്ള 'രക്ഷ' എന്ന സ്പെഷ്യൽ സ്കൂളിൽ വികലാംഗരായ കുട്ടികളെ പഠിപ്പിച്ചു കഴിയുന്നു. നല്ലൊരു കോറിയോഗ്രാഫർ കൂടിയാണ് ഡയാന.

'സിനിമാല'യ്ക്കു പുറമെ സ്ത്രീകൾക്കായുള്ള 'വാൽക്കണ്ണാടി' എന്ന ഏഷ്യാനെറ്റ് പരിപാടിയുടെ പ്രൊഡ്യൂസറും ഡയാനയാണ്. എച്ച്. മെഹ്ബൂബിനെക്കുറിച്ചും കെ. എൽ. സൈഗാളിനെ കുറിച്ചുമുള്ള ഡോക്യുമെന്ററികൾ ഡയാനയ്ക്കു സംഗീതത്തോടു

ള്ള പ്രണയത്തിന്റെ സാക്ഷാൽക്കാരമാണ്. കൊച്ചിയിലെ സാധാരണക്കാരായ ആസ്വാദകരുടെ പ്രതികരണത്തിലൂടെ മെഹ്ബൂബ് എന്ന ഗായകനെ അവതരിപ്പിക്കുന്ന രീതിയിലുമുണ്ട് ഒരു പ്രത്യേകത.

"സിൽവി എന്നും എനിക്ക് സ്നേഹം മാത്രമേ തന്നിട്ടുള്ളൂ. എന്നിലെ കലാകാരിയെയും സിൽവി പ്രോൽസാഹിപ്പിക്കുമായിരുന്നു. എന്നെക്കൊണ്ടു പാടിക്കും, അഭിനയിപ്പിക്കും"- എയ്മി പറയുന്നു.

നോബർട്ട് പാവനയുടെ 'പാളം തെറ്റിയ വണ്ടികൾ'എന്ന നാടകത്തിൽ മീങ്കിനോന എന്ന പറങ്കി കഥാപാത്രത്തെ അവതരിപ്പിച്ചത് അന്നുവരെ നാടകത്തിലഭിനയിച്ചിട്ടില്ലാത്ത എയ്മിയുടെ മറക്കാനാവാത്ത അനുഭവമാണ്. ബൈബിൾ നാടകങ്ങളായ 'മഗ്ദലനമറിയം, ദി റോബ്' എന്നിവയിലും എയ്മി അഭിനയിച്ചിട്ടുണ്ട്. ചില ഹാസ്യനാടകങ്ങളുമെഴുതി. സന്തോഷവും സംതൃപ്തിയും നിറഞ്ഞ ഈ ജീവിതത്തിൽ ഒരു ദുഃഖമേ എയ്മിക്കുള്ളു-ഡയാനയുടെ മുറിഞ്ഞുപോയ ദാമ്പത്യം; അവരുടെ ഏകമകനാണ് റോഹൻ പ്രാസി.

"സിൽവി ഉണ്ടായിരുന്നെങ്കിൽ ഇതൊന്നും താങ്ങാനാവുമായിരുന്നില്ല. അത്ര ലോലഹൃദയനായിരുന്നു."

നിരന്തരമായ സിഗരറ്റ് വലിയാണ് സിൽവിയെ ഹൃദ്രോഗത്തിലേക്കും അകാല മരണത്തിലേക്കും നയിച്ചതെന്ന് എയ്മി പറഞ്ഞപ്പോൾ മുഷ്ടി ചുരുട്ടിപ്പിടിച്ച് നടുവിരലുകൾക്കിടയിൽ പുകയുന്ന സിഗരറ്റ് വച്ച് ആഞ്ഞുവലിക്കുന്ന സിൽവസ്റ്ററുടെ ചിത്രമാണ് മനസ്സിൽ തെളിഞ്ഞുവന്നത്.

●

www.ingramcontent.com/pod-product-compliance
Lightning Source LLC
LaVergne TN
LVHW100825051026
849519LV00006B/2180
* 9 7 8 9 3 9 0 9 9 9 6 3 7 *